उत्तरार्ध

आयुष्याच्या उत्तरार्धातील अनुभवांचे उत्कट चिंतन

विजया राजाध्यक्ष

मेहता पब्लिशिंग हाऊस

Please contact us at **Mehta Publishing House,** Pune 411030.
✆ +91 020-24476924 / 24460313 / Mob. No. 9545000513
Email : production@mehtapublishinghouse.com
Website : www.mehtapublishinghouse.com

UTTARARDH by VIJAYA RAJYADHAKSHA

उत्तरार्ध : विजया राजाध्यक्ष / कथासंग्रह

Email : author@mehtapublishinghouse.com

प्रकाशक : सुनील अनिल मेहता, मेहता पब्लिशिंग हाऊस,
१९४१ सदाशिव पेठ, माडीवाले कॉलनी, पुणे - ४११०३०.

मुद्रक : पार्कसन्स ग्राफिक्स

मुखपृष्ठ : सरदार जाधव

प्रकाशनकाल : फेब्रुवारी, १९९९ / मे, २००१ / पुनर्मुद्रण : नोव्हेंबर, २०१७

किंमत : ₹ २४०

P Book ISBN 9788177661903
E Book ISBN 9789387319660
E Books available on : amazonkindle Apple Books Google Play Books

---

माझी 'कथासरित्सागर' असलेली मैत्रीण
डॉ. मंगला सरदेशपांडे
हिला....

अनुक्रमणिका

संधिकाल

पलंगाच्या समोरच मोठे, ठोके पडणारे घड्याळ होते. तारुताईंना नक्की आठवत होते की, त्या घड्याळाकडे आपली नजर रोखलेली असतानाच साडेचारचा ठोका पडला. हेही आठवत होते की, खिडकीचा पडदा नीट सरकवला नसल्यामुळे उतरत्या उन्हाच्या सावल्या खोलीभर पसरल्या होत्या. एक सौम्यसा सूर्यकिरण थेट डोळ्यांत उतरला होता. दृष्टीला त्याचा स्पर्श जाणवत होता. त्या स्पर्शामुळेच किंचित काळ सुरक्षित वाटले का? ताठरलेले शरीर जरा सैलावले खरे, जराशी गुंगीही आली. त्या गुंगीत एक स्वप्नही पडू लागले...

...आणि बघता बघता संध्याकाळ झाली. केव्हा? कशी?

सूर्यकिरणं केव्हाच निरोप घेऊन निघून गेली होती. भोवती रेंगाळत होता फक्त संधिप्रकाश. मनावर ताण आणणारा, आणि मनाला एक गूढ विसावा देणाराही. तो ओळखीचा होता. अलीकडच्या काही वर्षांत त्याची सोबत होती. अन्य प्रहर जणू नाहीसेच झाले होते, आणि फक्त तोच उरला होता. तो गूढ संधिकाल, गर्दीच्या वाटा चुकवून एकाकी पायवाटेने अलगद पुढे जाणारा. नेमके कुठे थांबायचे आहे याबद्दलचे रहस्य स्वतःपाशीच ठेवणारा. त्याला विचारून तरी काय उपयोग? तो आपले घट्ट मिटलेले ओठ कधी उलगडणार नाही, किंवा फक्त उरलासुरला प्रकाश पिण्यासाठीच उघडेल. प्रकाश कधीतरी नाहीसा होणार आहे. त्याचा निरोप घेण्यासाठी वर उचललेला एक हात डोळ्यांसमोर हलतो आहे.

तारुताईंना आठवले. आपल्याला असेच काहीतरी स्वप्न पडत होते. ते अलीकडे पुन:पुन्हा पडते. क्वचित स्थळे वेगळी, क्वचित संदर्भ वेगळे, पण स्वप्न तेच. निरोपासाठी वर उचललेला हात तोच, एकदा कधीतरी तो हात अच्युतन्‌च्या हातासारखा वाटला होता. 'तारम्,..' असे शब्दही दूर कुठून तरी आल्यासारखे वाटले होते; पण तो स्वप्नात झालेला भासच असेल. आता अच्युतन् कुठला?

आणि त्याची ती 'तारम्...' ही हाक तरी कुठली? तो तर केव्हाच निघून गेला. तो पुन्हा परत येणे अशक्यच. त्याची वाटही आपण पाहत नाही. पण स्वप्नात एकदा दिसला खरा. त्या वेळी अकारण हुरहुर लागली.

एरवी तो हात अनाम, ते स्वप्नही अनाम.

'माझ्या सध्याच्या गेल्या काही वर्षांतल्या आयुष्यासारखाच?' तारुताईंच्या मनात प्रश्न भिरभिरला. त्यांनी लगेच त्या प्रश्नाला दूर ढकलले. आता त्यांना प्रश्न नको होते, आणि उत्तरेही नको होती. सगळेच पूर्णत: गैरलागू झाले होते.

तारुताईंनी स्वत:चा हात वर उचलण्याचा निष्फळ प्रयत्न केला. हात तसाच, जागच्या जागी. हातच नव्हे, त्या बाजूचे सबंध शरीरच. अर्धे निर्जीव, अर्धे सजीव. पण सजीव शरीरही निर्जीवच एका अर्थाने. कारण अर्ध्या शरीराने व्यवहार कुठे करता येतात? फक्त पडून राहायचे. कोणीतरी येते, आणि करून जाते.

संध्याकाळ झाली आहे. घड्याळ नीटसे दिसत नाही; पण साडेसहा तरी वाजले असावेत. शिशिर ऋतूत अंधार कितीतरी लवकर पडतो! तो अंधार पाहूनच तुळसा येईल. आधी दिवा लावील, मगच इतरांना हाक देईल. हसन, पुट्टा... कुठेकुठे जाऊन बसले असतील. तेही बेजबाबदार नाहीत. पण कंटाळतात. कंटाळत नाही ती तुळसा. वेळेवर येते, आणि सर्वांकडून काम करवून घेते. आवारातच राहते. तिच्यामागे प्रपंच आहे, पण तिची वेळ चुकत नाही. आज कशी आली नाही?

पण हा प्रश्न मनात येऊन स्थिरावण्यापूर्वीच लॅच-कीने दार उघडल्याचा आवाज आला. ही तुळसाच. चांगली धिप्पाड, उंचनिंच. तीन बाळंतपणे झाली पण अजून ताठ, सशक्त. आता पन्नाशीची तरी असेल. इथे तिला आणूनच किती वर्षे झाली. त्या वेळी जशी दिसत होती, तशीच अजूनही दिसते– केसांच्या रुपेरी कडा सोडून.

दिवा लागला व कानावर हाक आली, "बाई..."

"आलीस का गं?"

"आले ना. पुट्टाला बोलावते. कोणती भाजी करायला सांगू?"

"काहीही सांग गं, जेवावंसं वाटत नाही..."

'असं कसं? मेथीची भाजी सांगते... एक गरम भाकरी भाजून देते. तोंडाला चव येईल बघा."

हा संवादही नेहमीचाच होता. आपण निरिच्छ असणे, आणि तुळसाने बळेबळे खाऊ घालणे. तेलाचे मालीश करणे, कुशीवर वळवून अंथरूण करणे... जगत ठेवणे...

कशासाठी? हे जगणे संपत का नाही? - या काही वर्षांत तारुताईंना हा प्रश्न वारंवार पडत असे. आणखी एक उत्तर नसलेला प्रश्न.

एक उत्तर होते. जगणे आपोआप संपत नसेल तर ते जाणूनबुजून संपवायचे. हा निर्णय घेण्याचे धैर्य नव्हते का? मनात मृत्यूची भीती होती का? एखादा पाश मागे खेचत होता का? खरे तर तसे काहीच नव्हते. पण मृत्यूची कोणतीही ठळक बातमी नको होती. आत्महत्या, त्यामागची कारणे वगैरे... सारे जीवन डावलून एका कोपऱ्यात येऊन राहण्याचे ठरवले. हे एकटे, परावलंबी आयुष्य कसे असते, याचा अनुभव घ्यायचा होता. आपण कोणत्या मर्यादेपर्यंत क्लेश सोसू शकतो हे अजमावून पाहायचे होते. बरेचसे आयुष्य इतरांचे वेगवेगळ्या कारणांमुळे झालेले क्लेश पाहण्यात गेले- ते क्लेश कमी करण्यातही. ज्यांच्याबद्दल अपार करुणा वाटावी अशी असंख्य अभागी माणसे त्या आयुष्यात भेटली. आयुष्य त्यांनाच तर वाहिले. अच्युतन्‌ची साथ होती. कोणत्या तरी एका टप्प्यावर ती तुटली. ते अपरिहार्यच होते. तो निघून गेल्यानंतरही ते जगणे चालूच राहिले. पण हळूहळू बळ कमी पडत गेले. निर्धार अभंग होता म्हणून काम चालू राहिले हे खरेच, पण त्या कामाचा वेग ओसरला. ज्यांच्यावर काम सोपवावे असे तरुण कार्यकर्ते अवतीभोवती अगदीच नव्हते असे नाही, पण त्यांच्याबद्दल मनात पूर्ण समाधान नव्हते. तक्रार नव्हती, पण भरवसाही नव्हता. जसा एके काळी या कार्यात सहभागी झालेल्या अच्युतन्‌बद्दल वाटला! अच्युतन्... दोघांनी मिळून आदिवासी भागात केलेले कार्य. झोकूनच दिले होते त्यात.. वेगळे वैयक्तिक आयुष्य उरलेच नव्हते. अशी किती वर्षे गेली. दरम्यान किती किती घडले... काही मनातून निचरून गेले, काही तसेच सलत राहिले. त्या जखमा उरात दाबत जिणे चालू राहिले, चालू ठेवलेच. कारण त्या अभागी माणसांसाठी जेवढे करता येईल तेवढे करीत राहिले पाहिजे, ही प्रतिज्ञा होती. ऐन तारुण्यात सगळ्या सुखांचा त्याग करून डोळसपणे घेतलेले हे व्रत होते. ते व्रत का मोडायचे?

पण दैवाने एक निर्घृण घाव घातला, आणि मांडलेला सगळा डावच मोडून गेला- निदान काही काळ तरी. पहिला घाव अच्युतनच्या जाण्याचा; दुसरा घाव या अर्धांगवायूने कायम बिछान्यात पाडून ठेवणाऱ्या भोगाचा. तो झटका आला तेव्हाच आयुष्य संपवता आले असते. पण आंतरिक निर्धाराने तसे करू दिले नाही. तेव्हापासून स्वतःची ताकद अजमावण्याचा हा खेळ सुरू झाला... तो सुरूच आहे. आपण नव्हे, तर एक अज्ञात शक्ती तो खेळ कधीतरी संपवणार आहे. तो दिवस अज्ञात आहे. त्या अज्ञात दिवसाची वाट पाहत जे ज्ञात आहे तेवढे आठवत राहायचे. खरे म्हणजे त्या आठवणी नको आहेत; पण त्या बाजूला सारल्या तरी अधूनमधून येत राहतातच.

आयुष्य या टोकापासून त्या टोकापर्यंत जाताना इतकी वळणे घेईल, हे तरुण वयात ठाऊक तरी होते का? तारा अभ्यंकर नावाची एक सतरा-अठरा वर्षांची, सुखवस्तू घरात वाढलेली, बुद्धिमान, महत्त्वाकांक्षी मुलगी. महत्त्वाकांक्षा करिअर करण्याची; अधिक सुखवस्तूपणे जगण्याची नव्हे, तर एक वेगळा जीवनमार्ग स्वीकारून, त्या मार्गावर आपली पावले घट्ट रोवण्याची. हा जीवनमार्ग सहज दिसला. १९४२च्या आंदोलनाचे दिवस. ताराच्या वयाच्या अनेक मुलामुलींनी त्यात स्वतःला झोकून दिले. कलापथकाचे कार्यक्रम, प्रभातफेऱ्या, हरताळ, मोर्चे... त्यापायी भोगलेले लहानमोठे तुरुंगवास... त्या बेहोशीत शिक्षण अर्धवट राहिले. वडील प्रख्यात वकील. त्यांना आपल्या मुलीने तोच व्यवसाय अंगीकारावा असे मनापासून वाटत होते. गिरीश साने या चांगल्या घराण्यातल्या मुलाला त्यांनी आपल्या हाताखाली घेतले होते. आईला वाटे, मुलगा बुद्धिमान, सुसंस्कृत आहे. ताराचे लग्न याच्याशीच ठरवले तर? ताराने हे सगळे बेत उधळून लावले. तिने सांगितले, 'मला लग्न करायचं नाही. निदान आणखी काही वर्षं....' हे ऐकताच घरात उठलेले वादळ...

"मूर्खासारखं बोलू नकोस. स्वातंत्र्य दिलं म्हणून ही मनमानी? लग्न हा तुझा प्रश्न नाही, आमचा आहे. रीतीप्रमाणे सगळं झालं पाहिजे. तरुणपणातल्या या वेडाच्या लहरी फार काळ टिकत नाहीत. त्या विरून गेल्यावर काय करणार आहेस? त्या वेळी तुझी विचारपूस करायला कोण असणार आहे?"

"तो सगळा विचार करूनच मी निर्णय घेतला आहे दादा. तो बदलणं अशक्य. तुम्ही तसा प्रयत्नही करू नका."

"असं काय करतेस तारे?" आईच्या डोळ्यांत पाणी. "सोपं आहे का लग्नाखेरीज राहणं... सोन्यासारखी मुलगी तू. आयुष्य का असं वाया घालवतेस?"

"तसं नाही. आई, लग्न न करणं म्हणजे आयुष्य वाया घालवणं का? लग्न करून तू काय मिळवलंस? मला स्वतःसाठी काही मिळवायचं नाही. पण आजूबाजूला खूप लोक असे आहेत की ज्यांना काहीतरी मिळवून देता येईल. त्यांना आजवर ज्यापासून दूर राहावं लागलं असं काहीतरी."

"तू एकटी काय करणार?"

"मी एकटी नाही, आई. माझ्याबरोबर आणखी अनेक आहेत."

"त्या अभ्यास मंडळातलेच ना? मला संशय होताच. स्वतःला साम्यवादी म्हणवणारे! त्या शब्दाचा अर्थ तरी कळतो का?"

"हळूहळू कळेल ना दादा. तुम्हाला तुमचा कायदाही हळूहळूच कळला नाही? कुठेतरी सुरुवात करावी लागते."

"मग कान उघडे ठेवून ऐक. ती सुरुवात तुला या घरात करता येणार नाही.

घरातल्या सुखसोयी, संरक्षण– हे सगळं गृहीत धरून वागता येणार नाही. स्वातंत्र्य हवं आहे ना? मग...''

"मग हे घर सोडून बाहेर पड, असंच ना? तेच सांगणार होते मी. आईला वाईट वाटेल म्हणून इतके दिवस बोलले नव्हते. मी लवकरच– कदाचित पुढच्याच आठवड्यात हे घर सोडणार आहे.''

"तारू!''

"आई, घाबरू नकोस. मी एकटी राहणार नाही, वेडंवाकडं वागणार नाही. आम्ही काही जण मिळून...''

"तुमच्या भाषेत कम्यूनमध्ये!'' दादांचा उपरोधिक आवाज.

"हो!'' फक्त एकाक्षरी उत्तर. कारण त्यांच्यासारख्या हुकूमशहाशी वाद घालण्यात काही अर्थ नाही हे ताराला ठाऊक होते.

"तू आमची एकुलती एक मुलगी आहेस. कायद्याप्रमाणे माझ्या माघारी सगळी इस्टेट तुझ्याकडे येईल. पण तू घर सोडणार असशील तर तुला त्या इस्टेटीवरचा हक्कही सोडावा लागेल.''

"तो विचार मी केला आहे. एका वकिलाचा सल्लाही घेतला आहे. हा तो कागद!''

ताराने तो कागद दादांच्या हाती दिला. तिथेच अभ्यंकरांच्या कुटुंबाशी असलेला संबंध कायमचा तुटला. आईची आठवण यायची. पण पुढे केलेल्या भ्रमंतीत जुन्या आठवणींना काही स्थानच नव्हते. काही वर्षांतच आई गेली. बहुधा हाय खाऊनच. त्या वेळी फार अपराधी वाटले. तिची स्वप्ने धुळीला मिळविली आपण... जावयाचे कौतुक करण्याची, नातवंडांशी खेळण्याची. तिने त्या स्वप्नांशी खेळतच वास्तव आयुष्य काटले असेल ना?... आई गेली तेव्हा दादांचे फक्त दोन ओळींचे पत्र आले. भडभडून रडू आले. असे धो धो रडताना पाहून अच्युतन् म्हणाला, 'तारा, काय झालं? मला सांगणार नाहीस?' त्याच्या आवाजातील मार्दवाने, मायेने त्याच्या कुशीतच खेचले – आणि आयुष्यातील एका नव्या पर्वाला आरंभ झाला.

अच्युतन् भेटला कम्यूनमध्येच, ते आयुष्य इतके धावपळीचे होते की, वैयक्तिक परिचय वाढवायला फारसा वेळच नव्हता. सगळे सामूहिक कार्यक्रम. ते आखणे, विभागून घेणे, अमलात आणणे. प्रत्येक जण त्याच नादात, बांधलेला. ते आयुष्य व्यावहारिकदृष्ट्या फारसे सुखाचे नव्हते. पण कुणालाच त्याची पर्वा नव्हती. प्रत्येकजण पाश तोडून आला होता. एका विचारप्रणालीशी घट्ट बांधिलकी होती. त्या बांधिलकीच्या तुलनेत इतर गोष्टी दुय्यम – खरे म्हणजे नगण्यच होत्या. कामाच्या निमित्ताने करावे लागणारे प्रवासही असायचे. त्या प्रवासात अच्युतन् भेटला. नाममात्र ओळख झाली.

मूळचा त्रिवेंद्रमचा, पण काही काळातच मुंबईला आला. त्यामुळे ओळख वाढली. काळ्यासावळ्या, मध्यम उंचीच्या, तेजस्वी डोळ्यांच्या, धारदार आवाजाच्या अच्युतन्‌बद्दल एक संदिग्ध आकर्षण निर्माण झाले. त्याचे एकंदर व्यक्तिमत्त्व धारदार होते. कुणाशीही बोलायचा ते थोडे तुटकच. सर्व वर्तनात एक प्रकारचा-बौद्धिक उद्धटपणा. जाड भिंगांच्या चश्म्याआडही तो उद्धटपणा लपत नसे. ताराला तो अधूनमधून खटकायचा. पण हा काही वैयक्तिक संबंध वाढविण्याचा वा कमी करण्याचा प्रश्न नव्हता. एकत्र राहून काम करायचे होते. ते काम उत्तम व्हावे म्हणून संघर्ष शक्यतोवर टाळायचे होते, म्हणून ताराने दुर्लक्ष केले. काही वेळा रागही मनातल्या मनात दडपून टाकला.

एकमेकांबद्दलची माफक माहिती विचारताना ताराच्या लक्षात आले की, अच्युतन्‌ने त्रिवेंद्रमला काही काळ वकिली केली, आणि आता त्या कायद्याच्या ज्ञानाचा आदिवासी विभागातील अन्याय दूर करण्यासाठी उपयोग व्हावा म्हणून तो मुंबईला आला होता. त्याला वारली समाजात काम करायचे होते. कधीतरी तिथेच जाऊन राहायचे होते.

'मी तिथंच काम करीन. निदान काही वर्षं. पुढे कदाचित मध्य प्रदेशातही जाईन. किंवा शहाद्याला. जिथं जिथं शोषित आहेत तिथं तिथं. त्यांना आधाराची गरज आहे. म्हणून तर प्रॅक्टिसवर लाथ मारून इथं आलो. लग्नही केलं नाही. आय ॲम प्रिटी ओल्ड नाऊ. वय वर्षे बत्तीस.' 'म्हणजे आपल्यापेक्षा चार-पाच वर्षांनी लहानच की!' ताराच्या मनात आले.

"हाऊ अबाउट यू?' त्याने ताराला विचारलं.

"तुझ्यासारखंच घर सोडून आले. खूप वर्षं झाली. आता म्हातारी झाले. तेव्हा लग्नाचा विचार मनात नाही. तो कधीच नव्हता म्हणा. आईला खूप वाटायचं... तिची मात्र आठवण येते. भेटावंसं वाटतं. पण एकदा भेटले तर पुन्हा सगळं डळमळेल अशी भीती वाटते. तसं व्हायला नको आहे. मला द्वंद्वं आवडत नाहीत. एकदा ठाम निर्णय घ्यायचा आणि मग तो घट्ट पकडून राहण्यासाठी जेवढं मनोबल वाढवणं आवश्यक असेल तेवढं ते वाढवत राहायचं. एक दिवस तेच कमी झालं तर... पण जाऊ दे. पुढचं कुणी पाहिलं आहे?"

"तारा, मन कधी दगा देत नाही. दगा देतं ते शरीर. बिवेअर ऑफ दॅट!"

"हॅट! मला काय होणार आहे? सणसणीत तब्येत आहे माझी. मिळेल ते भरपूर खाते. नो फस! मध्ये एकदा तळासरीला गेले होते. नाचणीची भाकरी होती. बरोबर फक्त कांदा. कधी खाल्ली नव्हती; पण तिथं दोन भाकरी फस्त केल्या. काम करायचं आहे ना? मग शरीराकडे दुर्लक्ष करून कसं चालेल? पायपीटही खूप करते. तू पाहतोसच ना. पण खरं सांगू अच्युतन् मला कामाचा कधीच त्रास होत नाही. कधीच थकवा येत नाही. आय ॲम हॅपी व्हेन आय ॲम वर्किंग."

“बट् हाऊ लाँग?”

“फॉरेव्हर!”

“डोन्ट बी टू शुअर.”

“कशाला घाबरवतोस रे? तुझं तू बघ.”

“मला काय झालं आहे? चांगला तगडा जवान आहे मी. तुझ्यापेक्षा तरुण!”

“आपल्या तारुण्याची किती शेखी मिरवतोस रे?”

“व्हाय नॉट?”

– असे काही काही बोलणे. हळूहळू त्यात मोकळेपणा येत चालला. भूतकाळाबद्दल मौन. तो विषयही काढायचा नाही. भूतकाळ जणू विस्कटून टाकायचा. त्यातील व्यवस्था मोडून टाकायची, आणि फक्त वर्तमानात जगायचे. तो वर्तमान बदलण्याची प्रतिज्ञा करून जगायचे.

एकदा ताराने विचारले, “मी येऊ का तुझ्याबरोबर डहाणूला?”

‘आर यू सिरियस? सहल म्हणून नको. खरी जिज्ञासा असेल तर चल. मला तर आता या बैठ्या, बौद्धिक कामांचा कंटाळा येत चालला आहे. रानावनात हिंडावंसं वाटतं. शहरी साज टाकून आदिवासी व्हावंसं वाटतं. ते रक्त स्वतःत भिनवावंसं वाटतं.”

“मला एकदा घेऊन तर चल.”

“जाऊ या – इतर सहकाऱ्यांना मी यापूर्वी नकार दिला आहे... पण तुझी गोष्ट वेगळी आहे.”

का? कशी? - हे प्रश्न ताराने विचारले नाहीत. पण मनात ते राहिले खरे. त्यांचे उत्तरही मनात जुळले.

आणि हे सगळे घडत असतानाच आईच्या मृत्यूची बातमी. ते ओक्साबोक्शी रडणे. असहाय होऊन अच्युतन्‌च्या कुशीत शिरणे...

आणि त्याने आपल्या दणकट, लांबसडक बोटांनी तिच्या केसांवरून हात फिरवताना त्या केसांचेच एक हलकेसे चुंबन घेणे.

त्या क्षणी तारा अभ्यंकरला एक नवे अस्तित्व लाभले.

दोघांच्याही पुढे प्रश्न होता. लग्न केलेच पाहिजे का? पण त्यात एक व्यावहारिक सोय होती. नाही म्हटले तरी तो एक सामाजिक परवाना मिळवण्याचाही भाग होता. त्यांनी विचार केला, कशाला उगाच वावड्या, कुजबुज? लग्न केले तर तो धोका संपेल. अनेकांनी तशी लग्ने केली. त्यांच्या कामावर लग्नाचा परिणाम होऊ दिला नाही. तसे जमत असेल तर काय हरकत आहे? तसा निर्णय घेऊन दोघांनीही नोटीस दिली व एक दिवस रजिस्ट्रारच्या ऑफिसमध्ये जाऊन शपथ घेतली. त्या

मुख्य शपथेबरोबर एक फक्त दोघांपुरतीच गुप्त शपथ – 'मूल होऊ द्यायचं नाही'.

"हे ठरवलं पाहिजे अच्युतन्. माझं गर्भधारणेचं वय निघून गेलं असं गृहीत धरता कामा नये. कारण अपघात घडू शकतो. तशी उदाहरणं माझ्यासमोर आहेत."

"समजा, घडला अपघात..."

"नाही! व्यवस्थित उपाय करायचे. साधनं वापरायची. तू त्या वारली बायकांना समजावून सांगतोस ना? मीही त्यातलीच एक समज. मला मातृत्वाची हौस नाही असं नाही. पण ते कामाच्या आड घेऊ शकेल. मातृत्वापोटी पुढं कधीतरी मिळणारं संरक्षण, सुरक्षितता याची मात्र मला बिलकूल हौस नाही. ते नकोच आहे. मला शेवटपर्यंत माझ्या पायावर उभं राहायचं आहे, माझ्या बळावर काम करायचं आहे..."

"ते पाय शेवटपर्यंत ताठ, बळकट राहिले तर!"

"का एकसारखी वार्धक्याची जाणीव देतोस रे? दे हवं तर. मी नाही खिजणार किंवा भिणार. आणि समजा, काही दगाफटका झालाच तर कुणाचीही मदत नाही मागणार. माझी व्यवस्था मी करून ठेवली आहे."

"काय ती? मला कळेल का?"

"माझ्या आईनं तिचं नालंद्याचं घर माझ्या नावावर केलं आहे. परवाच दादांचं पत्र आलं. दादांची इस्टेट मी नाकारली. पण आईचा हा आशीर्वाद नाकारणार नाही. तिच्या वडिलांनी, माझ्या आजोबांनी तिच्यासाठी ते घेतलं. ती महाराष्ट्रात आल्यावर ते तसंच पडून आहे. पण सांभाळणारी जुनी माणसं आहेत. पुढंमागं आपण कामासाठी तिथं गेलो तर उपयोग होऊ शकेल. नाहीतर ती माझी वानप्रस्थाश्रमातली जागा! अ प्लेस ऑफ रिट्रीट!"

"इतका पुढचा विचार कशाला करतेस?"

"तू करायला लावतोस म्हणून!"

"ते जाऊ दे, मूल नको म्हणतेस. म्हणजे ती देणगी नको. लग्नानिमित्त एखादी साडी तरी? खास आमच्या केरळकडची?"

"मला हसू येतं आहे. मी मुंबईकर. तू केरळाइट. आपण कुठंकुठं फिरणार. म्हणजे कुठलेच नाही किंवा सगळीकडचे असणार. अन् शेवटी मी होणार बिहारी! कदाचित तूसुद्धा!"

"कदाचित का म्हणतेस?"

"तसं सगळंच अनिश्चित असतं रे. तू हा असा कलंदर. माझ्याबरोबर येशीलच असं कसं म्हणावं? मी आग्रहही करणार नाही. दोघांनीही स्वायत्त राहायचं हीही आपली प्रतिज्ञा आहे ना?"

"नव्या काळाच्या नव्या प्रतिज्ञा! नातिचरामि... वगैरे कालबाह्य?"

"ज्याच्या त्याच्या मूल्यांवर उत्तर अवलंबून! ती प्रतिज्ञा कोणत्याच एका

काळाशी निगडित नाही. ती सुसंस्कृत सर्वकालीन प्रतिज्ञा आहे.''

'धर्मेच अर्थेच कामेच- यांतील नंतरच्या दोन ठीक. कारण आपण दोघंही धर्म मानीत नाही.''

''हा धर्म म्हणजे स्वधर्म, अच्युतन्. तो आपण दोघंही मानतो.''

''नो हेअरस्प्लिटिंग!''

''राहू दे.''

''... तर अर्थेच.... अर्थ आहे कुणापाशी? तेव्हा वाहवण्याचा प्रश्नच नाही येणार.''

'कामेच... मात्र.... इट हॅड टु बी टेकन सिरियसली!''

''फॉर अ व्हाइल. एकदा तारुण्य उलटलं की कोण विचारतं? पन्नाशीत प्रेमात पडलास तर लोक त्याला म्हातारचळ म्हणतील. सेनाइल लव्ह!''

''लग्नाच्या पहिल्याच दिवशी किती भांडतो आहोत आपण... सिनेमात असते तशी सुहाग रात वगैरे नाहीच...''

''आहे ना... नाही कशी?'' असे म्हणत तारा अच्युतन्च्या कुशीत शिरली. आणि मग काही काळ सगळेच शांत, निवांत होऊन गेले.

नव्या नव्हाळीचे सहजीवन सुरळीत चालू होते. फार फरक पडला नव्हता. तोच वेग, तीच निष्ठा. एक काम पुष्कळदा दोघे मिळून करीत, वाटून घेत, एवढेच. त्यामुळे कामाशी नाते जडले, एकमेकांशीही एक सुंदर व्यावसायिक नाते जडले. ते लाभदायक वाटू लागले. आता एक वेगळे छोटे घर घेतले होते. ती जबाबदारीही आली. सातत्याने येणे-जाणे, प्रवास... चर्चा, व्याख्याने... आदिवासींच्या प्रश्नांना वाचा फोडण्यासाठी सभा घेणे, पुस्तिका काढणे, त्रास खूप काढावा लागला. सुखाचे जिणे सोडून हे वंचित जिणे स्वयंनिर्णयाने ठरविले होते. त्यामुळे तो त्रासही बिनतक्रार सोसला. वेठबिगारीचा प्रश्न सोडवण्यासाठी घातलेल्या असंख्य खेपांत, आदिवासींशी जोडलेल्या नात्यात कृतार्थतेची भावना होती. पण जमीनदारांचा छळही सोसावा लागला. त्यांच्या जमिनी बळकावण्याच्या कटकारस्थानांना हाणून पाडण्यासाठी संघर्ष करावा लागला. संघर्षाचे काही वाटले नाही. पण त्या काळात झालेले असंख्य अपमान. जिवालाही धोका होता. तरीही निष्ठेने, अन्य तितक्याच निष्ठावंत सहकाऱ्यांच्या मदतीने सगळे पुढे रेटले खरे. अच्युतन् तर सारखाच बरोबर असायचा. आदिवासींचा प्रश्न हा आधी त्याचा होता. मग तो आपला झाला. पण त्याने कधी वर्चस्व नाही गाजवले. बाई, म्हणून त्या भाबड्या लोकांनी आपल्याशी अधिक जिव्हाळ्याचे नाते जोडले म्हणून आपला रागही नाही केला. म्हणूनच त्या संघर्षमय जीवनातही सुख होते.

– हे सगळे नेमके कधी बदलले? तसे धूसरच आठवते. कारण किती वर्षे झाली... जखम भरली असे नव्हे. पण घाव कसा, कधी बसला; रक्त किती वाहिले, किती साकळले; कधी चिघळले, कधी त्वचेत मिसळून गेले- फारसे काही आठवत नाही. आणि तेच बरे आहे. प्रत्येक तपशील आठवत राहिला असता तर असंख्य सुयांच्या शय्येवर तळमळत पडण्याची वेळ आली असती. डंख होतच राहिले असते. आता विस्मृतीत सगळे गाडले गेले. शरीर बधिर झाले तसे मनही. पण एक कोपरा सजीव आहेच. कधीतरी मन सरपटत त्या कोपऱ्यालाच वेटोळे घालून बसते, आणि स्वतःला डंख करून घेते.

सविता राजे आपल्याच परिवारातली. आपल्याप्रमाणेच, खेड्यातले घर सोडून पार्टीचे काम करण्यासाठी मुंबईला आलेली. सडसडीत, सावळी, उत्तम वक्तृत्वकला असलेली, तडफदार. मुख्य म्हणजे तरुण. अच्युतन्‌पेक्षा निदान तीन-चार वर्षांनी लहान. अच्युतन्‌ची व तिची ओळख वाढू लागली. मत्सर वाटला नाही, कारण एकत्र काम करायचे असले की स्त्री-पुरुष संबंधांकडे एका वेगळ्या, वस्तुनिष्ठ दृष्टीने पाहणे क्रमप्राप्त असते. येथे स्त्री-पुरुष नव्हे, तर दोन व्यक्ती एकमेकांबरोबर काम करीत असतात. एरवीचे संकोच गळून पडलेले असतात. खेड्यापाड्यांत काम करताना तर अधिकच. कारण तिथे स्त्रीला आवश्यक वाटणारे आडपडदे वा आडोसे नसतातच. नैसर्गिक विधीही कधीकधी दूर जाऊन उघड्यावर उरकून घ्यावे लागतात. हे आपल्याला समजत होते, अन्य पुरुष सहकाऱ्यांबद्दल आपण अशाच वागलो होतो म्हणून तर सविता- अच्युतन्‌च्या ओळखीबद्दल, मैत्रीबद्दल सुरुवातीला काही वाटले नाही.

पण काही महिन्यांनी त्या मैत्रीला नवे रंग लाभू लागले. अच्युतन् कामासाठी आपल्यापेक्षा सविताबरोबरच अधिक राहू लागला. खरे तर दोघांनी एकाच भागात फिरायचे, एकाच व्यासपीठावरून भाषणे करायची हा परिपाठ. पण तो म्हणू लागला, "आता तू तिथं रुळली आहेस, ते लोकही तुला चांगलं सांभाळतात. मग मी कशाला? मी दुसऱ्या एखाद्या ठिकाणी जातो. तू थोडी थकलीही आहेस. आता सवितावर अधिक सोपव."

"कुणी सांगितलं तुला हे? की तुझ्या सोयीसाठी म्हणतोस? आणि काय रे, तू काय माझ्याबरोबर मला सांभाळण्यासाठी येत होतास?"

"डोन्ट मिसइन्टरप्रिट, तारम्..."

तो कधीकधी लाडात येऊन हे संबोधन वापरत असे. आताही त्याला सगळे मिटवायचे होते, आणि स्वतःच्या मार्गाने पुढे जायचे होते. त्याच्याशी वाद घालण्यात काही अर्थ नव्हता. त्याला अडवणेही शक्य नव्हते. त्याने ऐकले नसते, हे वेगळेच.

"अच्युतन्, आरोप करू नकोस. तू स्वतंत्र आहेस. कसंही वाग. मी हे काम शेवटपर्यंत करणार. तुला साथही शेवटपर्यंत देणार – म्हणजे तुला ती हवी असली तर! पण कृपा करून माझं वय काढू नकोस."

"वयाचा अन् थकण्याचा काही संबंध नसतो, तारा."

"नसतो ना? मग पुन्हा असं बोलू नकोस. माझं मी बघून घेईन. सध्या तरी धडधाकट आहे... जेव्हा कधी तशी नसेन तेव्हा बघू..."

त्यासरशी तुकडाच पडला. तलासरीला एक परिषद होती. लगेच निघायला हवे होते. भांडायला वेळ नव्हता.

"तू येणार ना?" अच्युतन्ने यायचे ठरवले होते म्हणून तिने विचारले. एक सहकारी म्हणून...

"अं... सविता म्हणत होती घोलवडला जाऊ. तिथं तिनं काही लोकांना बोलावलं आहे."

"ठीक!"

सरळ कामापुरते कपडे घेतले, कागदपत्र घेतले व गाडी गाठली. आयुष्याला वेगळे वळण लागू पाहत आहे, या विचाराने अस्वस्थ मात्र वाटत राहिले.

निरोपासाठी सूर्यकिरणाने प्रथम हात वर केला तो त्या क्षणी. आयुष्यावर एक फिकट सावली पसरली.

अचंबा वाटायचा तो सविताचा. तिला कसे या विवाहित पुरुषाचे आकर्षण? सातत्याने त्याला भेटायची संधी शोधत असायची, त्याच्याबद्दलच बोलायची, आपल्यादेखत सुद्धा. अच्युतन्ला ती सर म्हणायची.

"सरांचं आजचं भाषण इतकं छान झालं, मॅडम."

"सरांचा पूर्वीचा एखादा फोटो आहे? असेच दिसायचे का हो?"

"सरांनी हे पुस्तक वाचायला सांगितलं आहे. दोन दिवसांत पूर्ण केलं पाहिजे..."

"सरांना किती काळजी! परवा मला जराशी सर्दी झाली तर लगेच आपल्या पिशवीतून गोळी काढून दिली!"

"सरांना गोड आवडतं? आमच्या कायस्थांमध्ये 'निनावं' नावाचा एक छान प्रकार असतो. करू का मी?"

–हे ती मोकळेपणाने आपल्याजवळही बोलत होती, याचा अर्थ ती निःशंक होती. अच्युतन्शी एक वेगळे, विवाहबंधनाची अपेक्षा नसलेले पण निकटचे नाते जोडू पाहत होती. अच्युतन् तिच्या या मूर्खपणाला हसत होता की, त्याच्यातला तरुण पुरुष मनोमन सुखावून तिला झुलवत होता?"

एकदा ताराने तिला विचारले...

"सविता, खासगी प्रश्न विचारते. रागावू नकोस."

"विचारा ना."

"तू लग्न का करत नाहीस?"

"इंटरेस्ट नाही." रोखठोक उत्तर.

"का?"

"ते कसं सांगू? पण मला इतके मित्र आहेत... काही लहान, काही मोठे. माझी पुरुष सहवासाची ओढ त्याच्यामुळं भागते."

"मोठे मित्र विवाहित आहेत. स्पष्टच सांगते, त्यांचा खेळ होईल पण तुझा मात्र जीव जाईल. तुला विवाहितपणाचे संरक्षण नाहीय... रागावू नकोस. तू माझ्याहून खूप लहान आहेस म्हणून मोकळेपणाने बोलले. चुकलं असलं तर क्षमा कर."

सविता काही न बोलता उठली. तिने नक्कीच अच्युतन्‌ला सांगितले असणार. तो पुढे दोन दिवस गप्प होता. मनात होते ते बोलून टाकल्यावर आपणही ते विसरून जायचे ठरवले. अशा प्रकारच्या मानसिक गुंत्यात अडकून राहायला वेळ नव्हता. कितीतरी कार्यक्रम पूर्ण करायचे होते.

हा निर्णय घेतल्यानंतर काही दिवसांतच कळले की, सविता मुंबई सोडते आहे. का बरे? तिला काही विपरीत अनुभव आला? कसे कळणार? जाताना तिने एक चिठ्ठी मात्र ठेवली होती : 'मी निघून जाते आहे. तुमचं माझं त्या दिवशीचं संभाषण आठवतं? त्यात तथ्य होतं. मी दूर पळणार नाही. याच क्षेत्रात राहणार. तेव्हा पुढे-मागे कुठेतरी भेटूच.'

धक्का बसला नाही. अच्युतन्‌जवळ तो विषयही कधी काढला नाही. त्याला बहुतेक सुटल्यासारखेच वाटले असावे. कारण तोपर्यंत त्याच्या आयुष्यात सीता पद्मनाभन् येऊन दाखल झाली होती.

मग पुन्हा तेच चक्र! अशा ठाऊक असलेल्या दोघी-तिघी. आणि ठाऊक नसलेल्या? विचारसरणी, कार्य यांकडे त्या आधी आकर्षित होत. ध्येयवादीपणे काही काळ काम करीत, आणि नंतर अच्युतन् नावाच्या तळपत्या सूर्याची त्यांना धग लागे. त्या निष्प्रभ होत.

हे किती काळ पाहणार? शेवटी अच्युतन्‌ला सांगायचे ठरवले, लवकरात लवकर. एका संध्याकाळी दोघे थकून घरी आलो होतो. तो ड्रिंक घेत होता. त्याच्या आवडीची खास केरळी पद्धतीची कच्च्या केळ्यांची भाजी केली होती. त्याला आवडणारे असे किती पदार्थ शिकून घेतले. आपल्याला ती नावेही ठाऊक नव्हती, तो असे काही खायला असले की खूश असायचा. तारीफ करायचा. पण नंतर नंतर मात्र... मुकाटपणे वाढलेले खाणे. बरे वाईट याबद्दल एक शब्द नाही! कारण उघड होते, त्याला कुठल्याही प्रकारे आपल्याला महत्त्व द्यायचे नव्हते.

त्या अनुषंगाने आणखीही काही गोष्टी लक्षात येऊ लागल्या. पूर्वी आपल्या

एखाद्या भाषणाची मनमोकळी स्तुती करणारा अच्युतन् आता त्यासंबंधी एक अक्षरही बोलत नाही. आपल्या कार्यक्रमांबद्दल पूर्वी त्याला कुतूहल असायचे; पण आता तो त्याबद्दल विचारपूस करीत नाही. आपल्याकडे येणाऱ्या माणसांकडेही तो दुर्लक्ष करतो. वास्तविक सगळे त्याला ओळखणारे, मानणारे पण तो त्यांच्याशी धड बोलत नाही. एकसारखा दुसऱ्याच काही कामात असल्याचा बहाणा करतो. असे का? त्याला आपल्याबद्दल मत्सर वाटू लागला आहे का? दुरावा तर नक्कीच. त्यामुळे संवाद कमी कमी होत चालला आहे. आपण दोघे फार वेळ एकत्र नसतोच; पण जेव्हा एकत्र असतो तेव्हाही एकमेकांशी फारसे बोलत नाही. कडकडून भांडतही नाही. आपल्या नात्यामधली धगच आता विझली आहे. अशा परिस्थितीत एकत्र राहण्यात तरी काय अर्थ?

म्हणूनच बोलायचे ठरवले.

"अच्युतन्..."

"हं..."

"आपण आता वेगवेगळं राहावं हे बरं."

"का?"

"का ते तुला ठाऊक आहे. कशाला ते उगाळायचं?"

त्याने पवित्रा बदलला. कारण निर्णय स्वीकारणे हा दुय्यमपणा... तो स्वतःच घेणे म्हणजे स्वतःचे महत्त्व अबाधित राखणे.

"खरंच आहे. बोललीस बरं केलंस. मीही तोच विचार करतो आहे. माझं मन एका ठिकाणी रमत नाही. परत केरळला जावं म्हणतो. काम तर चालूच राहील. सुदैवाने माझ्याजवळ तकवा आहे..."

"माझ्याजवळही!"

"मे बी!"

पुन्हा वयावरून तिरकस बोलणे. स्वतःचे तारुण्य, पौरुष, आकर्षणशक्ती नेमका कशाचा हा अहंकार? की ही पोकळीच? न्यूनगंडावर पांघरूण घालण्याचा प्रयत्न? काही असो. आता प्रतिवाद नाही, प्रतिकार नाही. जे घडेल ते वास्तव म्हणून स्वीकारायचे.

अच्युतन्ने एक वेगळाच विषय काढला.

"मी जातो आहे. तुला कुणाची तरी सोबत हवी. राजनला आपण खूप वर्षं ओळखतो. डेडिकेटेड आहे. तो तुझ्याजवळ राहील. मुलासारखाच."

"माझी पुढची व्यवस्था पाहण्याचा अधिकार तुला कोणी दिला?"

"मनापासून सांगतो आहे!"

"असेल. मी तुझ्या हेतूविषयी संशय घेत नाही. पण मी नेहमीच संरक्षण

नाकारलं हे तुला ठाऊक आहे. पिता, पती, पुत्र-मनूनं सांगितलेले हे तीन स्त्रीचे संरक्षक ना? हाडामासाचा पुत्र नाही हे बरंच आहे, हा मानलेलाही नको.''

''जेव्हा थकशील, एकटी होशील...''

''ती काळजी तुला कशाला? आणि तू काय अखंड ताजातवाना तरुण राहणार आहेस? स्त्रिया तुझ्या पाशात गुंततात याचा अर्थ...जाऊ दे. आपण बोलणं थांबवू, ग्रेसफुली एकमेकांचा निरोप घेऊ. पुन्हा भेट असंही म्हणत नाही. कारण मी पुढेमागे नालंद्याला जाईन. तूही येणार होतास... जाऊ दे. आता आपली दोन टोकं – भूगोलाच्या दृष्टीनेसुद्धा!''

''भेटायचंच नाही?''

''शक्यतो नाही! काम मात्र करीत राहायचं. तेवढा दुवा सांभाळायचा. गुड बाय!''

आणखी एक पर्व संपले.

एकटे राहण्याची सवय झाली. लोकांना धाक होता. त्यामुळे कुणीही अच्युतन्च्या निघून जाण्याबद्दल चर्चा केली नाही. सहकारीही दूर गेले नाहीत. संघर्ष चालूच राहिला. हा संघर्ष करीत असताना गोदूताईंसारखी एक मूर्तिमंत तेजच असलेली स्त्री भेटली. तिने सोसलेल्या हालअपेष्टांपुढे आपले हाल काहीच नव्हते, हे कळले. एक सुंदर नाते पाहत असताना आपले नाते नासत गेल्याच्या मूक वेदना मात्र होत राहिल्या. एकदा वाटले होते, त्यांच्याशी मोकळेपणाने बोलावे. पण नंतर ठरवले, नको. त्यांना ही गाऱ्हाणी सांगून त्यांचा वेळ घेऊ नये. त्यांनी फार मोठे दुःख पाहिले आहे. त्यापुढे या कणभर दुःखाची काय तमा? ते मोठे दुःखच आठवायचे- त्या सागरातच हा कण जिरवून टाकायचा. आणि त्या सागरातून ओंजळभर का होईना, पण सर्वांसाठी असलेले सुख बाहेर काढायचे. सर्वांसाठी, सर्वांनी मिळून.

हा निर्धार पुढे काही वर्षे तरी अतूट राहिला. अच्युतन्बद्दल काही काही कळायचे. पण प्रत्यक्ष भेट नव्हती. होण्याची शक्यताही नव्हती, आणि इच्छाही नव्हती.

त्या सूर्यकिरणाने निरोपासाठी हात उंचावला होता. तो अधूनमधून दिसायचा. एकदा तो हातच हातोडी होऊन खाली आला. घाव वर्मी बसला. ध्यानीमनी नसताना.

तलासरीची सभा. मोठ्या संख्येने आदिवासी जमलेले. व्यासपीठावर दोन-तीन वक्ते. त्यानंतर आपले भाषण. पण ते सुरू होण्यापूर्वीच अस्वस्थ वाटू लागले. राजनला खूण केली. तो वळण्याच्या आतच घेरी आली. पुढे काय झाले हे समजले नाही.

निदान : अर्धांगवायूचा झटका!

“अतिश्रमामुळे असेल!”

“अलीकडे ब्लडप्रेशर पाहिलं होतं का?”

“साठीच्या पलीकडे पोहोचल्यावर सावध राहिलं पाहिजे.”

“फिजिओथेरपीनं बरं वाटेल.”

“उजवा भाग का? म्हणजे हिंडणंफिरणं कमी करावं लागेल.. कदाचित...”

ग्लानीत पडून राहताना कानावर पडत असलेली विस्कळीत वाक्ये. त्यातून झालेला अर्थबोध : आयुष्य नक्की बदलले. सबंध होते ते अर्धे झाले. जे अर्धे उरले ते निकामी आहे. पुन्हा एकदा हे वास्तव स्वीकारावे लागणार. उरलेल्या आयुष्यासाठी निर्णय घ्यावा लागणार.

खरे तर तो निर्णय घेतलेलाच होता. आईचे घर होते. ते सांभाळणारी जुनी माणसे होती. काही पाहावे लागले नसते. माया मिळाली असती. शिवाय बरोबर काही तरुण सहकाऱ्यांना घेऊनही जाता आले असते. त्या मोठ्या घराने सर्वांना सहज सामावून घेतले असते. राजन तयार झाला. म्हणाला,

“मी तुमच्या जवळ राहीन. पण स्वतंत्र. या अवस्थेत तुम्ही कुणाचीच जबाबदारी घेऊ नका, बाई. मला तिथंही काम आहे. खाणकामगारांचं आयुष्य समजावून घ्यायचं आहे. जमलं तर त्यांना त्या खड्ड्यातून बाहेर काढायचं आहे. तिथंही आपल्याभोवती माणसं जमतील. तुम्ही फक्त आमच्या मागे राहा.”

“आता माझा तुम्हाला काय उपयोग होणार रे? मी निकामी होऊन गेले. तुमच्याबरोबर कुठं हिंडता येणार नाही...”

“बळ तर देता येईल ना? ते तुमच्याजवळ खूप आहे. आमच्यावर नजर ठेवा. लढाई अर्धी सोडून आम्हाला पळायला देऊ नका.”

“पळायचं नाहीच राजन. कामापासून पळायचं नाही अन् या व्याधीपासूनही पळायचं नाही. सोसायचं. अरे, पडूनही खूप करता येतं. विचार करता येतो, वाचता येतं...”

“लिहिताही येईल. थोडं टेकून बसून तुळसा तुम्हाला जेवणासाठी आधार देऊन उठून बसवतेच ना? तसंच...”

“ते कसंबसं जमतं रे. आणि चांगलं जमलं तरी लिहायचं काय?”

“तुमचे अनुभव...”

“ते सगळेच लिहिण्यासारखे नाहीत, राजन.”

“फक्त कामाबद्दल लिहा...”

‘अच्युतन्‌ला वेगळं काढून कामाबद्दल कसं लिहू? तो सगळ्यातच कसा एकजीव झाला होता.”

खूप वर्षांनी अच्युतन्‌चा उल्लेख केला- स्वतःच्या नकळत. राजन थोडा

कावराबावरा झाल्याचे लक्षात आले. त्याच्या देखत उल्लेख करायला नको होता. पण ते भानच राहिले नाही. त्याला काहीतरी बोलायचे होते असे जाणवले. तो ओठांपर्यंत आलेले शब्द जणू मागे सारत होता...

"राजन, काही सांगायचं आहे तुला?"

"अं... नाही."

"लपवतो आहेस. नको लपवू. मोकळेपणानं बोल."

"काही आठवड्यांपूर्वी कॉम्रेडनी पत्र पाठवलं होतं."

"असं?" शक्य तेवढा शांत स्वर.

"तुमच्या आजाराबद्दल कळल्यावर..."

"हं!"

"भेटायला यायचं आहे असं लिहिलं होतं."

"तू उत्तर पाठवलंस?"

"हो, पण त्यात त्यांच्या तुमच्याबद्दलच्या कोणत्याच प्रश्नाचं उत्तर दिलं नाही, त्यांना तसं कळवून."

"चांगलं केलंस. माझे प्रश्न मलाच सोडवू देत. इतर कोणाचीही लुडबुड मला नको आहे. तुझीसुद्धा."

"मी त्यातला नाही बाई. म्हणूनच स्वतंत्र, दूर राहतो ना."

"मला ठाऊक आहे राजन. रागाच्या भरात बोलले. सॉरी."

"ठीक आहे बाई. मनाला लावून घेऊ नका."

"रिअली सॉरी."

"मी येऊ? आज रात्री जातो आहे. आठवड्यानं परत येईन. लक्ष्मी दिवसातून एखादी खेप मारत जाईल."

राजन गेला. खोली रिकामी. सावल्या पसरलेल्या- आणि त्यात रेखला गेलेला तो उंच हात. वाटले, त्याच्याशी हस्तांदोलन करावे...

पुन्हा एकदा संधिप्रकाशाची चाहूल लागत होती, तुळसा आली होती. अंथरूण साफ करताना काही काही सांगत होती.

"तुळसा, तुला लिहिता येतं ना गं?"

"हो. तुम्ही शिकवलं ना बाई?"

"मी काही सांगितलं तर लिहून घेशील?"

"होऽ मोडकंतोडकं...'

— या प्रश्नाचे आश्चर्य वाटत राहिले. राजनच्या सूचनेचा खरोखरीच विचार करतो आहोत का आपण? राजनही डिक्टेशन घेऊ शकेल. पण तो नको. तो आयुष्यातील काही भागाचा साक्षी आहे. तुळसाला मागचे काहीच ठाऊक नाही...

किंवा आणखी कोण...?

तोच विचार मनात काही काळ घोळत राहिला. हसूही आले. इतक्या उशिरा मोडकेतोडके काहीतरी लिहायचे. कशासाठी? कोण वाचणार आहे? ते आठवण्यात शक्ती तरी कशाला खर्ची घालायची?

उगीच काहीतरी चाळा! मन असे भरकटू देता कामा नये... घड्याळाचे ठोके पडत आहेत. किती वाजले असतील? अंधार दाटत चालला आहे....

तारुताई डोळे मिटून स्वस्थ पडून राहिल्या.

"बाई, कॉम्रेड आले आहेत. आत पाठवू? आधी विचारून ये म्हणाले."

कधी, कसा, का हे प्रश्न मनातून हद्दपार करून तारुताईंनी शांतपणे सांगितले, "पाठव ना." नकार देण्याचे काही कारण नव्हते.

क्षणार्धात अच्युतन्‌समोर उभा होता. डोळ्यांत थेट शिरणाऱ्या एखाद्या सूर्यकिरणासारखा. पाहून कित्येक वर्षे झाली. पण तसाच दिसला. किंचित थकलेला. पण तेजस्वी.

"हॅलो"– तारुताईंनी स्वागत केले.

"हॅलो." प्रतिसाद त्याच शब्दात.

"तुला कोणतेच प्रश्न विचारत नाही. आलास, बरं वाटलं एवढंच म्हणते."

"खरंच बरं वाटलं?"

"हं. आयुष्य संपत आलं की जुने चेहरे एकदा बघावेसे वाटतात ना? पुन्हा कधी दिसणार ते?"

"असं का म्हणतेस, तारम्?... मला कळवलंही नाहीस... इतकं वैर होतं का आपल्यात?"

"छे रे. वैर नव्हतंच. खरी पंचाईत तिथंच झाली. आपल्याला कधी नेमकं एकमेकांना पकडता आलंच नाही- इतकी वर्षं एकत्र राहूनसुद्धा."

"मी त्रास दिला तुला."

"छे छे! असं मनातही आणू नकोस. तू तरुण होतास. त्या तारुण्याचा मलाही फायदा नाही का झाला? किती कामं तडफेनं केलीस. फक्त फायदाच अपेक्षिणं हे चुकीचं आहे."

"कसा वेळ घालवतेस. अखंड फिरती तू..."

"आता मनानं फिरते. येतात पुष्कळ जण. त्यांच्याशी बोलते."

"राजन म्हणत होता, काही लिहिणार आहेस. म्हणजे तसं त्यानं तुला सुचवलं आहे... कुणीही लिहून घेईल."

"मी सांगितलं तर! मला काहीच सांगायचं नाही. सगळं आत जिरत चाललं आहे. एक दिवस ते नाहीसंच होईल."

"आय ॲम सॉरी."

"कशाबद्दल?"

"अखेर माझ्यामुळेच तू एकटी झालीस ना. या वयात आपण एकत्र असायला हवं होतं."

"कोण जाणे!"

"मला ठाऊक आहे, तू अधिक बोलणार नाहीस. एकच विनंती करतो. क्षमा केली असं म्हण."

"त्यामुळे काय होईल? अन् क्षमा तर तू तसं म्हणण्यापूर्वीच केली आहे.

एकूण नियतीलाच क्षमा- म्हणून तिच्याशी संबंधित असलेल्या सर्वांनाच क्षमा. सगळं सोसलं. पण एक प्रश्न पडतो, माझ्या शरीरातील चैतन्य हिरावून घेण्यात नियतीचा नेमका कोणता हेतू होता?- तू सारखं म्हणायचास, शरीर दगा देऊ शकतं. खरं होतं तुझं म्हणणं अच्युतन्. मी कधी तसा विचार केला नव्हता. जाऊ दे; पण एक सांगते, तुला वाटते तेवढी मी परावलंबी नाही. मला जगायचं आहे. तो माझा निर्णय आहे. म्हणून मी थोडा आधार घेते एवढंच."

"मला ठाऊक आहे. मी राहू का म्हटलं तर नको म्हणशील. तेव्हा ते म्हणत नाही."

"थँक्स."

"एकच सांग, आपण का असे दुरावलो? मी चुका केल्याच- पण तू क्षमाशील होतीस... तरीही..."

"मला नाही नेमकं सांगता येणार. पण एक खरं आहे अच्युतन्. फळं खूप पिकल्यावर ती गोड होण्याऐवजी आंबट होऊ लागतात. निकटच्या नातेसंबंधांनाही तोच शाप असावा... पण खरंच, कोण जाणे!'

"मला तर एवढंही सांगता आलं नसतं. मी मलाच दोष देतो."

"नको तसं करू. इट्स सो अनलाइक यू!"

"का?"

"तू पुरुष आहेस अच्युतन्, फार काळ स्वतःला दोषी समजणार नाहीस. तो एक तात्पुरता झटका. तो ओसरल्यावर आपण स्वतःला दोष दिला म्हणून अधिकच रागावशील. स्वतःला अकारण दोष द्यावा, स्वतःवरच सगळं ओढवून घ्यावं, अन् ते पचवावंही ते आम्ही स्त्रियांनीच. तेच तर आमचं बळ. मी अशी पडले असले ना, तरी माझं ते बळ शाबूत आहे. शिवाय मी स्त्रियांबद्दल बोलले तरी त्या स्त्रियांतील मी एक नाही. मला माझ्या बळाबद्दल पुरेसा अहंकार आहे. अन् तो अनाठायी नाही, हे तूही मान्य करशील- हाही फक्त माझा नव्हे, स्त्रीचा अहंकार!"

"तशीच धारदार राहिली आहेस!"

"धार कमी व्हावी असं काय घडलं आहे? माझी उगाच कीव करू नकोस. मला ते आवडणार नाही."

"आय नो."

"हा विषय संपण्यापूर्वी एकच सांगते अच्युतन्. तुला तुझ्या मघाच्या प्रश्नाचं उत्तर त्यात सापडेल कदाचित. आम्हा स्त्रियांमधल्या शक्तीबद्दल तुम्हा पुरुषांच्या मनात एक अदृश्य भय असतं. त्या भयाला दोन प्रश्नांनी घेरलेलं असतं. ही शक्ती येते कुठून? आणि या शक्तीचा उपयोग कसा केला जाणार आहे– पटतं का?"

"लगेच उत्तर नाही देता येणार."

'सोडून दे. पुष्कळ वेळ बोललो. आता तुझी निघायची वेळ झाली असेल ना? बरोबर कोणी आलं आहे?"

"नाही. मी एकटाच. मी एकटाच असतो, तारा."

"तसे आपण सगळेच एकटे असतो. कारणं वेगवेगळी इतकंच. सकाळी कळ्यांची सोबत असते. दुपारी प्रकाशाची, संध्याकाळी रंगांची. पण ती संध्या सरत आल्यावर? मग फक्त आपल्याच सावलीची. संधिप्रकाशाचा एक मोठा प्रदेश. त्या प्रदेशात फिरत राहायचं. जरा रोमँटिक बोलते आहे का मी? आपण जगलेल्या रोखठोक आयुष्याशी विसंगत? पण अलीकडे माझ्या मनात असं येतं खरं."

"निघू मी?"

"हो... शांतपणे जा. मला अस्वस्थ करून जाऊ नकोस. आयुष्याचा निरोप घेण्याच्या क्षणी लागणारी शांती मी कमावते आहे. ती क्षीण होईल असं काहीही बोलू नकोस. न बोलता जा. संध्याकाळी निरोप घेणाऱ्या सूर्यकिरणासारखा. मग उरेल संधिप्रकाश. तो माझा, माझ्या ओळखीचा. माझ्या आत झिरपत असलेला..."

तुळसाने दिवा लावलेला होता. त्या मंद प्रकाशात आतला निळसर प्रकाश मिसळत होता. आता बोलण्यासारखे काहीच उरले नव्हते. अच्युतन् येऊन गेला, बरे झाले. मनातले सगळे बाहेर आले. स्वच्छ झाले.

आता ऐकू येते आहे ती झाडावर बसलेल्या एका अनाम पक्ष्याची शीळ... प्रकाशच होत चाललेला अंधार... आणि आनंदच होत चाललेले दुःख.

त्या अनुभवाने निपचित पडलेला हात जरासा हलला. अंगभर चैतन्याची कारंजी उधळली.

तारुताईंचा डोळा लागला. एक ठोका पडला.

साधना, दिवाळी १९९६

एककमळ

दिवस तसा नेहमीसारखाच होता.

सकाळी सहाच्या सुमारास उठायचे - कधी जरा आधीही, आणि एकामागून एक कामे उरकत राहायचे. मुख्यत: घरातील कामे, आणि त्यांत गुंतवलेली स्वतःची कामेही. दूध तापवणे, चहा करणे, विरजण लावणे, आदल्या रात्री उरलेल्या अन्नाची व्यवस्था लावून, फ्रिज जरा मोकळा करणे, काही देऊन टाकणे, काही वापरणे, मोलकरणीसाठी सूचना तयार ठेवणे. त्यातली एखादी आली नाही तर पर्याय तयार ठेवणे. स्वतःलाच प्रसन्न वाटावे म्हणून स्वयंपाकघराची व स्वतःच्या खोलीची साफसफाई. हे सगळे चालू असतानाच दोन-तीन वेळा तरी दारांवर कोणीतरी यायचे. दूध, वर्तमानपत्र, धोबी, मेहेतर... या सगळ्या चक्रात गुरफटून काम करताना दीडदोन तास कसे निघून जात, हे कळतही नसे. एवढ्या वेळात अंघोळ, देवपूजा उरकली तर ठीकच. नाहीतर त्यासाठी आणखी थोडा वेळ. नासधूस होऊ नये म्हणून स्वयंपाकाच्या पूर्वतयारीसाठी लागणारे सगळे साहित्य काढून ठेवणे. घरी एक भाचा शिक्षणासाठी ठेवून घेतला होता. त्याची मदत, सोबत मिळावी हाही हेतू.

कामे उरकेपर्यंत तो उठलेला असायचा. म्हणायचा, ''कामाला बायका येतात ना? तू कशाला स्वतःचा वेळ घालवतेस?''

''त्यांचा काही भरवसा नसतो रे. तुझा डबा वेळेवर व्हायला नको?''

''नाही झाला तरी काय बिघडले? मी बाहेर खाऊ शकतो ना? काकांना अन् तुला काहीही चालतं.''

''ते खरंच. पण मला आपलं वाटतं, सगळ्यांचं सगळं व्यवस्थित व्हावं.''

''झालंच की इतकी वर्षं. आता जरा आराम कर. मीसुद्धा हॉस्टेलमध्येच राहणार होतो; पण तू अन् आईनंही आग्रह केला म्हणून.''

"तेवढीच जाग असते रे. नाहीतर या टोकापासून त्या टोकापर्यंत पसरलेला दिवस. वाचते, टीव्ही पाहते; आम्ही दोघं संध्याकाळी फिरायलाही जातो. पण तू असलास की कसं वेगळंच वाटतं बघ. नाहीतर एवढं सगळं कुणासाठी सांभाळायचं रे?"

विद्याच्या डोळ्यात पाणी आले.

"प्लीज, मावशी काही कप्पे बंद करून घ्यायचे असं ठरवलं आहेस ना तू? मग पुन्हा कशाला ते किलकिले करतेस? नको विचार करू. वर्तमानात जग. तू म्हणशील, म्हणालीही आहेस- सांगायला सोपं आहे, पण तरीही सांगतो, वर्तमानात जग. वर्तमानातही खूप आनंद आहे- शोधला तर."

"शोधते आहेच ना. म्हणून तर वाचते, लोकांत मिसळते. सुनील, मी तुला सांगितलं का? त्या स्वाती मराठे आहेत ना..."

"कादंबरीकार?"

"त्याच. त्या मला एका लायब्ररीत भेटल्या. अगदी सहज ओळख झाली. खूप साध्या, बोलक्या आहेत. म्हणाल्या की, एकदा घरी या. तुम्हाला वाचनाची आवड दिसते. आपण गप्पा मारू."

"हे छान झालं, मग कधी जाणार आहेस?"

"संकोच वाटतो रे..."

"संकोच कसला? त्यांनी मनापासून बोलावलं आहे ना? शिवाय तूही काही अडाणी नाहीस मावशी. इतकं वाचतेस. तुला शेअर करण्यासाठी कुणीतरी हवंच. मला आवड नाही, काकांनाही..."

"त्यांचा मार्गच वेगळा! जाऊ दे. त्यांनी फोन नंबर दिला आहे. एकदा फोन करीन."

"त्यांच्याशी मैत्री झाली, तर तुला काहीतरी लिहावंसंही वाटेल बघ."

"मैत्री इतकी लवकर होते का रे? आणि लिहिणंही इतकं सोपं आहे का रे? चाळिशी उलटेपर्यंत जे जमलं नाही, ते आता का जमणार आहे?"

"का नाही? आयुष्य हा एक प्रवाह असतो मावशी. कधी कोणतं वळण घेईल, सांगता येत नाही."

"लागलास पुन्हा तत्त्वज्ञान सांगायला!"

"असलंच काही वाचतो ना अलीकडे, तूही वाच."

"माझं मन वाङ्मयात रमतं, तसं तत्त्वज्ञानात रमत नाही रे. तरीही प्रयत्न करून बघते. चल, गप्पा पुरे झाल्या. तू तुझं आटप. नाश्ता घेऊ. काकाही येतील एवढ्यात फिरून."

यातले काहीकाही आजही झाले. म्हणूनच दिवस तसा नेहमीसारखाच होता.

असे आणखीही काही नेहमीसारखे दिवस. आयुष्याचा सरळ दिशेने पुढे सरकणारा प्रवाह.

पण काही महिन्यांनंतर एक अनपेक्षित वळण आले. दिवस नेहमीसारखा राहिला नाही. त्याला एक वेगळा चेहरा मिळाला होता. कामे नेहमीचीच. ती करताना कंटाळा कधीच येत नसे. रोजच्या कामांतूनही काहीतरी निर्माण होत असते असे वाटायचे. खरकटी भांडी स्वच्छ होतात, फरशी उजळते, कच्च्या भाजीला फोडणी घालून वाफवल्यानंतर वेगळी चव येते... कुकरच्या शिट्टीलासुद्धा एक वेगळा नाद असतो. अंघोळीनंतर स्वतःचीच त्वचा कशी मऊ मुलायम लागते. आणि पूजा केल्यानंतर सर्वत्र पसरणारा निरांजनाच्या वातीचा स्निग्ध प्रकाश. हे काय साधे अनुभव आहेत? अशा साध्या अनुभवांनाच ना केव्हातरी शब्द फुटतो? मग शब्दासकट तो अनुभवही सुंदर होतो. त्याच्यावर अनोख्या अर्थाचा साज चढतो.

कधीतरी स्वातीताईंना हे मनात आलेले विचार सांगितले तर म्हणाल्या, "अगदी खरं आहे! आम्ही लिहितो ते ही सामग्री गोळा करूनच ना? काही स्वत: जगलेलं, काही ऐकलेलं. ते जुळवताना काही नव्यानं निर्माण झालेलं. ते कुठं असतं कुणास ठाऊक. मनाच्या अदृश्य गुहेत लपलेलं असतं. लेखकालाही त्याचा पत्ता नसतो. खडकातून पाझर फुटावा तसं बाहेर येतं."

"त्या वेळी कसं छान वाटत असेल नाही?"

"हो ना. आधी ताण असतो. पण हा पाझर फुटला की त्यात ताण विरघळून जातो. मग काय घडतं हे स्वतःलाच कळत नाही. कधी चांगलं, कधी मध्यम, काहीतरी कागदावर उतरलेलं असतं खरं."

स्वातीताई असे काही बोलू लागल्या की विद्या मन लावून ते ऐकत असे. स्वतःशीच आठवत असे, आपल्या बाबतीत असे काही कधी घडले आहे का? कधी घडण्याची शक्यता आहे का? एकदोनदा शब्द उन्मळून आले होते खरे. पण ते फार पूर्वी. त्यानंतर कधी संधीच दिली नाही त्यांना. आयुष्याच्या एका अंधाऱ्या वाटेवर एकटेच चालणे पसंत केले. क्वचित रमेशची सोबत. दोघांच्याही आयुष्याचा प्रवाह गोठलेला. घरात लहान मूल येण्याची शक्यता नाही हे कळून चुकलेले. त्यानंतर काही काळ सैरभैरपणा; पण नंतर समंजस स्वीकार. आपल्या हातात काय आहे? मग नुसते दुःख करून काय उपयोग? त्यापेक्षा जमेल तेवढ्या आनंदाने जगावे. जेवढे करता येईल तेवढे करत राहावे. म्हणून तर सुनीलला ठेवून घेतले. तो असला की किती बरे वाटते.

आजही तो खळाळत बोलत होता. निघताना म्हणाला, "जरा उशिरा परत येईन. काळजी करू नकोस. तू घरीच आहेस ना?"

"अं, कदाचित बाहेर जाईन."

"कुठे?"

"सांगीन तुला नंतर."

"काही विशेष?"

"नंतर."

"बरं नक्की सांग, निघतो मी..."

सुनील गेला तेव्हा रमेश तिथेच होते. म्हणाले, "सुनीलला काय सांगणार होतीस?"

"सुनीलला नंतर सांगीन. तुम्हाला मात्र आत्ताच सांगणार आहे. मी ठरवलंच होतं. सांगायचं. फार आधी नाही- पण फार उशिराही नाही."

"काय ते?"

"सांगतेच. पण त्या आधी एक गोष्ट."

गेले काही दिवस घडत असलेली ती गोष्ट. मला खूप अस्वस्थ वाटत होते. जुन्याजुन्या आठवणींनी दाटलेले, अंधारातून यावे तसे, अंधूक प्रकाशकिरणाचा एकसारखा शोध तो काही केल्या सापडत नव्हता. पूर्वी कधी सापडला होता का? अगदी लहानपणी? आठवत नव्हते. रात्रीही तोच शोध. स्वप्नात तरी तो प्रकाश दिसेल का, हा प्रश्न. तोच ध्यास. डोळ्यांपुढे लाल रंग दिसायचा अधूनमधून. लाल रंग का दिसावा? बोध होत नव्हता. पण एक दिवस त्या लाल रंगातूनच एक किरण फुटला. थेट अस्तित्वाला जाऊन भिडला. सबंध देहात एक सूक्ष्म भरारी. पुढे जाण्याची ओढ. त्या ओढीने केलेला प्रवास. किरण दिसायचा, नाहीसा व्हायचा. पुन्हा दिसायचा. असा काही वर्षांचा खेळ. मग तो खेळ थांबला. सर्वत्र अंधार दाटून आला. तो अंधार हुसकण्याचा प्रयत्न. मन गुंतवण्याचा प्रयत्न. त्या प्रयत्नात गुजरलेले शेकडो नेहमीसारखे दिवस. ते आयुष्य अंगवळणी पडून गेले. त्या आयुष्यातही काही किरण दिसले. पण आत खोल कुठेतरी तो अंधार लपून बसला तो बसलाच. मधूनच त्याचा हुंकार ऐकू येई. विफल, वांझ वाटे. हे सांगायचे तरी कुणाला? ज्याला सांगावेसे वाटे त्याला अपराधी वाटले असते कदाचित. म्हणून अगदी स्वतःपाशीच ठेवले. एखाद्या गूढ रहस्यासारखे. मन संवादासाठी आसुसलेले राहिले. पण तो संवाद साधावा कुणाशी? त्या संवादात हवा होता फक्त स्वतःलाच ऐकू येईल असा एक शब्द, स्वतःतच झंकारेल असा एक स्वर. त्या स्वराला कोणताही आधार नको, संदर्भ नको. अनाहत नादासारखा तो उमटू दे.. भोवती रुंजी घालू दे. कधी घडेल का हे अद्भुत?

एक दिवस खरोखरीच ते अद्भुत घडले! शब्द जुळत गेले. कसे कुणास ठाऊक.

भोवती गर्द अंधार
त्या अंधारात
ऐकू येतो फक्त
दोन षड्जांच्या संवादातून
फुटणारा
स्वयंभू गंधार.

हे शब्द लिहिल्यावर एकप्रकारचे सुन्नपण आले. पण ते क्षणाचेच. नंतर कसे मुक्त वाटले! बांध फुटला आणि पाझर निर्भरपणे धावू लागला. काय घडते आहे हे आरंभी कळले नाही; पण हळूहळू कळत गेले. हा आहे जन्म. मनात लपलेल्या स्वप्नांचा, हुंदक्यांचा, एकटेपणाचा, साचलेपणाचा उद्‌गार.

कुणालाच सांगितले नव्हते. पण एक दिवस राहावले नाही. स्वातीताईंना ती वही दाखवावी असे तीव्रतेने वाटले. त्यांना भेटायचे होतेच. अलीकडे वारंवार भेटी होत. मोकळेपणा निर्माण झाला होता. त्या म्हणायच्या, "कधीही या. तुमच्याशी बोलून मलाही बरं वाटतं. त्या ऐकण्यातून मी स्वतःलाच शोधत असते."

गप्पा करताकरता त्यांच्या समोर वही ठेवली.

"वेळ झाला की वाचा."

"काय आहे?"

"मी खरडलेलं काहीबाही, त्याला कविता म्हणणं हाही विनोद ठरेल!"

"स्वतःला असं कमी का लेखता? इतक्या वर्षांनी प्रथमच काही लिहावंसं वाटतं ना? ते निदान प्रामाणिक तरी असेल? कदाचित ती कविताच असेल. असं करा, मी सवडीनं वाचतेच, पण तुम्ही स्वतःला आवडलेली एखाददुसरी कविता वाचून दाखवा. आत्ताच."

"एकच वाचते" : 'भोवती गर्द अंधार...' वाचताना संकोच. आवाजात थरथर.

"वा!" स्वातीताईंनी दाद दिली. हायसे वाटले.

"मी मानभावीपणे सांगत नाही, पण तुम्ही खरंच लिहीत राहा. कधी जमेल, कधी फसेल. पण तुम्हाला मोकळं वाटेल."

"वाटतंच आहे."

"मग काय तर! स्वतःसाठी लिहायचं. फक्त त्यांच आनंदासाठी. गर्भात वाढणारं मूल जसं फक्त आपल्यालाच जाणवतं, तसं. मी मुद्दामच हे सांगते आहे. तुमचं दुःख मला ठाऊक आहे. पण आता नाही तेवढं दुःख होणार. हेही वेदना सोसणंच आहे. प्रसवणंही. वेगळ्या प्रकारचं. पण तुमच्यातल्या स्त्रीला सुखावणारं. स्त्रीला हवं असतं ते कशाही प्रकारचं सृजन. आपल्या प्रत्येक कृतीतून ती काहीतरी निर्माण करते... आपलं मागे एकदा नव्हतं का बोलणं झालं? तेच पुन्हा म्हणते."

विद्या ऐकत होती. तिला ते सगळे आतून पटत होते. ऐकता ऐकता तिने ठरवले, लिहीत राहायचे. जे सुचेल ते. कुणाला दाखवायचे नाही. कारण ते इतर कुणासाठी नाहीच. स्वातीताईंनाही फार त्रास द्यायचा नाही. त्या निगर्वी, साध्या आहेत. त्यांचा फायदा घ्यायचा नाही. अगदी राहवले नाही तरच... हा स्वातीताईंबद्दलचा विश्वास, आणि आतून स्वतःशी बोलत राहण्याचा निर्धार.

ही गोष्ट सांगण्याची आता वेळ आली होती. रमेश कसा प्रतिसाद देतील? काहीच अंदाज येत नव्हता.

"एक दिवस मला स्वप्न पडलं. स्वप्नात लाल रंग. ते स्वप्न पुन्हा पुन्हा पडत राहिलं." विद्या सांगू लागली. "तू मला गोष्ट सांगणार होतीस- म्हणजे प्रसंग. स्वप्न नव्हे!" रमेश विद्याचा ओघ मधेच तोडत म्हणाला.

त्या स्वप्नाच्या नादात वास्तवाचा विसर पडला होता. त्याचे एकदम भान आले. रमेश स्वप्नासाठी नाही- जे काही घडते ते जाणण्यासाठी, ते अलिप्तपणे स्वीकारण्यासाठी. त्याला बाकी कशातही रस नव्हता. ना कधी गाणे ऐकणे, ना कधी काही वाचणे. त्याचे एक विशिष्ट वर्तुळ होते. त्या वर्तुळातच तो जरा खुलून बोलत असे. पत्ते खेळणे हा त्या वर्तुळातल्या मित्रांचा छंद. त्याचा आपल्या बायकांना कोणताही त्रास होऊ नये याबद्दल ते सगळेच दक्षता घेत. त्या वर्तुळात बायकांचा आवश्यक तेवढा सहयोग असायचा. संबंध चांगले, स्नेहाचे, चार तास मजेत, हसून खेळून काढायचे आणि आपापल्या घरी जायचे. अधिक वेळ होताच कुठे? मुलेबाळे... त्यांचे खाणेपिणे, शाळा...

या वर्तुळात विद्या तेवढी रिकामी. तिच्यामागे कसलाच व्याप नव्हता. याची इतरांना जाणीव होती. त्यामुळे कोणीही मुलाबाळांच्या गप्पात फार रेंगाळत नसे. विद्या-रमेशही तो विषय निघाला तर पुरेसा रस घेत. कोणताही कडवटपणा त्यांनी येऊ दिला नव्हता. त्यामुळे सगळे कसे सुरळीत होते!

सल फक्त एकच. रमेशला कसे आपल्याइतके रिक्त, एकटे वाटत नाही. तो आपल्यापासून लपवतो? पण तो त्याचा स्वभाव नाही. तो खरेच रोखठोक आहे. जे वास्तव आहे ते स्वीकारायचे, आणि पुढे जायचे. तो व्यवसायाने इंजिनिअर होता. संबंध यायचा तो दगड-विटा-माती यांच्याशी, यंत्रांशी. त्या साम्राज्यात स्वप्नांना थारा नव्हता.

मूल होणार नाही हे कळले तेव्हा त्याने विद्याची समजूत घातली. प्रथम आणि शेवटची. लपवाछपवी नाही. "मी तपासून घेतलं. दोष माझ्यातच आहे. लग्नानंतर नऊ वर्षांनी हे कळलं. आता काय करणार? जर आधीच कळलं असतं तर."

"तर काय? काहीतरीच काय बोलता? जे काही स्वीकारायचं ते दोघांनी मिळून."

"खरं ना? मग आता हा विषय बंद. पुन्हा पुन्हा उगाळत बसायचं नाही." रमेशच्या आवाजातले मार्दव जाऊन त्यात एकप्रकारचा कोरडेपणा आला होता. त्याने सगळे गिळून टाकले होते जणू. आता फक्त त्याचे काम. विद्यानेही त्याचे हे वागणे समजून घेतले होते. त्यामुळे विसंवाद नव्हता. थोडा दुरावा असेल कदाचित. स्वतःचे मूल वाढवताना आईबापांचे एकत्र येणे हातातून निसटून गेले होते. म्हणून तो दुरावा अटळही होता. पण एरवी जेवढे एकत्र येणे शक्य आहे तेवढे एकत्र येण्याचा, राहण्याचा, दोघांच्याही बाजूने प्रयत्न होता आणि आता सुनील राहायला आल्यामुळे दोघांत एक नवा दुवा निर्माण झाला होता. पुष्कळदा संभाषण सुनीलविषयीच. 'तो कधी गेला, कधी येणार, त्याचा अमुक मित्र तमुक फोन.'

कधी या गप्पात मित्रमंडळी, नातेवाईक यांचाही समावेश असे. त्यांचे घरात येणेजाणे असे. कधी लहान मोठ्या सहलींचे बेत ठरत. कधी सणसमारंभ, कधी एखादा प्रसंग साजरा करण्याच्या निमित्ताने ठरवलेला मेळावा... या सर्व कार्यक्रमांत विद्याचा नेहमी पुढाकार असायचा. एखादे जेवण ठरले तर ती लगेच म्हणायची, "आमच्याच घरी करू या." इतर बायका म्हणायच्या, "तुम्ही नेहमी नेहमी कशाला त्रास घेता?"

"त्यात कसला आला आहे त्रास? आमचं घर चांगलं मोठं आहे. शिवाय मला वेळ असतो. हौस तर आहेच."

पदार्थ वाटून घेतलेले असले तरी विद्या एखादा पदार्थ जास्तीचा करायची काहीतरी नवीन व चवदार. सगळे व्यवस्थित आखले. कुठे गडबड गोंधळ नाही. आलेल्या बायकांनाही आराम देण्याचा प्रयत्न. "एरवी आपलं रहाटगाडगं चाललेलंच असतं हो. आज आराम करायचा."

"अन् तुम्ही?"

"माझं काम हाच माझा आराम!" विद्या हसून म्हणे. तिने बऱ्याच गोष्टींत स्वतःला गुंतवून घेतले होते. तिचे व रमेशचे त्याबद्दल बोलणे होई, एखाद्या पार्टीनंतर कायकाय घडले हे एकमेकांना सांगणे होई. कधी एखादा विनोद आठवून हसणे, कधी कोणाच्या एखाद्या शेऱ्याबद्दल चर्चा करणे. ही देवाणघेवाण छान चालायची.

म्हणूनच विसंवाद नव्हता, पण आत कुठे तरी एक खोल उदासी होती. ती रमेशपर्यंत पोहोचली नव्हती; पोहोचवण्याचा प्रयत्नही व्यर्थ होता. एक-दोन अनुभवानंतर विद्याला हे सत्य कळून चुकले होते. रमेश अपत्यहीनतेच्या दुःखातून बाहेर पडला आहे. काही स्वतःतून निर्माण करणे ही त्याची प्रकृती नाहीच. त्यामुळे तो इतर गोष्टींत सहज रमू शकतो. आपण मात्र... पण इलाज नाही. हा खेळ खेळत राहायला हवा होता. शक्य तेवढ्या रंगून; जेथे बेरंग होईल असे वाटेल, त्या जागा टाळून...

आज अशीच एक जागा आली होती. गोष्ट सांगायला सुरुवात केली होती खरी. पण गोष्टीतील स्वप्नांचे काय? रमेशला ते समजणे शक्य नाही. त्याला त्यात रसही नाही, पण आता सांगायला सुरुवात झाली होती. काहीतरी सांगणे भागच होते. सांगितल्याशिवाय राहवतही नव्हते.

"रमेश..."

"हं. सांग."

"अलीकडे मी काही कविता लिहिल्या आहेत..."

"असं?"

तेवढे प्रोत्साहनही पुरेसे वाटले. विद्या पुढे सांगू लागली, "पहिली कविता कशी सुचली, लिहून झाली, कुणास ठाऊक. मग लिहिल्या अधूनमधून. स्वातीताईंना दाखवल्या एक दिवस- धीर करून."

"काय म्हणाल्या त्या?"

-ते सगळे रमेशला सांगण्याजोगे नव्हते. की होते? कधीतरी त्याच्याशी या विषयांवर मोकळेपणाने बोलायला काय हरकत आहे? आता पुष्कळ वर्षे होऊन गेली. कदाचित त्याला बोलावेसे वाटत असेल. तोही आतून बदलला असेल. तरी थोडे सावधपणे त्याच्या अंतरंगात डोकावून तरी पाहू.

ती आठवत सांगू लागली, "त्या म्हणाल्या, स्वतःसाठी लिहायचं. हे काहीतरी निर्माण करणं आहे. वेदना सोसणं, प्रसवणं... हे स्त्रीला हवंहवंसं वाटतं. त्या आनंदात ती कितीही दुःख सोसायला तयार असते."

विद्या आपल्या नादात बोलत होती. ती अशी आणखी किती वेळ बोलत राहिली असती कोण जाणे! तो संवाद नव्हताच. ते होते स्वगत. अखंडपणे मनात घोळणारे. आज प्रथमच शब्दांत गुंफलेले. पण ते स्वगत मधेच तट्कन तुटले.

"अस्सं! म्हणजे कविता हे तुझं मूल तर! फक्त तुझं. मी कोण? मी वांझ. तुला हाडामासाचं मूल देऊ न शकणारा. मला वाटलं होतं, विसरली असशील. पण तू विसरली नाहीस. अजून तो सल जिवंत ठेवला आहेस. स्वातीताईंना सांगितलं असशील ना? म्हणून तर त्या हे सगळं बोलल्या. आणखीही काही बोलल्या असतील."

"गैरसमज करून घेऊ नका, रमेश. मला असं काही सुचवायचं नव्हतं. माझ्या मनात खरंच काही नाही. मी लिहिते काहीबाही. त्याला काय किंमत आहे हे मला ठाऊक आहे. पण बरं वाटतं. तेवढंच तुम्हाला सांगावंसं वाटलं. आणखी एक, आज माझ्यासारखंच काहीतरी लिहिणाऱ्या कवींचं एक संमेलन आहे. स्वातीताई म्हणाल्या, तुम्ही या- तुमची कविता वाचा. कालच फोन आला त्यांचा. उद्या कार्यक्रम आहे. जाऊ ना मी? तुम्ही याल? त्यांनी तुम्हालाही आग्रह केला आहे."

"भलतं काही विचारू नको. माझा काही संबंध नाही. तुझी तू मुखत्यार आहेस. जायचं तर जा."

"सुनीललाही अजून सांगितलेलं नाही. तो आला तर..."

"म्हणजे तू जायचं ठरवलंच आहेस तर!"

या संभाषणातून सूचित होणारा अर्थ स्पष्ट होता. रमेश नाराज होता. त्याला ते संभाषण पुढे वाढवायचे नव्हते म्हणून तो उठून गेला होता. पुढे काय? निदान काही दिवसांचा अबोला. तो एक वेळ सहन करता येईल. पण दोघांमधील संवादच बंद झाला तर? रमेशने भलतेच काही डोक्यात घेतले आहे. त्याचा अहंकार दुखावला आहे. यामुळे तो कदाचित कायमचा दुरावेल. आतले एकटेपण आहेच. त्याच्या तोडीला बाहेरचे एकटेपणही येईल. ते सहन करायचे? करवेल? त्यापेक्षा...

विद्याला सुनीलची तीव्रतेने आठवण झाली. त्याच्याशी मोकळेपणाने बोलता येईल. तो जसे सांगेल तसे करायचे. तो संध्याकाळी येईलच. तोपर्यंत काहीच निर्णय घेऊ नये. आज सकाळी स्वातीताईंना फोन करायचे ठरवले होते. पण आता सुनील येईपर्यंत सगळेच स्थगित करावे.

संध्याकाळची प्रतीक्षा. दरम्यान विलक्षण ताणात घालवलेले काही तास.

सुनील संध्याकाळी सहा-साडेसहापर्यंत येई. मग त्याचे खाणेपिणे, गप्पा, त्यानंतर तो मित्रांबरोबर भटकायला जाई. रात्री तो आल्यावर जेवण. हे नेहमीचे वळण होते.

पण आजची संध्याकाळ नेहमीसारखी आलीच नाही. पाच-साडेपाचच्या सुमारास फोन वाजला. रमेशने फोन उचलला. विद्या आसपास राहून कानोसा घेत होती. स्वातीताईंचा तर नसेल? रमेश त्यांच्याशी तिरसटपणे बोलला तर?

"माय गॉड!"

विद्या चरकली. हा काहीतरी वेगळा फोन आहे खास. "कुठे? भाटिया हॉस्पिटलात? हो... आम्ही निघालोच. अर्ध्या तासात पोहोचतो. तोपर्यंत काळजी घे..."

विद्या धसकली होती. तिने काही विचारायच्या आतच रमेशने सांगितले, "विश्वासचा फोन होता. सुनीलला ॲक्सिडेंट झाला आहे. लगेच निघू या."

तिला काय बोलावे हे समजेना. डोळ्यांत पाणी दाटून आले. हुंदका बाहेर फुटला. रमेशने पाठीवर हात ठेवत सांगितले, "असं करू नकोस. लगेच निघायचं आहे. तिथं राहण्याच्या तयारीनंच चल. इतक्यात कुणाला कळवायचं नाही."

"पण..."

"जिवाला धोका नाही. प्रत्यक्ष गेल्यावर सगळं समजेल. चल."

हॉस्पिटलमध्ये पोहोचेपर्यंत जिवात जीव नव्हता. डोळ्यांतले पाणी तसेच वाहत होते. दुसऱ्याचे पोर. स्वतःचे असल्यासारखे वागवले; तरी दुसऱ्याचेच. ताई काय

म्हणेल? काही वेडेवाकडे झाले तर तिला कसे तोंड दाखवायचे? विचारांचे, शंकाकुशंकांचे काहूर. कधी एकदा सुनील दिसेल असे झाले होते.

सुनील टोकाच्या खोलीत होता. जवळ त्यांचे दोनतीन मित्र. रमेश-विद्याला पाहताच ते धावत आले.

"इकडे, काका..."

"बरा आहे ना तो?"

"डोंट वरी. डॉक्टर आले आहेत. तुम्हाला भेटतीलच."

सुनीलच्या डोक्याला मोठे बँडेज होते. डोळे मिटलेले. सलाइन लावल्यामुळे हात कॉटवर पसरलेला.

"सगळं इन्व्हेस्टिगेशन झालं. नो मेजर प्रॉब्लेम. धक्का बसला आहे म्हणून मुद्दामच झोपेचं इंजेक्शन दिलं आहे. रक्त खूप गेलं. ट्रॅन्स्फ्यूजन द्यावं लागेल."

"काका, आम्ही तयार होतो. पण दुर्दैवानं ग्रुप जमत नाही. तुमचा ग्रुप?"

"ओ पॉझिटिव्ह."

डॉक्टरांच्या कानावर हे शब्द पडताच ते लगेच म्हणाले, "प्रश्‍न मिटला. आत्ताच सुरू करू. सिस्टर..."

गोष्टी इतक्या वेगाने घडल्या की त्या घडत आहेत हेही कळले नाही. रमेश म्हणाला, "मी जातो. तू इथंच थांब. काळजी करू नकोस. विश्‍वास, तूही इथंच असशील ना?"

"हो. तुम्ही जा, काका. मी मावशीजवळ थांबतो."

इतर दोन मित्रांबरोबर रमेश खोलीबाहेर पडला.

"आम्ही कॉफी हाउसमध्ये गेलो होतो. हा स्कूटरवरून निघाला. ट्रकचा धक्का कसा लागला, कोण जाणे. आमच्या डोळ्यांदेखत. सुदैवाने हे हॉस्पिटल जवळ होतं. ट्रीटमेंटही लगेच मिळाली. आता ब्लड दिलं की सगळं ठीक होईल."

आयुष्य किती अनपेक्षित वळणे घेते! काल वाटत होते, सुनीलला आपण एक आनंदाची बातमी देणार आहोत. आज संध्याकाळी त्यासाठीच त्याची वाट पाहायची होती. त्याच्याशी बोलून मनावरचा ताण नक्की हलका झाला असता, पण ध्यानीमनी नसताना हे काय होऊन बसले! सुनीलने आयुष्याला एक नवा अर्थ दिला होता. दूर सरकलेले आयुष्य पुन्हा जवळ आले होते. धागे नव्याने जुळले होते. दुभंगलेले मन सांधले होते. जगणे पुनश्‍च सुरू होत होते... कारण सगळे धागे पुनश्‍च जुळत होते.

या कवितेच्या ओळी? किती विचित्र क्षणी शब्द एकमेकांत गुंतत चालले आहेत! नको... या वेळी असे गुंतणे नको. कविताच नको. सुनील लवकर बरा झाला पाहिजे. पूर्वीसारखा हसूखेळू लागला पाहिजे. आता आयुष्यापासून आणखी कसली अपेक्षाच नाही.

विद्याने हळुवारपणे सुनीलच्या बोटांना स्पर्श केला. विश्वास म्हणाला, ''मावशी काळजी करू नका. खरंच.'' त्या शब्दांनी किती धीर आला!

रमेश शांतपणे आपल्या नसेतून बाटलीत जमा होणाऱ्या रक्ताकडे पाहत होता. शुद्ध, ताजे रक्त. आपुल्या धमन्यामधून हे रक्त वाहते? न दिसता, न आवाज करता. शरीरभर एखाद्या मूक निर्झरासारखे खेळत असते. आज प्रथम त्याचे दर्शन घडते आहे. अस्तित्वाचा नवा अर्थ कळतो आहे. हे रक्त एखाद्या चिमुकल्याच्या नसांत वाहिले असते का? विद्याच्या रक्ताने तर त्या चिमुकल्याचे पोषणच केले असते. त्यात अगदी प्रत्यक्ष नव्हे, पण आपल्या रक्ताचीही एक धार असती.

रक्त... लाल रंग... रमेशला एकदम विद्या सांगत होती ते स्वप्न आठवले. त्या वेळी स्वप्नाकडे दुर्लक्ष केले. पण आता या क्षणी त्या स्वप्नांचा अर्थ उमगू लागला. मनाच्या डोहात एक रक्तकमळ उमलू लागले. ते कमळ पाहता पाहता तो एकतान झाला. रक्ताचा प्रवाह चालूच होता.

''फाइन. ही इज कम्प्लिटली आउट ऑफ डेंजर नाऊ!'' डॉक्टरांच्या शब्दांनी रमेश भानावर आला. सुनीलच्या नसेतून रक्ताचा थेंबथेंब ठिबकत होता. हे कोणाचे रक्त? आपलेच? ते रक्त सुनीलच्या रक्ताशी एकजीव होते आहे. रक्ताचे नवे रसायन तयार होत होते.... गर्भातही असेच काही होत असेल. म्हणजे हा नवा जन्म? त्या जन्माला आपण अंशत: तरी कारणीभूत आहोत हे खरे का?

रमेशला जाणीव झाली की आपल्या आत एक शुभ्र पाझर फुटला आहे. अंतर्याम ओले, शीतल झाले आहे- हे विद्याला सांगितलेच पाहिजे. आता तिच्याशीही एक वेगळे नाते...

दुसऱ्या दिवशीची सकाळ प्रसन्न होती. बिछान्याजवळ बसलेल्या विद्याशी सुनील हसून बोलत होता. जणू कालची दुपार त्याच्या आयुष्यात आलीच नव्हती!

''मावशी, काल संध्याकाळी तू काय सांगणार होतीस?''

– त्याला, सगळे आठवत होते तर! धोका पूर्णपणे टळला होता. हे जाणवल्यानंतर मनावरचा ताण झरझर ओसरला, आणि रिक्त मनात उमळून आले कालचे ते काही मुक्या वेदनेचे तास. सुनीलला सांगण्यात काय अर्थ? आता त्याला त्रास नको. आत्ता नव्हे, कधीच. त्याने 'जा' असा आग्रह केला तर मनात चाललेले द्वंद्व अधिकच बिकट होईल. त्यापेक्षा गप्प राहिलेले बरे.

''सांग ना, मावशी?''

''मी सांगतो सुनील,'' रमेश चहाचा थर्मास टेबलावर ठेवत म्हणाला.

''मावशीनं अलीकडे काही कविता लिहिल्या आहेत.''

''ग्रेट!''

''आणखी ग्रेट पुढेच आहे.''

"सांगा, काका..."

"आज एक लहानसं कविसंमेलन आहे. तुझ्या मावशीला त्यात एक कविता वाचायची आहे. स्वातीताईंचं निमंत्रण आहे."

"ग्रेट! मावशी, सांगितलंही नाहीस. आता तरी सांग..."

सुनील कोणते प्रश्न विचारणार हे विद्याला ठाऊक होते. तिला तो विषय नको होता. रमेश सांगत होता हे खरे, पण त्यामागे कोणती भावना होती, कोण जाणे!

"जाऊ दे रे, सुनील."

"सुनील, जाऊ दे म्हणजे कविसंमेलनाला जाऊ दे बरं का!"

विद्याला अजूनही काही बोध होत नव्हता.

"विद्या खरंच जा तू. काल खूप ताण घेतला आहेस. तेवढंच हलकं वाटेल. सुनीलचे मित्र आहेतच. मीही थांबतो त्याच्या जवळ.'

विद्याचा विश्वासच बसेना. पण रमेशचा स्वर निर्मळ होता. तो निर्मळपणा आत जाऊन पोहोचला. द्वंद्व मिटले. तेच रक्तकमळ तिच्याही मनात उमलू लागले.

"विद्या, तू जा. मनापासून सांगतो आहे मी." रमेश पुन्हा म्हणाला. विद्याने सुनीलकडे पाहिले.

"मावशी, मी म्हटलं नव्हतं? तू कधीतरी लिहिशील म्हणून."

'खरंच रे. अन् असंही म्हणाला होतास की आयुष्य हा एक प्रवाह असतो..' विद्याचे स्वगत.

तो प्रवाह विद्या, रमेश व सुनील या तिघांनाही कवेत घेऊन पुढे वाहत होता.

स्नेहश्री दिवाळी १९९६

आणखी एक परीक्षा

विभावरीला कळेना, पहाटे नेहमीची कामे करीत असताना दूर कुठेतरी लहरत असलेले सूर आपल्या कानात रुंजी घालत असल्याचा भास आपल्याला का होतो आहे? आत्तापर्यंत असे कधी झाले नव्हते. दूरचे दूर, आणि मागचे मागेच राहिले होते. त्या भूतकाळाची पुसटसुद्धा सावली वर्तमानावर, इथल्या निर्वेध सुखी जगण्यावर पडली नव्हती. ते जगणे कसे उजळलेले, स्वच्छ होते, आणि गतिमानही. मागे वळून पाहण्याची इच्छा तर नव्हतीच, पण इच्छा असती तरी तेवढा वेळ नव्हता. सगळा दिवस कसा बांधलेला, क्षणाक्षणाने पुढे सरकणारा. पहाटेपासून चक्र सुरू. संध्याकाळी या प्रशस्त बंगल्याच्या फॅमिली रूममध्ये ठेवलेल्या टी.व्ही.समोर जॉनसकट आणि कधीकधी मुलांसकट बसल्यावर ते चक्र काही काळ थांबल्यासारखे वाटायचे! त्या चक्रात आजच हा एखाद्या कोळिष्टकाच्या छतावरून लोंबणाऱ्या धाग्यासारखा भासणारा काळोखकिरण का पडला आहे? तोच ते उदास सूर छेडतो आहे का?

विभावरी क्षणभर अस्वस्थ झाली खरी, पण नंतर तिचे तिलाच आपल्या कल्पनेचे हसू आले. परदेशात कुठले आले आहे कोळिष्टक? ॲना रोज व्हॅक्यूम करते. त्यामुळे घरात चिमूटभरही धूळ नाही. कोळिष्टके तर नाहीतच नाही. सगळे स्वच्छ, लखलखीत आहे. तेव्हा उगाच या कल्पनेच्या खेळात रमणे नको. नेहमीच्या कामांना लागावे. आज नेहमीपेक्षा पाच मिनिटे उशीरच झाला आहे. सकाळी तो परवडत नाही!

विभावरीने टी बॅग्ज गरम पाण्याच्या मग्जमध्ये टाकल्या व ती जॉनची वाट पाहत, पेपरच्या मथळ्यांवरून नजर फिरवत क्षणभर बसली. तेवढ्यात जॉन तयार होऊन आलाच.

"गुड मॉर्निंग डिअर."

"मॉर्निंग. तू अजून तयार नाहीस?... मला आज सिरियल नको... टाइम्स कुठे

आहे? श्रीकडे? इज ही ओके, टुडे?... कॅन आय हॅव अ पीस ऑफ ॲपल? बूट घालता घालता जॉनचे अनेक प्रश्न, अनेक व्यवधाने. हे नेहमीचेच. सातच्या ठोक्याला हॉस्पिटलमध्ये पोहोचायचे बंधन. चहा पितापिता जी पाच मिनिटे मिळतील तेवढीच. त्यामुळे त्याची वाक्ये एकात एक गुंतलेली असायची.

तो उठला. विभावरीही पाठोपाठ उठणार होती. चट्‌कन शॉवर घ्यायचा, सॅन्डविच फॉइलमध्ये पॅक करून घ्यायचे. बरोबर एखादा फ्रूट-ज्यूसचा कॅन आणि पुढच्या क्षणी कारमधील ड्रायव्हिंग सीट. त्यापूर्वी फक्त एकच क्षण मुलांचा निरोप. तोही रुटीनचा एक भाग म्हणून. 'ओके डार्लिंग... आय ॲम ऑफ.. सी यू इन द ईव्हिनिंग...' हे सगळे कधीकधी अकारणच. कारण मुलेही निघायच्या किंवा स्वतःचा ब्रेकफास्ट करून घेण्याच्या गडबडीत. शिवाय संध्याकाळी सगळे भेटतीलच असा नेम नाही. कारण पुष्कळ वेळा त्यांचे काही ना काही वेगळे कार्यक्रम असत. हा त्या जीवनसरणीचाच एक भाग. त्यामुळे विभावरीचा निरोप काहीसा यांत्रिकच असे.

...पण उठण्यापूर्वीच, नेहमीपेक्षा वेगळे काहीतरी घडले. जॉन म्हणाला, "गिव्ह मी अ मिनिट."

"शुअर."

"आज संध्याकाळी काय बेत आहे तुझा?"

"नेहमीचाच. सहाच्या सुमारास बँकेतून परत. अर्थात, वाटेत फार ट्रॅफिक नसला तर..."

"परस्पर हॉस्पिटलमध्ये येशील?"

"शुअर... पण..."

"तेच सांगतो आहे. मी आजची संध्याकाळ ऑफ घेतो आहे. बाहेर जाऊ. थोडं बोलायचं आहे तुझ्याशी."

"घरी नको?"

"नको. आपण वुडलॅन्ड्‌समध्ये जाऊ. जेवणही तिथंच घे"

"फाइन! पण कशासाठी?"

"संध्याकाळी! साडेसहा वाजता. ओके? आय वुइल बी ॲट द गेट, वेटिंग फॉर यू."

असे सांगून जॉन गेलासुद्धा. त्याने कार सुरू केल्याचा आवाज आला. विभावरीने विचार थांबवला आणि ती बाथरूममध्ये शिरली.

बाहेर पडताना नेहमीचे संभाषण. त्यातून कळणारी माहिती श्री बरा होता, आज ऑफिसला जाणार होता. लीनाचे कॉलेज- नंतर फिलिपबरोबर डेट. ॲनी आठपर्यंत घरी येणार- मित्रांबरोबर. 'प्लॅनिंग टु सी अ फिल्म ऑन व्ही.सी.आर..."

"जेवणाचे काय?"

"बहुतेक बाहेर जाऊ."

'ओके. इन एनी केस, मीही आज पपांबरोबर बाहेरचं जेवण घेणार आहे. लुक आफ्टर युअरसेल्व्हस आम्ही दहापर्यंत परत येऊ... बहुतेक!"

"हॅव अ नाइस इव्हिनिंग."

"थँक यू."

एकमेकांचे असणे आणि नसणे सर्वांच्याच इतके अंगवळणी पडले होते! विभावरीला कसलीच काळजी नसे. मुले स्वतंत्रपणे वाढली होती, आता कोणतीही काळजी करण्यापलीकडे गेली होती. श्री व लीना अनुक्रमे एकोणतीस व सत्तावीस. अनी तर गेल्याचे आठवड्यात पंचवीस वर्षांचा झाला. आता लहान कोण राहिले आहे? श्रीने आपले लग्न ठरविले होते. त्यानंतर तो त्याच्या अपार्टमेन्टमध्ये राहायला जाणार होता... लीनाने सांगितले होते, 'तू माझ्या लग्नाचा विचार करू नको. इट इज एन्टायरली माय प्रॉब्लेम.' अनीचे पाहू!... पण तोही स्वतः ठरवलेल्या मार्गानेच जाणार. शेवटी उरणार आपण आणि जॉन!..

ते सहजीवन कसे असेल? मुले अधूनमधून येतील. पण तरीही... पण हे होणारच. विभावरीला त्याबद्दलही काळजी नव्हती. दोघे एकमेकांचे आहोत, आणि आपापल्या कामात आहोत, तोपर्यंत कसली काळजी? शिवाय इथे जोडलेले मित्रमैत्रिणी आहेत. वीकएन्डला त्यांच्या भेटीही होतात.. लाइफ इज फाइन ऑन द होल!

विभावरी आठच्या ठोक्याला ऑफिसात पोहोचली. तिथल्या रुटीनला सुरुवात झाली. 'येस.. कॅन आय हेल्प यू?' 'थँक यू फॉर बँकिंग वुइथ अस...' 'वुइल टुमारो बी ओके मॅम?' एकीकडे फोन घेणे, दुसरीकडे पेपर्स चाळणे, सह्या करणे, पुढच्या काउन्टरकडे सरकवणे... अर्ध्या तासाचा लंच ब्रेक. पुन्हा स्वतःच्या टेबलाकडे परत!...या सगळ्या व्यापात मधूनच मनात चमकून जाणारी संध्याकाळच्या अपॉइन्टमेन्टची आठवण.. जॉनी व आपण असे अधूनमधून बाहेर जातो. त्यात विशेष काहीच नाही. पण आज त्याचा सूर जरा वेगळा वाटत होता का?... काहीतरी वेगळे, महत्त्वाचे बोलायचे आहे, हे त्यातून सूचित होत होते का? काय बोलायचे असेल? व्यवसायातला एखादा पेचप्रसंग? मुलांसंबंधी घेतलेला एखादा निर्णय? की... विभावरीला काहीच अंदाज येईना. संध्याकाळची वेळ चुकू नये म्हणून ती वेगाने टेबलावरील कामे आवरत होती हे मात्र खरे. फ्रेनीने विचारलेसुद्धा, "आज जरा घाईत, टेन्स दिसतेस... एनी प्रॉब्लेम?" विभावरीने मानेनेच नकार दिला, आणि फ्रेनीने विचारलेला- 'एनी प्रॉब्लेम?' हा प्रश्न स्वतःच्या मनाच्या पृष्ठभागावर ठेवून दिला. कदाचित आज संध्याकाळी... तीनचार तासांच्या अवधीतच तिला या प्रश्नाचे उत्तर मिळणार होते.

जॉन ठरल्याप्रमाणे गेटशी उभा होता. तिची कार दिसताच त्याने हात केला. म्हणाला, "उतर, मी ड्राइव्ह करतो. मी माझी गाडी आज इथंच ठेवतो आहे. उद्या

सकाळी टॅक्सीनं येईन.'' विभावरीने त्याच्या सूचनेप्रमाणे अदलाबदल केली. पट्टा पोटाशी लपेटून घेतला. सुरुवातीला थोडी रहदारी. ती ओलांडल्यावर गाडी एका शांत, मोकळ्या रस्त्यावरून वेगाने निघाली. जॉन फारसे बोलत नव्हता, तिलाही योग्य ठिकाणी पोहोचेपर्यंत काही विचारायचे नव्हते. गैरलागू विषयही काढायचे नव्हते. त्यामुळे गाडीत निःशब्द शांतता. मधूनच जॉनने सुरू केलेल्या टेपवर लागलेले गाणे, 'ए मेरे दिल कही और चल...' इतके जुने गाणे? अमेरिकेत येण्यापूर्वी आणलेल्या टेप्समधले एक. जॉनचेही आवडते. गाडीत ती टेप नेहेमी ठेवलेली असते. आज जॉनच्या हाताला नेमकी तीच कशी लागली?

कित्येक महिन्यांत, वर्षांत लावली नव्हती. पण अजून सूर कसे स्वच्छ, निखळ आहेत... सकाळी ऐकू आले ते सूर हेच होते?

गाडी एका प्रशस्त, निवांत, गर्द झाडीच्या परिसरात थांबली. जॉन म्हणाला, ''मी गाडी पार्क करून येतो. आपण बाहेरच बसू, आत नाही म्हटलं तरी थोडी गर्दी असेल.''

''ओके.'

वसंत ऋतूचे दिवस. त्यामुळे संध्याकाळचे सात वाजून गेल्यानंतरही स्वच्छ प्रकाश होता. आभाळ निळेभोर होते. टेबलाजवळच्या एका झाडाला मंद जांभळ्या फुलांचे घोस लगडले होते. तो गंध आसपास भरून राहिला होता. इतकी वर्षे अनुभवलेले हे सुख. पण आज त्याचे नव्याने अप्रूप वाटले. हे सुख भारतात नाही. मुंबईत तर नाहीच नाही. आता तर मुंबई अधिकाधिक बकाल, गलिच्छ होऊ लागली आहे म्हणे. गेल्या वर्षी प्रेमा आली होती, ती म्हणत होती. आपण फार चौकशी केली नाही. कारण तोडलेले धागे पुन्हा जुळवण्याची मुळीच इच्छा नव्हती, पण तरीही एक प्रश्न विचारण्याचा मोह झाला होता, ''आजीची वाडी, आणि ती बंगली अजून तशीच आहे का गं? तुम्ही सगळे जाता अधूनमधून तिथे?'' पण त्या जुन्या निर्धाराने विभावरीने ते प्रश्न मनातून पुसले होते. त्या काळात एक कसोटी पार केली खरी. आता मागे वळून पाहायचे नाही!

जॉन टेबलाच्या दुसऱ्या बाजूला बसला होता. मेनूकार्ड पाहत तिला विचारत होता,''व्हॉट वुइल यू हॅव? जिन अॅन्ड लाइम?''

''ठीक. तुझं काय?''

''मी एखादी बॅकार्डी घेईन. व्हॉट अबाउट फूड?''

''फार काही नको. मे बी चीज पिझ्झा... नंतर पाहू.''

''ओके. मीही पिझ्झाच घेईन.''

वेटर ऑर्डर घेऊन गेला. चालू झालेले संभाषण पुन्हा ठप्प! शेवटी विभावरीने सुरुवात केली.

‘‘सो... तुला काहीतरी बोलायचं होतं.’’

‘‘हं.’’

‘‘सांग ना. काही सिरियस नाही ना?’’

‘‘सिरियसच आहे... म्हटलं तर. डिपेन्ड्स अपॉन हाऊ यू टेक इट.’’

‘‘म्हणजे?’’

‘‘फार आढेवेढे न घेता, सरळच सांगतो.. आय हॅव ॲन अफेअर वुइथ लिझा.. फॉर द लास्ट फोर्टीन इअर्स.’’

‘‘काय?’’ विभावरी जवळजवळ किंचाळलीच. पण तिने पुढच्याच क्षणी स्वत:ला सावरले व ती ओठ घट्ट मिटून सुन्न होऊन बसली.

काही क्षणानंतर तीच पुढे म्हणाली, ‘‘थांबू नकोस. काय ते एकदा सरळ सांगून टाक.’’

‘‘सांगण्यासारखं आणखी काही नाही. आय लव्ह हर. अन् हो, मी आता तिथंच राहायला जाणार आहे. मी योग्य क्षणाची वाट पाहत होतो.’’

‘‘कोणता तो योग्य क्षण, मे आय आस्क?’’

‘‘अनीचा पंचविसावा वाढदिवस! अनीच्या जबाबदारीतून आता आपण मोकळे झालो. मोठ्या दोघांचीही काळजी नाहीच. तू खंबीर आहेस. तू स्वत:ची देखभाल करू शकशील. तुला आणखी कोणत्याही जबाबदाऱ्या उचलाव्या लागू नयेत, तुझ्या कामात व्यत्यय येऊ नये म्हणून मी इतकी वर्षे थांबलो!’’

‘‘थँक यू जॉन. या समंजसपणाबद्दल आभार!’’ तिच्या स्वरात कडवट उपरोध ठासून भरला होता.

‘‘मला तुझा राग कळू शकतो. मी क्षमा मागण्याखेरीज काहीच करू शकत नाही. काय घडलं, कसं घडलं हे सांगण्यातही काही अर्थ आहे, असं मला वाटत नाही.’’

‘‘मला ते विचारायचंही नाही. आय ॲम जस्ट नॉट इंटरेस्टेड इन इट.’’

‘‘मी येत्या वीकएन्डला जाईन म्हणतो. मुलांना मीच सांगू? की...’’

‘‘तूच सांग. पुढचं मी पाहीन.’’

विभावरीने त्या क्षणी ठरवले, खचून जायचे नाही. जणू काही घडलेलेच नाही असे वागायचे. अखेर हा आपल्या स्वाभिमानाचा, निर्णयशक्तीचा प्रश्न आहे. त्या दोन्ही गोष्टी सुदैवाने अजून शाबूत आहेत. जॉन गेला तर गेला. आपले स्वतंत्र आयुष्य काही तो जाताना घेऊन जाणार नाही!

‘‘आय ॲम सॉरी!’’

विभावरीने त्या उद्गारांकडे दुर्लक्ष करीत शांतपणे विचारले, ‘‘तू कोणतं आइस्क्रीम खाणार? आपण आपलं विभक्त होणं सेलिब्रेट करू!’’

जॉनने तिचा हात दाबला. ‘‘सॉरी विभा, ऑफुली सॉरी.’’

विभावरी पुन्हा शांत. आइस्क्रीम संपल्यावर ती म्हणाली, "निघू या?"

"हं."

दोघेही गाडीजवळ गेले. तो डाव्या बाजूला जाऊ लागला. तिने त्याला थांबवत म्हटले, "तू बाजूलाच बस. मी ड्राइव्ह करते!"

पुन्हा तो शांत, अधिकच मोकळा वाटणारा रस्ता. संपूर्ण अंधार नव्हता. पण प्रकाश फार अंधूक झाला होता. आभाळातल्या निळ्या रंगावरही अंधूकतेचे सावट होते आणि ते जांभळ्या फुलांचे घोस कुठे अदृश्य झाले होते? तो गंधही कुठे निघून गेला होता? त्याची परतीची वाट कोणती होती?

विभावरी स्वतःतच हरवून शांतपणे ड्राइव्ह करत होती. क्षणभर जॉन आपल्या बाजूला आहे हेही ती विसरली होती.

तो लांब रस्ता संपला, आणि गाडीने घराच्या दिशेने वळण घेतले. कोणते घर? कुणाचे घर? जॉन आता त्या घरात येणार आहे, पण त्याने चौदा वर्षांपूर्वीच मनाने ते घर सोडले आहे. आपण काय करायचे?– हा प्रश्न संपेपर्यंत गाडी घराशी पोहोचली होती.

विभावरी कपडे बदलण्यासाठी आपल्या खोलीत शिरली. जॉन म्हणाला, "मुलं जागी दिसताहेत. मी त्यांना आत्ताच सांगतो."

"तू ठरवशील तसं!"

"तू राहशील तिथं त्या वेळी?"

"मुळीच नाही. गो अहेड."

तिने कपडे बदलून खोलीतील दिवा मालवून टाकला. जॉन बहुधा मुलांना घेऊन बेसमेन्टमध्ये गेला असावा. कारण आजूबाजूला सामसूम होती. कुणाचाही आवाज ऐकू येत नव्हता. पण स्वतःचा, आतला आवाज? तो कसा बंद करणार? त्यातूनच चालू झाले एक दीर्घ स्वगत. गेली तीस वर्षे मनात मूकपणे साचून राहिलेले स्वगत.

मुंबईतील एका निवांत उपनगरातले ते उबदार घर. त्या घरात दर रविवारी सगळी मावसभावंडे जमायची. मीही जायची ओढीने. खूप मजा यायची. मी सुंदर, हुशार, म्हणून खूप कौतुक व्हायचे. सुधीला थोडी असूयाही वाटायची का? कोण जाणे! आजीच्या हातचे चवदार जेवण... त्यानंतर पत्ते किंवा बुद्धिबळं यासारखा एखादा खेळ. दुपारी पुन्हा खमंग खाणे. संध्याकाळी घरी न्यायला ड्रायव्हर हजर! इतके जिवावर यायचे... घरी फक्त ममी-पपा. भाई हॉस्टेलवर राहायचा. ममी-पपांचे आपापले उद्योग. त्यामुळे इतके एकटे वाटायचे! मन रविवारची वाट पाहत असायचे.

ममीने सांगितले होते, "हे बघ, मला मदरिंग करण्याची आवड नाही. तुझे तू सगळे निर्णय घे. मला फक्त सांग. गरज असेल तर सल्लाही माग. मी देईन. पण तो स्वीकारायचा की नाही हेही तूच ठरवायचंस. ओके?"

त्या काळात इंग्लंडला शिक्षण घेऊन आलेली आपली ममी. तिच्या सगळ्या वागण्याला एक पाश्चात्त्य झाक होती, यात नवल नाही. पपा तर परप्रांतीय. शिक्षणाच्या निमित्ताने दोघे इंग्लंडला भेटले. लग्न त्यांचे त्यांनीच ठरवले. आजीने मुळीच विरोध केला नाही. फक्त एवढेच म्हणाली म्हणे, "तिचं नशीब अन् ती! आपल्या मुलांवर आपला मालकी हक्क थोडाच असतो?" - आपले घर सुधीच्या घरासारखे देशी असते तर? तर मग... तीस वर्षांपूर्वी इथे येण्याचा निर्णय आपल्याला सहजासहजी घेता आला असता का?

जॉन कॉलेजात भेटला. अत्यंत देखणा, हुशार, महत्त्वाकांक्षी. प्रेम जडलेच. त्याने लग्नाबद्दल विचारले. आपल्या मनातही तेच होते. घरी काय म्हणतील हा विचारही मनात आला नाही. बहुधा काही म्हणणार नाहीतच; आणि म्हटलेच तर म्हणू देत. हा सर्वस्वी माझा निर्णय. इतरांचा संबंधच काय?... ममीची प्रतिक्रिया अनपेक्षित होती. "पुरा विचार केला आहेस ना तू? त्याची जीवनसरणी वेगळी, आपली वेगळी. संस्कारही वेगळे असतील कदाचित. शिवाय तो परदेशी स्थायिक व्हायचं म्हणतो आहे..."

"ममी, तू हे सगळं बोलते आहेस? तू स्वत: काय केलंस? त्या वेळी आजीनं विरोध केला तुला? किती वेगळा होता तिचा काळ! पण आजी अन् तू यांची तुलना करण्यात काही अर्थच नाही. ती जुन्या काळातली असूनही आयुष्याकडे नव्या दृष्टीनं पाहू शकते. शी इज अ फॅन्टास्टिक लेडी."

"मग तिलाच विचार. ती हो म्हणाली तर तुला हवं ते कर! माझा काही संबंध नाही!"

"तिनं तुझ्यावेळी निर्णय घेतलाच. आता पुन्हा तिच्यावरच ती जबाबदारी टाकू? नॉट फेअर!"

नंतरचे दोनतीन दिवस घरात ताण, अबोला. पपा कधीच कशात पडायचे नाहीत. शेवटी एका संध्याकाळी आजीकडे धाव घेतली.

"आजी, तुला काही सांगायचं आहे..."

"काय गं पोरी? अन् अशी अस्वस्थ का दिसते आहेस?"

"ममीशी भांडले."

"ती आहेच भांडकुदळ. ते जाऊ दे. कशावरून झालं भांडण?"

"मी लग्न करते आहे... तिला सांगितलं तेव्हा म्हणाली..."

"म्हणू दे! ते काही मला सांगू नकोस. तुला तुझ्या निर्णयाबद्दल खात्री असली तर तिचं काही ऐकूही नकोस. मला सांग, कोण आहे?"

मग आजीला जॉनबद्दल सगळे सांगितले. तिचा चेहरा थोडा विचारात पडल्यासारखा.

"सगळा विचार केला आहेस ना? तिथं जायचं म्हणतेस. इथले सगळे बंध तुटतील. आधीच तुम्ही मंडळींनी कुणाशी फारसा संबंध ठेवलेला नाही. मीच तुला दर

रविवारी येत जा म्हटलं म्हणून... नाहीतर.. ते जाऊ दे! पण एक सांगते. पहिल्या काही वर्षांत एकमेकांबद्दल जी ओढ वाटते, ती पुढे राहत नाही बाई. तुझ्या ममीला विचार. कदाचित खरे सांगेल ती! अशा वेळी आजूबाजूला आपली माणसं लागतात. नाहीतर एकटेपण येतं."

"आजी, तू असं निराश कधी बोलत नाहीस."

"काही वेळा खरं सांगावं लागतं बाई. तेवढं बघ... माझे आशीर्वाद आहेत तुला."

"थँक यू, आजी."

त्यानंतरही खटके उडतच राहिले. कुटुंबातल्या इतर मंडळींना कळल्यावर वादळ झाले. पण मी तशीच घट्ट राहिले. मावसबहिणी बोलायला आल्या तेव्हा त्यांना ताड्कन सांगितले, "इट इज नन ऑफ युअर बिझनेस!" नाहीतरी त्यांच्याशी फार सख्य नव्हतेच. आजीने सर्वांना एकत्र बांधून ठेवले होते, इतकेच.

लग्नाला कुणी आले नाही. त्याचे काही वाटलेही नाही. जॉन हेच सर्वस्व होते. त्याच्या पाठोपाठ काही महिन्यांनीच या परक्या देशात. जॉनने मिशिगन युनिव्हर्सिटीत पुढचे शिक्षण पूर्ण केले. आपणही वेगवेगळे कोर्सेस केले. सुरुवातीला थोडी धडपड. लहान अपार्टमेन्टमध्ये राहणे. मुलांची देखभाल करण्यासाठी अधूनमधून घरी बसणे. पण हळूहळू सगळे प्रश्न सुटत गेले. आणि हे सुस्थिर, निर्वेध आयुष्य उभे राहिले!

या सगळ्या काळात एकमेव आधार होता तो जॉनचा! तो आधारच तुटला? काय चूक झाली आपली? वरून सुंदर परिपक्व दिसणारे एखादे फळ आतून किडते आहे, हे कळले कसे नाही? पण कळणार कसे? जॉनने पुसट संशयही येऊ दिला नाही. 'अनी पंचवीस वर्षांचा होईपर्यंत थांबलो होतो' म्हणे! डॅम इट!

...स्वगत चालूच होते. रात्रभर- आणि दुसऱ्या दिवसाची संध्याकाळ सुरू होईपर्यंत. तोपर्यंत रोजचा कार्यक्रम चालूच ठेवला. जणू काहीच घडले नाही असे भासवत जॉनही नेहमीच्या कामात. मुले आपापल्या उद्योगात. त्यांच्याशी काल रात्री हा बोलला की नाही? त्यांच्या वागण्यात तर काहीच फरक दिसत नाही. त्यांना काहीच वाटलेले नाही? की ती अजून अज्ञानात आहेत? आपणही त्यांच्याशी बोलले पाहिजे. कारण ती आपली जबाबदारी आहे. जॉन उशिरा येणार आहे, आणि मुले घरी आहेत.

विभावरीने ठरवले, आत्ताच त्यांच्यापाशी विषय काढावा.

"श्री..." श्रीने कपडे बदलून वॉश घेतल्यानंतर विभावरीने हाक मारली.

"येस ममी."

"अर्ध्या तासानं इथं येशील? तुम्हा तिघांशी थोडं बोलायचं आहे. लीना व अनी येतीलच. तोपर्यंत थांबू..."

"गरज नाही. काल डॅडींनी सगळं सांगितलं. त्याबद्दलच बोलणार होतीस

ना?'' श्रीचा आवाज कोरडा.

''हो. पुढे काय करायचं हे ठरवलं पाहिजे. तुमचा सल्ला...''

''आमचा सल्ला कसला? तुमचे सगळे पेपर्स व्यवस्थित आहेत ना? सगळं सॉर्ट आउट होईपर्यंत मी तुझ्याबरोबर राहीन. आय कॅन प्रॉमिस यू दॅट मच! पण त्यानंतर...''

''ओके! थँक्स!''

तिने डोळ्यांत उभे राहणारे पाणी मागे सारून डोळे उघडले. तोपर्यंत श्री निघूनही गेला होता!

ती सुन्न बसून राहिली. श्रीने हातात कॉफीचा मग आणून दिला. तेवढ्यानेही ती सुखावली. पुन्हा थोडे बोलण्याचे बळ आले. लीनाही आलेली दिसत होती. वाटले, अनीसाठी न थांबता फक्त तिच्याशीच बोलावे. तिला कदाचित अधिक समजेल. एरवी ती दूरच असते, तुटक वागते. पण या प्रसंगी कदाचित...

''लीना...''

''आय नो एव्हरीथिंग!''

''तूच सांग, काय चुकलं माझं?''

''हे बघ ममी, हा चर्चेचा विषय नाही. नवराबायकोचं नातं, त्यातले प्रॉब्लेम्स... सगळं एन्टायरली पर्सनल असतं. इतरांनी त्यात पडू नये हे उत्तम- अगदी मुलांनीसुद्धा! मी तरी यात पडणार नाही. नाहीतरी मी आता हे घर सोडतेच आहे... तुला सारंगबद्दल सांगायचं होतंच...''

''ठरवलंस नक्की?''

''हो. का?''

''त्याच्याबद्दल असं ऐकलं होते की...''

''हे बघ ममी, हे माझं आयुष्य, माझे निर्णय मला घेऊ दे. त्यात कोणाचीही ढवळाढवळ नको आहे. तू माझ्या जागी आहेस अशी कल्पना कर. तुला आवडलं असतं? आय डोन्ट थिंक सो!''

तेच तीस वर्षांपूर्वीचे संवाद- कदाचित त्याहीपूर्वीचे! आजीने हेच ऐकले; आईनेही- आणि आता आपली पाळी! हे चक्र असेच फिरत असते? अवघ्या मानवी जीवनालाच वंचनेचा शाप आहे का? मग ती कोणीही कुणाचीही केलेली वंचना असो! ममी-पपांबाबत नेमके काय झाले? की ते स्वतःलाच फसवत एकत्र राहिले? आजीने कदाचित सांगितले असते. पण आपण तिच्याशीही संबंध ठेवला नाही. मग कुटुंबातल्या इतर माणसांची गोष्ट दूरच. कालपर्यंत काही वाटले नाही. पण आज एकटेपण चहूबाजूंनी घेरू लागले आहे. आत्तापर्यंत जगलेले आयुष्य एक ओझे होऊन जणू मानगुटीवर बसले आहे. जे सुंदर होते, तेच मुळी विद्रूप होऊन गेले आहे.

विभावरीला हुंदका फुटला. अनी लॅचने दार उघडून आत येत होता. पण त्याच्याशी काही बोलावे असे तिला वाटले नाही. कुणाचा आधार नकोच. आपणच आपले दुःख सोसू- तेवढे बळ आहे आपल्यापाशी सुदैवाने. तो अहंकार पूर्वीपासून होताच ना... आता हीच तर कसोटीची वेळ आहे.

पण कसली ही जीवघेणी कसोटी! आणि ती देतेवेळी आपल्या हातात नेमके काय आहे? गेल्या तीस वर्षांतील सुंदर आयुष्याचे क्षणार्धात शून्य होऊन गेले...! आजची मी कोण? - अ बिग झिरो!

दुसरे स्वगत सुरू झाले होते : जॉनबरोबर आयुष्याला नव्याने सुरुवात केली ते तीस वर्षांपूर्वीचे दिवस. तसे म्हटले तर सगळेच परके. देश परका, जीवनसरणी परकी. आजूबाजूची माणसे परकी. पण काही परके वाटलेच नाही! एक तर, जुन्या आयुष्यात मन तसे कधीच गुंतलेले नव्हते. स्वतंत्र वृत्तीमुळे असेल, रूपाच्या, बुद्धीच्या अहंकारामुळे असेल, इतरांशी फार जुळले नाही. एकसारखे वाटायचे, मी वेगळी. यांच्याशी बोलण्यात, यांच्या सहवासात राहण्यात वेळ फुकट कशाला घालवायचा? आपल्या कुटुंबात तरी संवाद साधावासा वाटावा असे कोण आहे? तशी सगळीच भावंडे आपापल्या परीने हुशार. पण त्यांना माझी सर नाही! त्यांच्याशी सहवास घडला तो फक्त आजीमुळे.

त्या घरी मात्र ओढीने जावेसे वाटायचे... आपल्या घरात ताण होता म्हणून? कोण जाणे! खरे तर त्या वेळी फारसा विचारच केला नाही. आपल्याच गुर्मीत. नेहमी मनात हाच विचार आपल्याला कुठे इथे फार वर्षे राहायचे आहे? लग्न केले न केले तरी आपण स्वतंत्रच राहणार. ममीला तसे म्हणूनही दाखवले होते. ती म्हणाली होती, 'तुला वाटेल तसं कर!' – म्हणून तर लग्नाच्या वेळी तिने नाराजी व्यक्त केली याचे आश्चर्य वाटले.

आता कदाचित त्या नाराजीचा अर्थ कळतो आहे. प्रत्येक स्त्रीला आतून कुठेतरी अशांत, असुरक्षित वाटत असते का? ममीला तो अनुभव होता म्हणून ती आपली काळजी करत होती का?– आजीने त्या वेळी जे सांगितले त्यातही अशीच काही सूचना होती का?– आता त्या सगळ्याचा अन्वयार्थ लागू पाहतो आहे; पण आता फार उशीर झाला आहे. सगळी पडझड झाल्यानंतर, बागेत लावलेल्या एखाद्या रोपाकडे लक्ष देऊन काय उपयोग? त्याच्यावरही माती पडलेली असते. पाणी न मिळाल्यामुळे कळ्या तशाच सुकून गेलेल्या असतात!

आजवर त्या सुकलेल्या कळ्या दिसल्याच नाहीत. कारण इथे बहर होता. जॉनच्या सहवासाचा, प्रेमाचा बहर. मुलांच्या बालपणीच्या लाघवाचा बहर. स्वतःच्याही फुलणाऱ्या आयुष्याचा बहर.

मुले लहान होती तेव्हा दर वीकएन्डला कुठे ना कुठे तरी जात असू. जॉन सगळे उत्साहाने प्लॅन करायचा. घरासाठी, मुलांसाठी वेळ मिळावा म्हणून तर त्याने स्वतंत्र प्रॅक्टिस सुरू केली नव्हती. म्हणायचा, ''हॉस्पिटलमधल्या नोकरीतून भरपूर मिळते.

तूही कमावती आहेस. जास्त पैसे काय करायचे आहेत आपल्याला? मुले मोठी झाली की आपापल्या ठिकाणी जाणार. तोपर्यंत सगळे छान उभे करू, आणि नंतर दोघे सुखात राहू.''

''त्या वेळी आपण तरुण राहणार नाही जॉन...''

''त्यात काय झालं? वार्धक्याला कशाला भ्यायचं? तो तर मुक्तीचा काळ. अगदी फिट राहायचं, शेवटच्या क्षणापर्यंत काम करायचं, अन् एक दिवस वरच्या मॅनेजरसाहेबांची ऑर्डर आली की चेक आउट!''

''आधी तू की मी?''

''ते कसं सांगणार? पण आत्तापासून एक लक्षात ठेव, एकटेपणाला कधी घाबरायचं नाही. उलट त्यातलं सौंदर्य अनुभवायला शिकायचं.''

''हे सगळं म्हणायला सोपं आहे रे...''

''मुळीच नाही. आपण कधी एकटे नसतो, हाच मुळी भ्रम आहे. आपण सदैव एकटेच असतो...''

कैक वर्षांपूर्वीचे हे बोलणे. तेव्हापासून जॉन आपल्यापासून दूर जाण्याची तयारी करत होता का? केव्हा भेटली त्याला ही लिझा? किती वर्षे झाली त्या गोष्टीला? अलीकडे जॉन उशिरा घरी यायचा... कधी एखादी कॉन्फरन्स आहे म्हणून चार-सहा दिवस प्रवासाला जायचा. ते सगळे खरेच होते? लिझाही जायची त्याच्या बरोबर? हे इतर कुणाला ठाऊक आहे? कुणी बोललेही नाही... पण जॉन फार चलाख आहे. त्याने हे सगळे गुप्त राखण्याची जास्तीत जास्त दक्षता घेतलेली असणार- म्हणून तर आपल्यालाही शेवटपर्यंत पत्ता लागला नाही! वेळ आली तेव्हा त्याने ताड्कन सांगून टाकले. आपल्याला काय वाटेल याचा क्षणभरही विचार केला नाही त्याने.

आता तो लिझाकडेच असेल... त्यांचे पुढचे बेत चालू असतील. काही वर्षांपूर्वी आपले बेत चालायचे तसेच. त्या वेळी जॉन खरोखरीच आपला होता का? आपला हात हातात घेताना... आपल्याला मिठीत घेताना... ते स्पर्श आठवले की आता शिसारी येते. एक घोर वंचना. हाताशी असलेले झाड ओरबाडत दुसऱ्या झाडाची फुले हुंगणे... हे मनात आले की उलघाल होते. तो सगळा आनंद परत करावासा वाटतो. किंवा एक मोठा खड्डा खणून त्यात त्या आनंदाचे प्रेत पुरून टाकावेसे वाटते...

... मन सैरावैरा धावते आहे. आवर घातला पाहिजे. बळ जमा केले पाहिजे. ते आपल्यात कुठेतरी असेलच. ते बळ देणारे इतरही कुणी अदृश्य रूपात असेल... कोण? रक्ताच्या नात्याची माणसे तर दूर आहेत. त्यांच्याशी संबंध ठेवला नाही. कुणीकुणी परदेशप्रवासाच्या निमित्ताने आसपास येऊन गेले. त्यांनी फोन केला तेव्हा आपण 'घरी या' असेसुद्धा म्हटले नाही. सुधीने भारतातूनच फोन केला होता.

''मी माझ्या नवऱ्याबरोबर येते आहे.''

"फाइन."

"डू मी अ फेव्हर. आजी म्हणाली म्हणून सांगते आहे. माझं तिथं एखाद्या हॉटेलात रिझर्व्हेशन करशील?"

"इथली हॉटेल्स फार महागडी आहेत!"

"हे बघ विभा, सुदैवानं आम्हाला पैशाची अडचण नाही." सुधीचा धारदार आवाज.

"ओ!"

"अगदी नाइलाज म्हणून सांगते आहे."

'ओके. आय वुइल डू द नीडफुल. तुला कळवते."

"नको. मीच तिथं यायच्या सुमारास तुझ्याकडून माहिती घेईन. तू कशाला फोन करण्यात तुझा वेळ अन् पैसा वाया घालवतेस?"

सुधीचा तडाखा. प्रत्युत्तर काय द्यावे हे सुचलेच नाही. 'आजी कशी आहे?' हा प्रश्नही तिला विचारायचा राहून गेला. ममी आजारी होती... एकदा तिने न राहवून फोन केला होता. पण तेव्हाही जितक्यास तितके संभाषण. सुधी स्वाभिमानी आहे. मीना बिचारी भाबडी. सगळे ठाऊक असूनही आपल्याकडेच दोन दिवस राहायला आली. तिला किती परकेपणाने वागवले आपण. 'हे बघ मीना, इथं कुणाला एन्टरटेन करायला वेळ नसतो. हा फ्रिज. काय काय आहे ते बघ, अन् तुझं तू मॅनेज कर.' हे सगळे तिच्या नवऱ्यादेखत! तिचा चेहरा गोरामोरा झाला. तिच्या नवऱ्याच्या चेहऱ्यावरचा संताप स्पष्टपणे दिसला. पण आपण मख्ख! त्यांची मुलांशी, जॉनशी ओळखही करून दिली नाही. मुलांनीही विचारले नाही. फक्त अनीने चौकशी केली.

"हू आर दे?"

"माय कझिन..."

"खरंच?- अन् तुम्ही दोघी एकमेकींशी बोलतही नाही? स्ट्रेंज!" एवढेच.

अनी थोडा वेगळा आहे. त्याला अजून सांगितलेलेच नाही. सांगावे का? तो सर्वांत लहान. पण कदाचित त्याच्याशी बोलता बोलताच काही मार्ग दिसेल.

कुणाचा तरी आधार हवा आहे. याचा अर्थ मन अधू झाले आहे. एका दिवसातच? मग पुढचे आयुष्य कसे जायचे? झुरण्यात, खंतावण्यात? ती तीस वर्षांपूर्वीची निर्णयशक्ती कुठे गेली?- ते काही नाही, स्वतःच मार्ग काढला पाहिजे. तिकडे जॉन नव्या आयुष्याला सुरुवात करणार आहे. मग आपणही का नाही? विसरायचे सगळे. दूर फेकून द्यायचे. एका कोऱ्या, जॉनच्या पाऊलखुणा नसलेल्या प्रांतात पाऊल टाकायचे!... कृतघ्न! इतके देऊनही, पाठीत खंजीर खुपसणारा... आय हेट हिम. आय मस्ट हेट हिम इन ऑर्डर टु सफर वुइथ डिग्निटी! पण तसेही नको. सोसायचे का म्हणून? नवे आनंदाचे आयुष्यच उभे करायचे. चिरस्थायी नाती शोधायची... या शोधाला उशीर झाला? मुळीच नाही. नुकती कुठे पन्नाशी उलटली आहे. दुसरे आयुष्य उभे करायला

काही कमी अवधी नाही.

पण चिरस्थायी नाती कुठली? सगळी नाती अशीच नासणारी. धागा सुरुवातीला मजबूत असतो. मग हळूहळू कसर लागू लागते; गुंते, गाठी होतात. दिसत नाहीत एकदम. पण त्या असतातच. कापून काढाव्या म्हटले तर धागा तुटतो. मग तो तसाच केविलवाणेपणाने हातात पकडून त्यात काहीतरी गुंफत राहायचे. कदाचित पोकळ, ओघळणारे मणीच. वाटते, माळ तयार होते आहे- पण तो असतो एक भास.

सर्व मानवी नात्यांना असलेला हा एक शाप आहे!

आजीला हे पटले असते? विचारावे तिला आत्ताच्या आत्ता फोन करून? ती कदाचित हसेल; जुनी आठवण देईल : 'परीक्षेच्या वेळी एखादा मराठी शब्द अडला ना, की तू असाच फोन करायचीस... असं ऐन वेळी काही सांगता येत नाही पोरी. परीक्षेत पास होण्यासाठी आधीपासून केलेली भक्कम तयारी लागते. मग काय बिशाद आहे कुणाची नापास करण्याची? मी झाले नापास? तरुण वयात विधवा झाले. एकटी राहिले. मुलींनी जे करायचं ते केलं. पण तुम्ही राहिलातच ना माझ्याजवळ? मला मिळायचं ते मिळालं. तुझ्या भाषेत फर्स्ट क्लास मिळाला. कळलं?'

मनात चालू असलेल्या स्वगतात आजीचा आवाज मिसळला, आणि मग पोकळी भरल्यासारखी वाटली.

विभावरीने डोळे पुसले, आणि ती शॉवर घेऊन ताजे टवटवीत होण्यासाठी बाथरूममध्ये शिरली.

बाहेर आलेली विभावरी वेगळी होती. मनाशी पक्का निर्धार केलेली. परीक्षेसाठी लागणाऱ्या पूर्वतयारीचा शांत मनाने विचार करणारी.

बागेत एक मासिक घेऊन ती बसली होती. अनी तिथे हातातला बर्गर खात आला. समोरच्या खुर्चीत बसला. याच्याशी बोलावे की बोलू नये, हा तिचा प्रश्न अनीनेच सोडवला.

"हाय मॉम."

"हाय."

"तू अपसेट का आहेस हे मला ठाऊक आहे."

"तुला काय वाटलं, ते ऐकल्यावर?"

"आय फेल्ट बॅड- सॅड टू... फॉर बोथ ऑफ यू."

"असं काही घडायलाच हवं होतं का रे?" ती हळूहळू मोकळी होत गेली.

"नको होतं. पण आता काही इलाज आहे का? यू वुइल हॅव टु फेस इट!"

"ते तर खरंच. तुम्ही तिघे दूर जाणार. मग मी एकटीच." तिला हुंदका फुटला.

"ममी, रागावू नकोस. मी जे काही बोलणार आहे ते ऐकल्यावर नाही ना

रागावणार? तरच बोलतो.''

''बोल. मला खरंच या सगळ्याचं ॲनॅलिसिस हवं आहे. मला ते नाही करता येतं...''

''त्यात अवघड काहीच नाहीच. तूच एकदा सांगत होतीस, तू डॅडीसाठी सगळं सोडून आलीस. ते चुकीचं होतं.''

''म्हणजे?''

''अशी आपली संपूर्ण गुंतवणूक कुणातच असू नये. जगताना जवळ, दूर वेगवेगळ्या प्रकारची माणसं लागतात. त्यामुळे जगण्यातली सिक्युरिटी वाढते. आमच्यात फार गुंतली नाहीस. मग डॅडींमध्ये इतकी का गुंतलीस?''

''आय डोन्ट नो!''

''हे तू आता वैतागून म्हणते आहेस. पण तुला ठाऊक आहे. तू ते नातं गृहीत धरलंस. असं ठरवलंस की हे नेहमी तितकंच जवळचं राहील. राहत असेलही ते काही वेळा; पण त्यासाठी काही इतर माणसांना तोडायची गरज नव्हती. तू मला लहानपणी तुझ्या आजीबद्दल सांगायचीस. खरं सांग, तुला कधीही तिला भेटावंसं वाटलं नाही?''

''वाटलं रे, पण...''

''पण तू तिच्या आमंत्रणाची वाट पाहत होतीस. इगो प्रॉब्लेम.''

''तेवढंच नव्हे. मला तिच्या भोवतीची इतर माणसं- म्हणजे माझे कझिन्स. फारसे नाही आवडले.''

''हाही इगोच! अहंकार, कधी शोधून पाहिलंस का त्यांना? डिड यू गिव्ह देम अ फेअर चान्स?''

विभावरीजवळ या प्रश्नाचे उत्तर नव्हते. पण तिला आश्चर्य वाटत राहिले. तिन्ही मुलांत सर्वांत लहान असलेल्या अनीकडे कुठून आले इतके शहाणपण? तो म्हणतो आहे त्यात नक्कीच तथ्य आहे.

''मी अलीकडे पुष्कळ वाचतो. विचार करतो. मला वाटतं, माणसांनी नेहमी एकमेकांच्या जवळ राहावं. खूप माणसांनी. एक दूर गेला याचा अर्थ सगळी दूर जातात असा नाही. उलट ती अधिक जवळ येतात. मात्र तुम्हीही त्यांना जवळ घ्यायला उत्सुक असलं पाहिजे. हे माझं अगदी ठाम मत आहे. म्हणूनच मला कधीकधी वाटतं, मी अमेरिकेसारख्या देशात जन्माला यायला नको होतं. मला या वयातही इथं एकटं, असुरक्षित वाटतं. कधी वाटतं, एखादं कारण शोधावं अन् तुझ्या देशात जाऊन यावं. तुझ्या आजीला- अन् माझ्या आजीलाही भेटून यावं. पण मी जे ऐकलं आहे त्यावरून, तुला ते कधीच आवडणार नाही. तू कधी आम्हाला तुझ्याजवळचा फॅमिली अल्बमही दाखवला नाहीस. तू तरी कधी इतक्या वर्षांत तो उघडून पाहिला आहेस का? सॉरी, मी

फार बोलतो आहे. पण मनापासून; कारण मला खरंच वाटतं की तू यातून लगेच बाहेर यावंस. डॅडींबद्दल मनात कुठलाही आकस न ठेवता!''

"अवघड वाटतं आहे - आत्ता तरी.''

"जस्ट ट्राय- फॉर युवरसेक. फॉर माय सेक... मी जातो. आय हॅव अॅन अपॉइन्टमेन्ट... बाय!''

"बाय!''

अनी दिसेनासा झाला. पुन्हा ती एकटीच. भोवती अंधार दाटत चाललेला. या टोकापासून त्या टोकापर्यंत शांतता व ऐसपैस पसरलेले निळेभोर स्वच्छ आभाळ. वाऱ्याची एखादी मंद, शरीराला गारवा देणारी झुळूक... आणि ते कालपासून कानात निनादत असलेले सूर.

त्या सुरांची अचानक ओळख पटली!

विभावरी झटक्यासरशी उठली, आणि तिने फोन उचलला. आत्ता तिथे किती वाजले असतील? सकाळचे आठ-नऊ? इथला काळ- आणि तिथला काळ... अंतर आहेच. पण ते क्षणार्धात ओलांडता येईल. उतावळेपणा होईल का? होऊ दे. पत्रात सगळे लिहिता येणार नाही- आणि प्रत्यक्ष जायचे म्हणजे अजून निदान महिना तरी हवा. एकाएकी चक्र उलटे फिरू लागले आहे. आता त्याची गती थांबवणे आपल्या हातात नाही.

फोन चट्‌कन लागला...

"मी विभावरी बोलते आहे.'' आवाजात अधीरता.

"अगं, कुठून? हा प्रश्न यायला किंचित काळ मधे गेला. वाटले, संवाद तुटला का? मग लक्षात आले ते काळाचे अंतर. त्या अंतरामुळे निमिषभर खंड पडतो आहे, पण संवाद होतो आहे. ही बहुधा सुधी.

"इथूनच. सुधीच ना तू? आजीकडे आली आहेस? कशी आहे आजी?''

"पूर्वीइतकीच ठणठणीत. पूर्वी आपलं केलं. आता आमच्या मुलांचं करते... देते हं तिला फोन. फार आनंद होईल तिला. ती बोलून दाखवत नाही कधी, पण तुझी फार आठवण होते तिला. तुझ्या आईलाही.''

सुधी किती निर्मळपणे बोलत होती. आपण तिच्याशी वाईट वागलो. पण तिने मनात अढी ठेवलेली दिसत नाही. विसरण्याची ताकद कुठून मिळवली तिने?

"काय गं पोरी? बरी आहेस ना? आज कशी आमची आठवण झाली तुला?''

आजीचा मायाळू, कातर आवाज. तो आवाज ऐकूनच विभावरी गहिवरली.

"काय झालं गं? आवाज असा का येतो आहे?''

"आजी, तुला खूप सांगायचं आहे. ऐकशील ना?''

"म्हणजे काय? बोल तू, मी ऐकते आहे.''

आणि विभावरी आजीच्या समोर बसल्यासारखीच बोलत राहिली. आढेवेढे न घेता, काहीही लपवून न ठेवता. बोलून झाल्यावर ती एकाएकी गप्प झाली.

"झालं बोलून तुझं? आता माझं ऐक. आम्हाला कल्पना होती. सुधी तिथं आली होती ना, तेव्हा तिनं तुझ्या नवऱ्याला त्या मुलीबरोबर पाहिलं होतं. तिचा विश्वास बसेना. तिनं आम्हाला सांगितलं. आम्ही काही बोलायचं नाही असं ठरवलं. वाटलं होतं. सगळं आपोआप सुरळीत होईल. जाऊ दे! इतकं मनाला लावून घेऊ नकोस. काही आभाळ नाही कोसळलं. विसरून जा. आपल्या कामाला सुरुवात कर."

"फार एकटं वाटत गं."

"एकटं कशासाठी वाटून घ्यायचं? आम्ही आहोत ना... इथं येतेस का थोडे दिवस? ये."

"खरंच येऊ? आईला आवडेल?"

"अगं, आईचं आतडं आहे ते. रागावली तरी तेवढ्यापुरतं अन् मी आहे ना, तिचे कान धरायला. तू काळजी करू नकोस."

"सुधी, मीना, जया, मधू- सगळ्या तिथंच आहेत? अजून येतात तुझ्याकडे?"

"येतात अधूनमधून आपले व्याप सांभाळून. मग जुन्या आठवणी निघतात. फोटो आहेत ना सगळे, पाहतात अन् हसतात! पुन्हा लहान होतात."

"आजी, मला पुन्हा लहान होता येईल?"

"आलं पाहिजे!"

"आणि पुन्हा शाळेत जाऊन परीक्षा द्यावी लागली तर?"

"द्यायची! परीक्षेला कशाला घाबरायचं? शाळेतल्या परीक्षा संपल्या तरी आयुष्यातल्या परीक्षा संपत नाहीत बाई. समज की ही एक परीक्षाच चालू आहे."

"पास होईन?"

"पास? फर्स्टक्लास मिळवशील फर्स्टक्लास! मग पेढे घेऊन इथं ये. सगळ्यांना बोलावते मी. मजा करू आपण."

"तुम्ही सगळे रागावला नाहीत ना माझ्यावर?"

"वेडी की काय? आपल्या माणसावर कधी कुणी रागावतं का? चल. आता फार बडबडू नकोस. फोनचं बिल वाढवू नकोस. पुन्हा फोन कर- आणि ये."

ये... ये... ये... या शब्दाचेच सूर झाले; आणि ते सूर आपल्या चोचीत पकडून तीस पक्षी आभाळात उंच झेपावले. तिथून सगळे दिसत होते आणि कुठेच नजर स्थिर न ठेवता पुढेही जाता येत होते. जिथे माती आहे, त्या प्रदेशात उतरण्यासाठी!

कथाश्री, दिवाळी १९९५

तिघी

नेहमीप्रमाणे पहाटे पाच वाजता उठून येसूमावशींनी आपल्या दैनंदिन व्यवहारांना सुरुवात केली. तोंड धुणे, चहा, देवपूजेची तयारी, सडासंमार्जन आणि त्यानंतर स्नान. प्रसन्न वाटले. देव्हाऱ्यात लावलेल्या निरांजनाच्या प्रकाशाने मन उजळले. अवघे घरच त्या प्रकाशाने उजळल्यासारखे दिसले. तिथेच पाटावर बसून येसूमावशींनी नित्यपठणातली स्तोत्रे वाचली, जप केला, मनोभावे देवाला नमस्कार करून प्रार्थना केली, 'सर्वांना सुखी ठेव!'

हे सगळे आटोपून त्या स्वयंपाकघरात गेल्या. त्यांनी सर्वांसाठी चहाचे आधण ठेवले. साडेसहानंतर घरातली इतर माणसे एकामागून एक उठत. त्यांची वर्दळ सुरू होण्यापूर्वीच येसूमावशी आपल्या नित्यकर्मातून मोकळ्या झालेल्या असत. सर्वांचा पहिला चहा झाल्यानंतर त्यांना त्यांचे दिवसभरातले कार्यक्रम विचारून घेणे, त्याप्रमाणे कामाच्या बायकांना सूचना देणे, उरलेल्या अन्नाचे, दही-ताकाचे काय करायचे, भाजी कोणती करायची, पोळ्या किती करायच्या, बाजारातून काय आणायचे, आदल्या दिवशी दिलेले पैसे कुणी, कसे खर्च केले, इस्त्रीसाठी कपडे द्यायचे आहेत का, मुलांना कुणाचे निरोप आहेत का... एक ना दोन. हजार कामे! नोकरांकडूनच ती करून घ्यायची हे खरे; पण ती व्यवस्थितपणे करवून घेताना नोकरांच्या बरोबरीने येसूमावशींचा वेळ जात असे. त्याबद्दल त्यांची तक्रार नसायची. अंगवळणी पडले होते. आता नोकर तरी आहेत, पूर्वी ते कुठे होते? दादाजींचा व्याप वाढला. मुले कर्तीसवरती झाली तेव्हा नोकर आले. श्रम कमी झाले, तेवढा विसावा पुरे. अखेर हे आपले घर आहे. ते संपूर्णपणे नोकरावर सोपवून कसं चालेल? स्वत: लावलेल्या झाडाला स्वतःच पाणी घातले पाहिजे, स्वतःच त्याची निगराणी केली पाहिजे. नाहीतर ते झाड लावले कशाला हा प्रश्न पडेल आणि त्याचे उत्तर मिळाले नाही तर कर्तव्यच्युत, अपराधी वाटेल.

येसूमावशींना उत्तर मिळाले होते. त्या शांत, तृप्त होत्या.

चाळिशी ओलांडलेल्या, समाजकार्यात मग्न असणाऱ्या त्यांच्या विवाहित मुलीला– जयश्रीला– आपल्या आईचे उत्तर कधीच पटले नाही. मग नेहमीचा संवाद.

"आई, तू पदवीधर आहेस. चांगलं वाचायची आवड असलेली. मला ठाऊक आहे, थोडंफार लिहिलंही आहेस. तिकडे वळ ना. या वयातही घर न् घर कसलं? थकत नाहीस का?"

"नाही. देवाच्या कृपेनं माझ्या अंगात उदंड शक्ती आहे."

"ती दुसऱ्या कामांत वापर ना!"

"जया, या घरात बाहेरची कामं करणारी पुष्कळ माणसं आहेत!"

"म्हणजे दादाजी अन् मी! मला ठाऊक आहे, तुला आम्ही असं एकसारखं घराबाहेर असणं आवडत नाही... पण काय करणार? एकदा त्यात पडलं की ते वाढतच जातं. दादाजी थकत चालले आहेत. पण त्यांची सुटका नाही."

"सुटका करून घेण्याची इच्छा असली तर होते!"

"हे तुझ्या बाबतीतही खरं आहे."

"पण सुटण्यासाठी आधी अडकायला हवं ना! मी छान मोकळी आहे. घर सांभाळतानाही मी मोकळीच असते. माझ्या परीनं माझीही कामं चालूच असतात..."

"ते खरं गं. पण..."

"जाऊ दे. हा आपला नेहमीचा न संपणारा वाद आहे. त्यात वेळ कशाला घालवायचा? तू तुझ्या कामांना लाग, मी माझ्या कामांना लागते. मला सांग, आज अंजूला कोणता ड्रेस देऊ? शेजारच्या नलूचा वाढदिवस आहे..."

"मला काय विचारतेस? तू ठरव ना."

"तू तिची आई आहेस बाई."

"पण तिला आईपेक्षा आजीच्या मताची किंमत अधिक!"

"अगं, ती माझ्याजवळ जास्त वेळ असते ना– म्हणून!"

या संभाषणातून लक्षात यायचं की, जयाशी असलेल्या आपल्या नात्यात सूक्ष्म ताण आहे. पण ते मनावर घ्यायचे नाही! तसे दादांशी असलेल्या नात्यातही ताण आहेतच. त्यांचे सगळेच आपल्याला कुठे पटते? पण तेही मनावर घ्यायचे नाही. आपण आपल्या वाटेने चालत राहायचे. आपल्या वाटा वेगळ्याच होत्या. उत्तरोत्तर त्या अधिकाधिक वेगळ्या होत गेल्या. आता तर दादाजी त्यांच्या वाटेच्या दूर कुठेतरी असलेल्या टोकाशी पोहोचले आहेत. त्यांना आपली हाक ऐकू कशी येणार? पण तेच कधीकधी मागे वळून पाहतात. त्या वेळी त्यांना घर दिसावे म्हणून तर ही सगळी धडपड! केवळ त्यांच्यासाठी? नाही. स्वतःसाठीही! स्वतःसाठीच!

येसूमावशींची कामे चालू होती. इतर माणसांचे व्यवहारही सुरू होते. आता

त्यात फारसे पडावे लागत नसे. मुले लहान होती तेव्हाची गोष्ट वेगळी. आता जो तो आपापल्या कामात. सुधीर तयार होऊन निघाला होता. मधू अंघोळीला गेला होता. दादाजींकडे माणसे आली होती. जया त्यांच्या बरोबरच होती. आता ही मंडळी टेबलापाशी येतील तेव्हा येतील! सगळे तयार करून ठेवले आहे. जया दादाजींचे दूध ओतून देते त्यामुळे तीही काळजी नाही. फक्त माणसे घराबाहेर पडल्यानंतर आवराआवर केली की झाले! मग दुपारच्या जेवणापर्यंतचा वेळ रिकामा, स्वतःचा. त्या वेळात, जेवणाला उशीर होतो म्हणून थोडे खाऊन घ्यायचे कधी लक्षात राहते, कधी राहत नाही. कधी जया निघताना म्हणते, 'आई, आम्ही निघालो. तू अजून काही खाल्लेलं नाहीस, विसरशील.' पण हे कधीकधीच. न चुकता नव्हे. दादाजींचे दूध जितक्या आठवणीने त्यांना देते, तितक्या आठवणीने नक्कीच नव्हे!

हा आणखी एक सूक्ष्म ताण. पण येसूमावशींनी तोही मनाच्या पृष्ठभागावर येऊ दिला नव्हता. कशाला कसली अपेक्षा ठेवायची? तिचे घर गावातल्या गावात आहे म्हणून. दूर असती तर कुठे रोज विचारपूस करायला येणार होती? घर गावातल्या गावात आहे हे एका परीने बरेच आहे. दादाजींना तिची मदत होते, सोबत राहते. अंजूचीही आबाळ होत नाही. जया तिला खुशाल आपल्याकडे सोडून जाते. कधी शनिवारी-रविवारी, तर कधी सलगपणे महिनाभरसुद्धा. सध्या तर अंजू आपल्याकडेच राहते आहे. घरी जायला तयारच नसते. जयाची तक्रार अगदीच खोटी नाही.

अंजू उठली होती. येसूमावशीच्या भोवती घोटाळत होती.

"अंजू, आज वाढदिवसाला जायचं आहे ना? आईला विचार कोणता ड्रेस घालायचा? इथं आहे की त्या घरी?"

"आईला काय विचारायचं? तूच सांग ना. ती गेलीसुद्धा असेल."

"नाही गेलेली अजून. दादाजींच्या खोलीत आहे बघ. जा विचारून ये तिला."

"आजी, तू थांब हं. आपण दोघी मिळून चहा घेऊ. मला एकटीला कंटाळा येतो!"

येसूमावशींचे डोळे उगाच पाणावले. अंजू तिथे नव्हती म्हणून बरे. ती परत आली. "आई म्हणाली, आजीला विचारून काय ते ठरव. मला वेळ नाही! अन् हो आजी, दादाजींनी तुला जरा वर बोलावलं आहे."

"निघालेच आहे मी. तू चहा घे ना..."

"नको, तू ये. मी थांबते."

डोळे पुन्हा पाणावले. कडा किंचित पुसून येसूमावशी जिना चढू लागल्या.

दादाजींची तयारी झालेली दिसत होती. ते हातातले कागद चाळत होते.

येसूमावशींची चाहूल लागताच म्हणाले, "आम्ही निघतो."

"परत केव्हा येणार?"

"दोन-तीन दिवसांनी. म्हणजे बहुधा रविवारी."

"म्हणजे?"

"हो. अचानक कोल्हापूरला एक मीटिंग निघाली आहे. कालच पत्र आलं. बोलायचं विसरलो."

हे नेहमीचेच होते. पायाला भिंगरी. सलगपणे आठ दिवस ते कधी नसायचे.

विकास परिषदेचे काम अंगावर होते. इतर अनेक समित्या. शिवाय सार्वजनिक कार्यक्रम. हे आंदोलन, ती निषेधसभा. प्रत्येकाला दादाजी हवे असायचे. त्यांचे वक्तृत्व उत्तम होते. त्यांच्या अध्यक्षतेखालची कोणतीही सभा गाजत असे. त्यांच्या उपस्थितीमुळे प्रतिष्ठा येत असे. शिवाय त्यांचे सरकारी-दरबारी वजन होते. त्यांनी शब्द टाकला की सहज कामे होत. त्यांना दोनदा खासदारकी व तीनदा आमदारकी देऊ करण्यात आली; पण ती त्यांनी कधीच स्वीकारली नाही. शेवटी मुख्यमंत्र्यांनी गळ घातली, 'विकास परिषदेचे अध्यक्षपद तरी स्वीकाराच. त्या खुर्चीवर बसायला तुमच्याइतका योग्य माणूस नाही.' इलाज राहिला नाही. त्या पदाबरोबर इतर सवलती, सुखसोयी आल्या. सेक्रेटरी, गाडी, अनेक समित्यांचे पदसिद्ध सदस्यत्व. दादाजी त्या कामात रंगले. त्या निमित्ताने होणारे प्रवासही वाढत चालले. पन्नाशीपर्यंत ठीक होते. पण आता सत्तरीच्या घरात पोहोचल्यावरही... त्यातच तीन-चार वर्षांपूर्वी एक सौम्यसा अर्धांगाचा झटका येऊन गेलेला. त्यातून ते पूर्णपणे बरे झाले खरे, पण तरीही काळजी घ्यायला नको का? कुणी सांगितले म्हणून ऐकायचा त्यांचा स्वभाव नव्हता. सुदैवाने त्यांचा सेक्रेटरी चांगला होता. प्रवासात त्यांची सर्व काळजी घ्यायचा. घरीही नेहमी त्यांच्या बरोबर असायचा. त्याच्याखेरीज दादाजींचे पान हलत नसे. शिवाय आता अधूनमधून जयाही मदतीला असे.

"काळे, औषधं बरोबर घेतली ना?"

"होय वहिनी. काळजी नको. जयाबाईही बरोबर आहेत."

"दिवेलागणीपूर्वी परत या. तो घाट वाईट आहे."

"किती वेळा त्या घाटातून गेलो असेन! तुमचं उगीचंच," दादाजी मधेच म्हणाले.

त्यांच्या बोलण्याकडे दुर्लक्ष करून येसूमावशी म्हणाल्या, "नंदाचं लग्न आहे. वन्संना तुम्ही येतो म्हणाला होतात."

"अरे खरंच, ऐन वेळी हे काम निघालं. काय करणार? तुम्ही जा."

"मी जाईनच."

"काळे, निघू या? ड्रायव्हर आला का?"

"मघाशीच."

तेवढ्यात आणखी काही माणसे आली. चर्चा सुरू झाली. येसूमावशी निमूटपणे तिथून निघाल्या. हेही नेहमीचेच. म्हणजे आता नेहमीचेच झालेले. पूर्वी...

अंजू जेवून शाळेत गेली. तरी येसूमावशींच्या मनातून पूर्वीचे दिवस जात नव्हते. त्या वरकरणी नित्याची कामे करीत होत्या. ती कामे पुष्कळ होती. जवळची एक मुलगी त्यांच्याकडे शिकायला यायची. आजूबाजूच्या बायका आपली सुखदुःखे सांगण्यासाठी यायच्या. कुणाला पैसे उसने हवे असायचे, तर कुणाला दुखण्यावर एखादे घरगुती औषध हवे असायचे. हा मधला वेळ कसा निघून जायचा ते कळायचेही नाही. आजही तेच. मनात मात्र जुन्या, पूर्वीच्या दिवसांची आठवण.

ते दिवसही असेच वर्दळीचे. मुले लहान होती. त्यामुळे व्याप अधिक. त्या वेळी घरात इतके नोकरचाकरही नव्हते. बरीच कामे स्वतःच करावी लागायची. दादाजींची मदत अजिबात नव्हती. ते स्वतःच्याच चक्रात. केव्हाही यायचे, केव्हाही जायचे. त्या वेळी मनात येई, यांना एखादी नोकरी असती तर बरे झाले असते. निदान तेवढा वेळ तरी बांधलेला राहिला असता. आयुष्याला काहीतरी शिस्त आली असती. आर्थिक विवंचना नव्हती. गरजाही कमी होत्या. पण हा अनियमितपणा... आणि संसार मांडूनही त्याविषयी संपूर्ण बेफिकिरी! सुदैवाने मुले हुशार निघाली. नाहीतर काय केले असते? सुधीर-मधू कधी फार जवळ गेलेच नाहीत. सुधीर तर एकदा म्हणालाही, ''तूच तर आमचं सगळं करतेस. त्यांच्याशी कशाला बोलायचं?'' जया तेवढी जवळ राहिली. पुढे तर त्यांच्या सार्वजनिक जीवनाचा एक भागच बनली. तिच्याऐवजी सुधीर किंवा मधू यांच्यापैकी कुणी ती जबाबदारी उचलली असती तर आपल्याला आवडले असते? कोण जाणे! पण झाले हेच बरे झाले. आपल्याला झेपले तसे त्यांच्या बायकांना झेपेलच असे नाही! आपण झेपवून नेले खरे. पण नेहमीच निःशंकपणे नाही!

त्या वेळी दादाजींबरोबर माने असायचे. तेही असेच. संसार बायकोवर सोपवून मोकळे झालेले! एकदा त्यांची बायको अस्वस्थ होऊन घरी आली. तिने विचारले, ''हे नेहमी दादाजींबरोबर जातात हे खरं ना, वहिनी!'' तिची समजूत घातली. भलता संशय घेऊ नको असे सांगितले. पण आपल्यालाही एकदोनदा तो संशय आलाच होता ना! त्या वेळी मान्यांनीच आपली समजूत घातली होती.

''वहिनी, दादाजींसारखा निष्कलंक चारित्र्याचा माणूस मिळायचा नाही!''

''ते खरं हो. मलाही ठाऊक आहे. पण त्यांचं हे असं वेळीअवेळी बाहेर जाणं...''

''माझ्यावर विश्वास ठेवा. ते कामासाठीच जातात.''

''असे कसे हो तुम्ही पुरुष? घराकडे लक्षच द्यायचं नाही म्हणजे काय? परवा तुमची बायको आली होती. खंगली आहे बिचारी.''

"तिच्या मनात काही संशय नाही ना?" मान्यांनी हसत विचारले होते.

"तसं म्हणाली नाही. पण मनात आल्याखेरीज राहतं का?" - पुढे तिने ते बोलून दाखवलेच!

काळ्यांच्या बायकोने मात्र तसली टोचणी कधी बाळगली नाही. गेल्याच खेपेच्या प्रवासावेळची गोष्ट. कुणी घरी नव्हते. ती आली.

"ये प्रमिल. तुझी छोटी काय म्हणते?"

"मजेत."

"अन् तू?"

"मीही मजेत! हे बाहेरगावी असल्यामुळे फारच मजेत!" वाटले, ती चेष्टेने किंवा उपहासाने बोलते आहे. पण तसे काही नव्हते. ती मनापासून म्हणत होती.

"खरं सांगू का, हे नसले की कसं मोकळं वाटतं. काहीही करावं. काहीही खावं. अगदी पिठलंभातसुद्धा. स्वतःची कामं करता येतात. स्वतःचे छंद पुरवता येतात. परवाच ते 'ध्यानीमनी' पाहिलं. यांना नाटक-सिनेमाची आवड नाही. ते असताना एकटं जावं तरी पंचाईत! नसले की एखादी मैत्रीण पकडून बिनधास्त जाता येतं. बरं वाटतं वहिनी. लग्न झाल्यानंतर नवराबायकोंनी नेहमी एकत्र राहण्याची कल्पना कुणी काढली हो? जे नेहमी एकत्र राहतात त्यांचं काय होत असेल!"

"चल, काहीतरीच तुझं. अगं, संसार मांडला, मुलं झाली की सगळं सांभाळण्यासाठी चार हात लागतातच."

"फक्त कागदोपत्री! काम करतात दोनच हात!"

"मुंबईची आहेस म्हणून असं बोलतेस. आमच्या सांगलीला..."

"तुमची जया सांगलीचीच ना? ती बघा कशी आपल्या नवऱ्याला अधूनमधून विश्रांती देते!"

तिचे फटकळ बोलणे ऐकून हसू आले. पण काय खोटे होते त्यात? पूर्वीचे दिवस गेले. आता आपल्यालाही हे नसले की मोकळे वाटते. तसे ते अध्यात ना मध्यात. पण तरीही वेध असतातच. शिवाय वेळीअवेळी येणारी माणसे, टेलिफोन्स... चार दिवस तरी सगळे थांबते!

पण तरीही काळजी वाटतेच. पूर्वीची काळजी नाही. ती करायचे दिवस मागे पडले. आता प्रकृतीची काळजी. प्रवासात त्रास नाही ना होणार? हे दिवसेंदिवस भ्रष्ट होत चाललेले जीवन... कुणी अडचणीत नाही ना आणणार?

हे प्रश्न टोचू लागले की सगळे ताण संपतात, तक्रारी संपतात. फक्त काळजी उरते!

अंजू शाळेतून आल्यानंतर घर पुन्हा गजबजले. येसूमावशी काहीतरी वाचत बसल्या होत्या. संध्याकाळी स्वयंपाकाचे फारसे काही नव्हते. त्यामुळे निवांतपणा

होता. पण तेवढ्यात त्यांना काहीतरी आठवले. कृष्णाबाईचे दिवस भरले आहेत. चार झबलीटोपडी शिवायला हवीत. कच्च्या डिंकाची तयारी करायला हवी. अजून कामाला येते बिचारी. तिला सांगायला हवे 'उद्यापासून येऊ नकोस' म्हणून. एकदा तिच्या डॉक्टरणीलाही फोन करायला हवा...

"आजी, आज घरात कोणी नाही?"

"मामा येतील आता. आई कोल्हापूरला गेली. दादाजीही!"

"मज्जा! चल, आपण दोघी फिरायला जाऊ."

"वेडी की काय! तुला वाढदिवसाला जायचं आहे ना? शिवाय मलाही कामं आहेत."

"सारखी कसली गं कामं! कधी स्वस्थ बसतच नाहीस!"

"तरीही तुझ्या आईला वाटतं..."

येसूमावशी मधेच थांबल्या. उगाच त्या अजाण पोरीपर्यंत आपली खंत जायला नको!

पण अंजूच पुढे म्हणाली, "ते ठाऊक आहे मला. आयुष्य फुकट घालवणं वगैरे! घरात बसलं की आयुष्य फुकट जातं असं कुणी सांगितलं हिला?"

येसूमावशींच्या लक्षात आले, अंजू आता मोठी झाली आहे. तिची स्वतंत्र मते तयार होऊ लागली आहेत. ती जयापेक्षा किती वेगळी! चक्र पुन्हा उलटे फिरते आहे?

"असं बोलू नये अंजू."

"सॉरी! पण खरं सांगू, तूही किती करतेस. आपल्या गावातल्या बायका एकसारख्या तुझ्याकडे येत असतात..."

"अगं, सगळंच घरात बसून नाही करता येत. काही कामं बाहेर जाऊनच करावी लागतात. परवा आईचा फोटो छापून आला आहे. पाहिलास? खूप छान भाषण झालं म्हणे तिचं एका सभेत."

"पाहिला. तिनंच दाखवला. आता मी तुझा फोटो पाठवणार आहे त्या वर्तमानपत्राकडे!"

"वेडी! चल, तयारी कर."

पाठमोऱ्या अंजूकडे पाहताना येसूमावशींना भरून आले. तेवढ्यात माई आल्या.

"लिंबाचं लोणचं द्या या वाटीत. तोंडाला अगदी चव नाही."

"देते. बसा. चहा घेता का?"

"नको."

असे कुणीकुणी येतच राहिले. काही मागण्यासाठी, काही सांगण्यासाठी. प्रत्येकीचे दुःख वेगळे. कुणाचे सौम्य, कुणाचे अनावर. कुणाला सून छळते,

कुणाला सासू. कुणाला नवरा मारतो, कुणाला मुलगा विचारीत नाही. कुणाला औषधासाठी पैसे नाहीत, कुणाला यात्रेला जाता येत नाही.

येसूमावशी कुणाची समजूत घालत, कुणाला मदत करीत. सईला नवरा मारतो हे कळल्यानंतर त्या घरी गेल्या होत्या आणि त्याला पोलिसात नेण्याची धमकी देऊन आल्या होत्या; बकूमामींना 'आता सुनेला चार दिवस माहेरी पाठवा. तिला विश्रांती पाहिजे,' असे त्यांनी सांगितले होते. त्यांनी येसूमावशींचे ऐकले. एकदा कमलाबाई आल्या. म्हणाल्या, "येसूमावशी, तुम्ही पुण्याला चाललात?"

"हो. माझ्या बहिणीचं ऑपरेशन आहे गं. घरी आल्यावर तिला सोबत पाहिजे. जाते चार दिवस."

"पण माझे दिवस भरले आहेत. तुम्ही नसलात तर..."

"ती काळजी नको तुला. तू बाळंतीण झाल्याखेरीज काही मी जात नाही. तुला कच्चा डिंक खाऊ घालीन अन् मगच जाईन!"

लग्न झाल्यावर एखादी नोकरी पत्करली असती तर शिक्षणाचा उपयोग झाला असता कदाचित. पण हे सगळे करता आले असता का? जया दोष देते. तिच्या कल्पना वेगळ्या आहेत. असणारच. कारण ती वेगळ्या काळात वाढली. शिवाय तिच्यावर दादाजींचे संस्कार झाले. तिला पटणार नाही. हरकत नाही! आपल्या ठिकाणी आपण सुखी आहोत. आता तर जुने ताणही उरलेले नाहीत. छान मोकळे, तृप्त वाटते आहे.

त्या समाधानातच दुपार उतरली. संध्याकाळी देवापुढे दिवा लावताना येसूमावशींनी प्रार्थना केली, 'सर्वांना सुखी ठेव, निरामय ठेव.'

दादाजी रविवारी परतणार होते. पण शनिवारी रात्रीच फोन खणखणला. काळ्यांचा कातर आवाज.

"वहिनी, दादाजींना बरं नाही. आम्ही लगेचच ॲम्ब्युलन्सने निघतो आहोत. इथंच हॉस्पिटलात ठेवणार होतो, पण ते तयार नाहीत."

"काय झालं?" येसूमावशींनी धडधडत्या अंतःकरणाने विचारले.

"अर्धांगाचा झटका. तुम्हाला सांगणार नव्हतो. पण जयाताई म्हणाल्या, सांगा. ती धीराची आहे. पुढची व्यवस्थाही केली पाहिजे."

"मी बघते सगळं," असं म्हणून येसूमावशींनी फोन खाली ठेवला. सुधीर, मधू, अंजू सगळे तिथे होतेच. त्यांना सगळे सांगून येसूमावशींनी शांतपणे हालचालींना सुरुवात केली. भराभर माणसे गोळा झाली, आणि कोल्हापूरहून आलेली ॲम्ब्युलन्स थेट हॉस्पिटलात गेलीसुद्धा. लगेच उपचार सुरू झाले. दादाजींचा जरा डोळा लागल्यानंतर मगच येसूमावशी घरी आल्या; देवापुढे बसून व्यंकटेशस्तोत्र वाचू लागल्या.

शेजारी जया उतरलेल्या चेहऱ्याने येऊन बसली.

"भिऊ नकोस. सगळं ठीक होईल.' येसूमावशींनीच तिला धीर दिला. "त्यांची वाचाच गेली आहे गं. आता कसं होईल त्यांचं?"

"परमेश्वरावर भरवसा ठेवायचा!"

"तुला भीती नाही वाटत?"

"संकटांना भिऊन कसं चालेल? माणसावर ती सदैव कोसळत असतात. आपण सुदैवी. आत्तापर्यंत संकटं, दुःखं दूर राहिली. पण कधीतरी त्यांना सामोरं गेलंच पाहिजे ना?"

"त्यांचे परवापासूनचे कार्यक्रम..."

"ते रद्द करायचे."

"त्यांना चैन पडणार नाही गं. एकसारखं गर्दीत राहायची सवय..."

"पुढचं पुढे पाहू. तू झोप आता. सकाळी मधू-सुधीर आले की तू जा. माझं इथलं सगळं आवरून मी येईन."

येसूमावशी स्थिरचित्त होत्या. देवापुढचा दिवा शांतपणे तेवत होता.

दिवस भराभर पुढे चालले होते. दादाजी घरी आले होते. पण त्यांच्यात फारशी सुधारणा नव्हती. त्यांचे करायला नोकर होते, तरीही येसूमावशी जातीने सर्व पाहत. त्यांनी आपल्या दिनक्रमात बदल केला होता. सकाळी स्वयंपाकघरातील काम मार्गी लागले की त्या वर जात. दादाजींजवळ बसून राहत. पुन्हा दुपारी. सुरुवातीला पुष्कळ मंडळी यायची. पण हळूहळू वर्दळ कमी झाली. एकाकीपण आले. अशा परिस्थितीत दादाजींना सोबतीची गरज आहे हे येसूमावशींना ठाऊक होते. जया यायचीच. पण ती म्हणायची, "मला असं गप्प बसून राहणं हेही जमत नाही. किती बोलायचो आम्ही, अन् किती विषयांवर! पाटीवर काय काय लिहिणार? बोलायचा प्रयत्न करतात. पण..."

"हं!"

"तू काय करतेस?"

"मी नुसती जवळ बसते. माझं त्यांचं फार बोलणं होतं कुठे? मला अशा अबोल, दूरच्या सहवासाचीच सवय."

"तू बोलत नाहीस? मी कधी ऐकलं नाही."

"छे गं. मी बोलावं अन् त्यांनी ऐकावं असं माझ्याजवळ काय आहे? घरसंसाराबद्दल बोलू? ते कंटाळतील. काहीतरी वाचून मात्र दाखवते."

"हो, ते पाहिलं मी. परवा आले होते तेव्हा... कोणतं पुस्तक?"

"मी वाचत होते तेव्हाचं... 'विशाखा!' कुसुमाग्रजांच्या कवितांनी आम्हाला भारलं होतं.

परवा लक्षात आलं की अजून ते भारलेपण कायम आहे. त्या प्रभावामुळे बेचाळीसच्या आंदोलनातही थोडीफार शिरले होते. दादाजी तर नेतेच होते त्या काळात.''

''आई, हे सगळं का सोडलंस तू?''

''सोडलं कुठे? आत जपून ठेवलं आहे. आपण सगळेच चालतो. काही वेळा समोर असलेला तारा वेगळा असतो, इतकंच. पण ताऱ्याताऱ्यांत फार फरक असतो असं मला नाही वाटत.''

''मला एकदा त्या कविता म्हणून दाखव ना.''

''दाखवीन कधीतरी! तुला वेळ असेल तेव्हा. अंजू अन् मी खूप वेळा बसतो. हट्टच धरते ती.''

''त्यावरून आठवलं. आज तिला घरी घेऊन जाते. मला जरा मदत हवी आहे. चालेल ना?''

येसूमावशींनी मानेनेच होकार दिला.

जयाच्या मनाला चाटून गेले, दादाजीची आता वाचा गेली. आई किती वर्षे मूक राहिली आहे. इतरांशी खूप बोलते. पण तिला जे बोलायचे आहे ते ती कधी कुणाजवळ बोलली आहे का?'

दोन वर्षे उलटून गेली. दादाजींच्या परिस्थितीत सुधारणा नव्हती. तसे ते घरातल्या घरात हिंडतफिरत, आपले व्यवहार करीत. पण लक्ष ठेवावे लागे. हात धरून न्यावे लागे. अशक्तपणा फार होता. त्यामुळे काही वेळ हालचाल केली की लगेच थकवा येई. पाठीला रग लागत असे. त्यातच भर म्हणून की काय, कंपवात झाला. वाचा थोडीफार परत आली होती. काही शब्द ते उच्चारू शकत. पण सलग वाक्ये बोलू लागले की अडखळत. कंपवातामुळे उच्चार अस्पष्ट, मंद झाले. ऐकणाऱ्यांना अर्थबोध होईनासा झाला. खूप बोलायचे, पण काय हे कुणालाच-कळायचे नाही. संवाद अशक्य होऊ लागला तशी माणसे येईनाशी झाली. सगळे म्हणत, 'यावंसं वाटतं. पण तिथं बसून करणार काय? ते बोलतात, पण काही कळत नाही. वाईट वाटतं. त्यापेक्षा न येणं बरं. अलीकडे तर त्यांना चट्कन ओळखही पटत नाही.' कोणाचे हे तर कोणाचे ते कारण. त्यात तथ्य होते आणि नव्हतेही. बोलता आले नाही तरी समोर बसता येते. त्यामुळेही दादाजींना बरे वाटते, हा विचार कुणीच केला नाही. अहर्निश दादाजींबरोबर येणारे काळेही आठवड्यातून एखाद्या वेळीच येऊ लागले.

''वहिनी, गैरसमज करून घेऊ नका. पण काय करू इथे येऊन? आम्ही कामांबद्दल बोलायचो. प्रवास करायचो. आता त्यातलं काहीच नाही. वाटतं, ते सगळं आठवून दादाजींना त्रास होईल. त्यापेक्षा...''

''तुम्ही अपराधी वाटून घेऊ नका, काळे. तुम्हाला योग्य वाटेल ते करा. तसं

कुणी ना कुणी येतंच. आम्ही घरची माणसं तर आहोतच."

"तुम्ही खूप करता, वहिनी. तुम्हीही थकला आहात."

"मला थकून चालायचं नाही."

"आपल्या हातात काय असतं? दादाजीचंच पहा... त्यांना या वयात असलं दुखणं का यावं? दुसरं काही झालं असतं तरी चाललं असतं, पण हालचालींवर बंधनं... वाचा जाणं..."

"व्याधींची निवड आपल्याला करता येत नाही काळे. जे होईल ते सोसण्याचं बळ कमवायचं. ते ज्याचं त्यानंच कमवायचं असतं!"

"खरं आहे!"

जया हे संभाषण शांतपणे ऐकत होती. तिला वाटत होते, आई एखादेच वाक्य बोलते. पण त्यामागे अर्थाचे डोंगर उभे असतात. तिला कधीतरी बोलते केले पाहिजे. पण आपल्याला अलीकडे फारसा वेळच नसतो. संघटनेची कामे वाढू लागली आहेत. दादाजींनी पूर्वी स्वीकारलेल्या काही कामांची व्यवस्थाही लावावी लागते आहे. त्यांना धड काही आठवत नाही. आपल्यालाच निर्णय घ्यावे लागतात. हा एक भोवराच आहे. स्वत:भोवती गरगरणे. आई आधीपासूनच दूर होती. आता तर अंजूही दूर जात चालली आहे. तिच्याकडे आईचे लक्ष आहे म्हणून बरे. नाहीतर आपण काय केले असते? ...पण हे काही खरे नाही. कामे कमी केली पाहिजेत. अंजूसाठी, आईसाठी अधिक वेळ दिला पाहिजे. विशेषत: आईसाठी. ती थकत चालली आहे. आपली सुटका कधी होणार?

आणखी एक वर्ष पुढे सरकले. दादाजी अधिक खंगले होते. अधिक एकटे झाले होते. त्यांनी येसूमावशींना पाटीवर लिहून दाखवले. "कंटाळलो. सुटलो तर बरे!"

"असं कंटाळून कसं चालेल? जेवढं आयुष्य दिलं आहे तेवढं जगलंच पाहिजे ना?"

पुन्हा पाटीवर मजकूर : "तू नाही कंटाळलीस, माझं करून? तुलाही आता विश्रांती पाहिजे."

ते वाचून येसूमावशी म्हणाल्या, "तुम्ही काही मनातसुद्धा आणू नका. मी भक्कम आहे."

त्या खरोखरीच भक्कम होत्या. त्यांनी आपले नेहमीचे व्यवहार सुरळीतपणे चालू ठेवले होते. त्यांच्याकडची बायकांची वर्दळही चालू होती. त्यांनीच सांगितले होते, "संकोच करायचा नाही. पूर्वीसारखंच हक्कानं यायचं. मदत घ्यायची. मलाही तुम्ही भेटलात की बरं वाटतं."

"तुम्ही आमची मदत का नाही घेत? आम्हालाही बरं वाटेल मग."

"अगं, मदतीची गरज पडली तर घेईनच ना. सगळं व्यवस्थित चालू आहे."

"तुमच्यामुळे!"

"माझ्यामुळे नव्हे- सर्वांमुळे!"

यापुढे कोणी काही बोलू शकत नसे. दादाजींचा विषय तर नाहीच नाही. कारण येसूमावशींना ते आवडत नाही, हे सर्वांच्या लक्षात आले होते.

संध्याकाळची वेळ. येसूमावशी देवापुढे दिवा लावत होत्या. काळ्यांची हाक कानावर आली, "वहिनी... "

तोच, तोच तीन साडेतीन वर्षांपूर्वी फोनवर ऐकलेला, कातर आवाज. छातीत धडधडले. पुन्हा काही झाले नाही ना?

"जरा वर येता?"

"काय झालं?"

"डॉक्टर सांगतील!"

येसूमावशींनी मनोमन ओळखले. त्या शांतपणे वर गेल्या.

संध्याकाळी तपासायला आलेले डॉक्टर खाली मान घालून बसले होते. ते म्हणाले, "काही झालं नाही. ठोके मंद होत गेले. थांबले."

येसूमावशींना धक्का बसला नाही. त्यांनी आपल्या मनाची कधीच तयारी केली होती.

"पुढची व्यवस्था? कुणाकुणाला कळवायचं?"

"ते सगळं मी बघतो," काळे म्हणाले, "रेडिओ, टीव्ही, वर्तमानपत्रं सर्वांना कळवतो."

"सर्वांना कळेपर्यंत थांबणार का? कुणाला बाहेरगावाहून यायचं असेल तर..."

काळ्यांनी येसूमावशींकडे पाहिले. आता आपण वस्तुस्थिती जाणून निर्णय घ्यायला हवा. येसूमावशींनी ओळखले. त्यांनी सुधीर, मधू, जया- कुणालाच विचारले नाही. चट्कन सांगितले, "थांबायचं नाही, डॉक्टर. आता दुरून कुणी येणार नाही. पूर्वीची गोष्ट वेगळी होती. जवळची मंडळी आहेत. पुढचं मुलांना विचारा."

येसूमावशींनी निर्णय घेतल्यानंतर पुढची कामे भराभर झाली. त्यांनी चौकशी केली नाही. त्या देवापुढे बसून होत्या. भेटायला येणाऱ्या बायकांशी एखाददुसरा शब्द बोलत होत्या. अंत्ययात्रा निघायची वेळ झाली तेव्हा कुणीतरी बोलवायला आले. त्या म्हणाल्या, "मी बाहेर येत नाही. मी निरोप घेतला आहे."

रात्री त्यांना कळले, अंत्ययात्रेला फार माणसे नव्हती. जयाच खंतावत होती.

डोळ्यांतून पाणी काढत होती.

"हे असं का व्हावं गं? किती चट्‌कन लोक विसरले!"

"त्यावर काय अवलंबून असतं?"

"बरंच! दादाजी जर..."

अंजूने जयाला थांबवले : "आई, आता आजीला स्वस्थ पडू दे ना. तूही पड."

येसूमावशी पडल्या खऱ्या, पण त्यांना झोप येईना. कित्येक वर्षांच्या आठवणी मनात दाटून आल्या. फार आवेगाने वाटले, कुणाजवळ तरी बोलावे.

"अंजू, झोपलीस का गं?" त्यांनी हाक मारली.

"जागीच आहे, आजी. काही हवं आहे?"

"काही नको. जरा बोलू या. आई कुठे आहे?"

"वर. दादाजींच्या खोलीत दिवा ठेवला आहे ना..."

"हं!"

दोघींचा डोळा लागला तेव्हा पहाट फुटत होती.

दुसऱ्या दिवसापासून येसूमावशी शांतपणे वावरत होत्या. माणसांची रीघ होती. विशेषतः बायकांची. काही बाहेरगावाहून आलेली माणसे परस्पर वर जात. तिथे जया असे. कधी सुधीर, मधू. अंजू मात्र येसूमावशींच्या आसपासच राहायची.

दुपारच्या वेळी कोणी नसले तर ती विचारायची, "आजी, वाचू या का काहीतरी? 'विशाखा'तल्या तुझ्या आवडत्या कविता... 'दूरस्थ कुणी', 'पृथ्वीचे प्रेमगीत...' पाठ आहेत तुला अजून. म्हण ना. मला ऐकायच्या आहेत." आजही तिने आग्रह केला.

"आता नको उद्या. आज छातीत कससंच होतं आहे गं!!"

"काय होतं आहे? आईला सांगते. डॉक्टरांना बोलावते."

"नको गं. साधंच असेल काहीतरी."

"बघू या डॉक्टर काय म्हणतात!"

अंजूने फोन लावेपर्यंत येसूमावशी घामाने निथळल्या होत्या. त्यांनी हाक मारली. "अंजू..." पुढचा शब्द त्यांच्या तोंडून उमटला नाही. सगळे संपले होते!

वाऱ्यासारखी बातमी पसरली. आजूबाजूच्या, दूरच्या, ओळखीच्या, अनोळखी-कितीतरी बायका भराभर आल्या.

"किती अघटित हो. दादाजींना जाऊन दहा दिवस व्हायच्या आतच..."

"त्यांनी वरून धीर दाखवला. पण आतून खचल्या होत्या."

"किती केलं सगळ्यांचंच. थकल्या होत्या. एकदम अंगावर आलं."

"आमचा आधार गेला!"

"अशी बाई मिळायची नाही."

अंजू शांतपणे बसून होती. पुढची व्यवस्था सुरू होती. निघायची वेळ झाली. अंजूला वाटले, आता सगळे जण निरोप घेतील. पाच-दहा माणसे तेवढी पुढे जातील. तीही जाणार होती.

ती उठली तेव्हा तिच्या मागोमाग वीस-पंचवीस बायका उठल्या. तिच्या बरोबर चालू लागल्या. तिला काही बोलताही आले नाही. वाटेत आणखी काही बायका थांबल्या होत्या. ज्वाळा भडकल्या तेव्हा असंख्य हात जोडले गेले.

रात्रीच्या वेळी जया व अंजू देवघरात बसल्या होत्या.

अंजू म्हणाली, "आजी नसली तरी निरांजन तेवत आहे, असा भास होतो आहे!"

"अंजू, तुझी आजी मला कधी नीटशी समजलीच नाही गं. तिचं अन् दादाजींचं नातं..."

"मला कळलं. बरंच कळलं. काही तिच्या सहज बोलण्यातून, काही तिनं जे सांगितलं त्यातून!"

"मला काहीच कसं सांगितलं नाही तिनं?"

"तू कधी विचारलंस का?"

"क्वचित. तुटक बोलायची."

"ते सगळं मनाशी जुळव. मग तुलाही कळेल."

"एवढंच कळतं की तिच्यात फार मोठी ताकद होती. ती तिनं वाया घालवली."

"नाही आई. हे तू नाही, तुझा काळ म्हणतो आहे. तुमच्या जगण्याविषयीच्या कल्पना वेगळ्या आहेत. कामाविषयीच्या कल्पनाही वेगळ्या आहेत. तू प्रश्न सोडवण्यासाठी बाहेर जातेस. पण सगळेच प्रश्न बाहेर जाऊन सोडवता येत नाहीत. आज तिथं आलेल्या बायकांना पाहिलंस? आजीनं त्यांचे प्रश्न सोडवले. निदान समजून घेतले."

अंजूचे हे बोलणे ऐकताना जयाला येसूमावशींचे शब्द आठवू लागले. तुटक वाक्ये मनात पूर्ण होऊ लागली. संदिग्ध राहिलेली नाती जुळू लागली.

अंजू बोलतच होती.

"आजी म्हणायची, प्रत्येकाचा तारा वेगळा असतो. दादाजींचा वेगळा, तुझा वेगळा, तिचा वेगळा. आज मला तिचा तारा खुणावतो आहे. तिचं एकटीचं गाणं ऐकू येतं आहे. मला त्या ताऱ्याजवळ जायचं आहे, ते गाणं ऐकायचं आहे."

हे ऐकताना जयाच्या मनातले काहीतरी तुटले आणि काहीतरी जुळलेही!

लोकसत्ता, दिवाळी १९९४

किनारा

विमानतळावर पोहोचवायला आलेल्या घरच्या मंडळींचा निरोप घेऊन निरुपमा आत गेली आणि एअर इंडियाच्या १०२ क्रमांकाच्या उड्डाणाने प्रवास करणाऱ्या प्रवाशांच्या रांगेत उभी राहिली. आत गेल्यावर कोणकोणते उपचार पार पाडायचे असतात हे तिला ठाऊक होते. त्या सगळ्या गोष्टी ती आत्मविश्वासाने करतही होती. पण तरीही मनात कुठेतरी ताण होता, थोडी उदासीनताही होती. शरीर शिस्तीने वागत होते, पण मन भरकटत होते. त्याला आपल्याभोवती काय घडत आहे याचे जणू भानच नव्हते! हातात एक मध्यम आकाराची, ठाचून भरलेली पर्स, पर्समध्ये चट्कन हाती लागावे अशा तऱ्हेने ठेवलेले बोर्डिंग कार्ड, फ्लाइटची घोषणा, त्या घोषणेतील सूचनेनुसार लावलेली रांग, एखाद्या भुयारात शिरावे तसे विमानात शिरणे, आणि स्वतःच्या जागेवर बसणे.

हे सगळे आपण खरोखरीच केले? विमानाने खरोखरीच हवेत उड्डाण घेतले? निरुपमाचा विश्वासच बसेना. विमान वेगाने पुढे चालले आहे. आपण क्षणाक्षणाला खूप दूर जात आहोत... अंतर वाढते आहे. 'हे सगळे घडायला हवे होते तसेच घडते आहे. तरीही ही उदासीनता का?'– निरुपमाला समजत नव्हते.

आता विमानात हालचाल सुरू झाली होती. स्मोकिंग झोनमध्ये सिगारेट्स पेटल्या होत्या. कोणाकोणासमोर मद्याचे ग्लासेसही दिसत होते. खाद्यपदार्थांच्या कार्ट्सही फिरू लागल्या होत्या. विमानाचा दीर्घ प्रवास आता असा खातपीतच उरकायचा होता. खाणेपिणे आणि सिनेमा पाहणे. करण्याजोगे दुसरे होतेच काय? प्रवासात येणारे एकटेपण घालवण्याचा, मनावरचा ताण सैल करण्याचा तोच एक उपाय होता. पण तो इतरांसाठी. निरुपमाला काही खावेसे वाटत नव्हते, आणि लवकरच सुरू होणारा सिनेमा पाहण्याचीही तिची इच्छा नव्हती. ती डोळे मिटून स्वस्थ बसली होती.

'व्हेज... नॉन व्हेज..?' एअर होस्टेसच्या प्रश्नाने ती भानावर आली.

तिने नकार देत म्हटले, "नो थँक्यू. जस्ट अ कप ऑफ कॉफी प्लीज..."

'शुअर' असे म्हणत एअर होस्टेस पुढे गेली.

आजी म्हणाली असती, "अगं, असं करू नये. दोन घास तरी खावे... तेवढाच पोटाला आधार असतो.."

आजीचे हे शब्द मनात कुठून उमटले कोण जाणे! उमटले आणि घुमत राहिले. निरुपमाचे डोळे भरून आले आणि काही अश्रू गालावरून ओघळू लागले.

"आर यू ऑलराइट?" शेजारी बसलेल्या प्रौढ स्त्रीने प्रश्न केला. निरुपमाने घाईघाईने डोळे पुसले. ती हसल्यासारखे करून म्हणाली, "येस.. थँक यू!" ती सावरून बसली. शेजारच्या स्त्रीने दाखवलेल्या आस्थेमुळे तिला थोडे बरेही वाटले. हळूहळू दोघींमध्ये संभाषण सुरू झाले.

ती होती मिसेस अय्यर. सावळी, हसरी. तीही न्यू यॉर्कलाच चालली होती. आपल्या विवाहित मुलीला भेटायला. सांगत होती, "तुझ्याएवढी असतानाच ती यू.एस.ला गेली. आता सहा वर्षं होतील... आम्ही अधूनमधून भेटतोही. कधी ती येते, कधी मी जाते. बट स्टिल, आय मिस हर सो मच! फार आठवण येते. माझी मुलं तर मुंबईतच आहेत. पण प्रत्येक मुलातच आपला जीव गुंतलेला असतो नाही का?"

निरुपमाला एकदम म्हणावेसे वाटले, "छे छे तसं नसतं. एखादं मूल जवळ असतं - अन् तरीही आईपासून दूरच असतं."

पुन्हा मनात आजीचे शब्द उमटले, "इतकं मनाला लावून घेऊ नये पोरी." पुन्हा डोळ्यांत पाणी!

"रिलॅक्स! आठवण येते आहे का? साहजिक आहे. ज्या अर्थी तू इतकी उदास आहेस त्या अर्थी तू माझ्यासारखी दोन महिन्यांसाठी जाऊन परत येणारी टुरिस्ट नक्कीच नव्हेस! किती वर्षांसाठी चालली आहेस? कोणती युनिव्हर्सिटी? माझी मुलगी – मीरा – कोलंबियाला होती..."

"मी शिक्षणासाठी नाही चालले. आय ॲम मॅरिड टु ॲन अमेरिकन... वर्षापूर्वी भारतातच आमचं लग्न झालं. शिक्षण संपेपर्यंत मी इथं थांबले होते. 'आय ॲम गोइंग टु सेटल देअर. फिलिप सध्या प्रिन्स्टनला आहे. पण कदाचित पुढच्या वर्षी तो जॉब बदलेल... त्याला एक-दोन ऑफर्स आहेत..."

"वंडरफुल! तूही नोकरी करणार असशील ना? करच. अमेरिकेतल्या गृहिणीचं आयुष्य भयाण असतं. नोकरी असली की बरं."

"हो, तिथं गेल्यावर फिलिपच्याच युनिव्हर्सिटीत प्रयत्न करणार आहे. आधी एखादा कोर्स करीन आणि मग..."

निरुपमा हळूहळू संभाषणात रंगू लागली होती. दडपण कमी होऊ लागले होते. फिलिपचा चेहरा समोर दिसत होता. तो आपली अधीरतेने वाट पाहत असेल.

"तुझ्या आईवडिलांना आनंद झाला असेल अन् वाईटही वाटलं असेल. आय ॲम शुअर, दे आर गोइंग टु मिस यू अ लॉट!"

मिसेस अय्यरचे हे शब्द डोळ्यांसमोर तरळणाऱ्या फिलिपच्या चेहऱ्यावर अभ्रांसारखे पसरले. तो चेहरा झाकोळून गेला. डोळ्यांसमोर पुन्हा अंधार.

"विश्रांती घे. मी सिनेमा पाहणार आहे. नंतर डुलकी काढीन. लंडनला एकत्रच राहू. चार-पाच तासांचा खंड आहे. कंपनी असलेली बरी."

निरुपमालाही तेच हवे होते. पण नंतर. लंडनला पोहोचल्यानंतर. सध्या तिला एकटे राहायचे होते. मनात चालू झालेल्या वादळात भोवंडत एकटेच पुढे सरकायचे होते. मिसेस अय्यर म्हणाली, "तुझ्या आईवडिलांना फार चुकल्यासारखं होईल..."

खरे का?

या प्रश्नाने निरुपमाच्या मनाला एकदम मागे खेचले.

गावदेवीच्या परिसरातील प्रशस्त बंगला. घराभोवती मोठी बाग. घराबाहेरून गेलेल्या रस्त्याच्या दोन्ही बाजूंना लॅबर्मनची उंच झाडे. जरा दूर असलेल्या मुख्य रस्त्यावरील अखंड रहदारीचा, गोंगाटाचा या आत असलेल्या घराशी काही संबंधच नव्हता. येथे सगळेच शांत, निवांत होते. घरात मोजकी चार माणसं आणि तेवढेच नोकर. प्रत्येकाची स्वतंत्र खोली, प्रत्येक खोली इतकी स्वयंपूर्ण की, जेवणाखेरीज इतर कशासाठीही कोणाला बाहेर यावेच लागू नये. नोकरांचा वावर फक्त कामापुरता. एरवी त्यांच्यासाठीही आवारातील आउटहाउसमध्ये दोन खोल्या होत्या. येणाऱ्या-जाणाऱ्या पाहुण्यांसाठीही चार खोल्या होत्या. अजय-संजय मोठे झाले तेव्हा त्यांनी हट्टाने त्यापैकी दोन खोल्यांना आपल्या 'स्टडीज' मध्ये रूपांतरित केले, आणि त्यांची आई– भानुमतीही म्हणाली, "खरंच आहे. आपल्याकडे इतके पाहुणे येतात कुठे? त्यांच्यासाठी एखादी खोली पुरे. दोन खोल्या अजय-संजयनी मागून घेतल्या. तिसरी खोली मी वापरते. आपली बेडरूम आहे. पण मला माझी म्हणून एक स्वतंत्र खोली हवी. माझ्या कामासाठी. माझ्याकडे येणाऱ्या माणसांसाठी. उरलेली एक खोली राहू दे गेस्टरूम म्हणून. आई अधूनमधून येते. मुख्यत: तिच्यासाठीच ती खोली राहील. अनपेक्षितपणे आलेच जास्त पाहुणे, तर आम्ही घेतलेल्या खोल्यांत त्यांची तात्पुरती व्यवस्था करता येईलच की," कोणाचा विरोध असण्याचे काही कारणच नव्हते.

ही व्यवस्था पक्की झाली, आणि डोंगऱ्यांच्या प्रशस्त बंगल्यातील चार माणसे जणू आपापल्या हद्दी ठरवून घेतल्यासारखी वावरू लागली. प्रत्येकाचे स्वतंत्र जग. फक्त जेवणासाठी एकत्र येणे. क्वचित टीव्ही पाहण्यासाठी. तेही नियमितपणे नव्हे.

कारण अलीकडे पुष्कळदा अजय-संजय आपापल्या खोल्यांतच जेवण मागवून घेत. त्या खोल्यांमध्ये छोटे टीव्ही सेट्सही होते. ही नवी व्यवस्था पाहून भानुमतीची कोकणातून आलेली आई म्हणाली, "हे गं काय?"

"आई, आता जग बदललं आहे. तू कधी अमेरिकेत गेलीस तर तुला कळेल, तिथं मुलं अशीच स्वतंत्रपणे वागतात- आणि त्यांचे आईबाप त्यांना तसं वागू देतात!"

"पण घराला काही घरपण हवं की नाही? परवा नुसती अजयच्या खोलीत जाऊन पडले दुपारच्या वेळी तरी त्याला ते आवडलं नाही! म्हणाला, आजी, तुझ्या खोलीत जा ना..."

"ती दोन्ही मुलं अशीच मनस्वी झाली आहेत!"

"अन् तू त्यांना दाटायचं सोडून त्यांचं कौतुक करते आहेस! मला त्यांचं नाही, पण तुझं आश्चर्य वाटतं भानू. अगं, आपल्या घराचं वळण विसरलीस का? तुम्ही चौघं भावंडं वेळप्रसंगी एका ताटात फोडणीच्या भाताचे चार वाटे करून खात होतात..."

"ते सगळं लग्नापूर्वीचं आई. आपलं घरही लहान होतं. त्यामुळे आमची भांडणंही व्हायची. आठवतं ना? इथे तसं तर होत नाही?"

"तुझी तू मुखत्यार आहेस! मी आपली चार दिवस येणारी. पण मला असं एकाच खोलीत बसून राहायला आवडत नाही बाई, एकटं वाटतं. मुलं लहान होती तेव्हा कशी इकडेतिकडे फिरायची... मला मुद्दाम त्यांच्या खोल्यातून बोलावून घ्यायची..."

"मुलं कायमची लहान राहणार का, आई?"

"ते खरंच. पण तुमचं हे घर पाहिलं की वाटतं, इथं एखादं लहान मूल यावं. ते तुम्हा सर्वांना एकत्र आणील!"

"काहीतरी बोलू नकोस! अजय तेरा वर्षांचा. संजय अकरा वर्षांचा. त्यांच्या लग्नाला अजून खूप वेळ आहे. आणि खरं सांगू? मुलं मोठी झाल्यापासून मला सुटल्यासारखं वाटतं आहे. स्वतःसाठी खूप वेळ मिळतो आहे!"

"ते बघतेच आहे मी. घरात नानासाहेबांचं एक ऑफिस, तसं तुझं आता हे दुसरं ऑफिस!"

"काम वाढतंच आहे गं."

"मला कौतुक वाटतं गं. पण तरीही वाटतं, काहीतरी चुकतं आहे!"

"मुळीच नाही. मुंबईतल्या एखाद्या चाळीत जाऊन बघ. माणसं एकमेकांवर नुसती कचकचत असतात. कारण काय, तर जागा लहान!"

"माणसांचे संबंध जागेच्या लहानमोठेपणावर इतके अवलंबून असतात हे मला

नव्हतं ठाऊक!''

''जाऊ दे. तुला नाही पटायचं. जेवायला येतेस ना?''

''चल, पण एका अटीवर. मी इथं असेपर्यंत मुलांनी जेवणाच्या टेबलावर आलं पाहिजे...''

''येतील ना! मी सांगते.''

- तेवढ्यापुरता घराचा रागरंग बदलायचा. पण आई निघून गेल्यानंतर पुन्हा पूर्ववत. जणू चार छोटी बेटे सामावून घेऊन, या किनाऱ्यापासून त्या किनाऱ्यापर्यंत पसरलेल्या समुद्रासारखे घर. एका बेटावरील घडामोडींची कल्पना दुसऱ्या बेटाला नाही!

अशा या बेटांच्या घरात निरुपमाचा जन्म झाला! आपल्या आयुष्यात अगदी अनपेक्षितपणे झालेला हा बदल भानुमतीला सहजपणे स्वीकारता आला नाही. ती सदैव चिडलेली असायची. या गोष्टीतून तिचे आईशी वाद व्हायचे.

''तुम्हीच ना जन्माला घातलंत तिला? मग आता का अशी चिडचिड करतेस? उलट आनंद मान. दोन मुलांच्या पाठीवर, अकरा वर्षांनी घरात लहान मूल आलं आहे - तीही मुलगी. कशी सोन्यासारखी आहे!''

''तुला काय जातं चार दिवस येऊन कौतुक करायला? माझ्या आयुष्याची नीट बसलेली घडीच हिनं विस्कटून टाकली. हिच्यासाठी वेळ कुठून आणू मी? आणि जागा तरी?''

''एवढ्या मोठ्या घरात तिला जागा नाही?''

''अगं, आता अजय-संजय मोठे झाले आहेत. ते तिला सामावून घ्यायला तयार नाहीत! म्हणतात, आम्ही नाही आमच्या खोल्या तिला देणार! – तिला आजीच्या खोलीत झोपू दे!''

''कधीमधी येणारी मी. मला काय करायची वेगळी खोली? ती निरुपमाचीच खोली समज. मी येईन तेव्हा तिथंच झोपीन.''

''ते पुढे बघू. सध्या ती लहान आहे. मोठी झाली की मात्र प्रश्न येणार! शी! कसा हा अपघात घडला कोण जाणे! इतकी सगळी काळजी घेऊनही...''

निरुपमाला वाटले, हे सगळे शब्द अजून आपल्याभोवती घिरट्या घालत आहेत. आपण ते शब्द प्रत्यक्ष ऐकले नाहीत. एकदा कधीतरी सगळे असह्य होऊन आजीच्या कुशीत शिरून मनसोक्त रडताना आजीने समजूत घातली होती. आपल्या जन्मापूर्वी, जन्मानंतर काय काय घडले ते सांगितले होते तिच्या शब्दांत. त्या शब्दांतूनच हे शब्द आकारले, ही दृश्ये आकारली– आणि ते सगळे मनात कायमचे ठाण मांडून बसले. आजीने सुरुवातीपासूनच किती आधार दिला. वर्षातून तीन-चार वेळा तरी आपल्या घरी यायची, राहायची. ती असेपर्यंत एकटेपण काही प्रमाणात

तरी नाहीसे व्हायचे... निघताना तिच्या डोळ्यांत पाणी यायचे; म्हणायची, 'पोरी तुझ्यासाठी जीव तुटतो गं. शक्य असतं तर तुला माझ्याकडेच घेऊन गेले असते बघ.' आपण अमेरिकेत जायचे ठरवल्यानंतर किती रडली... मघाशी विमानतळावरही... इतर माणसे आली होतो ती निरोप द्यायला फक्त उपचार म्हणून! आजीच्या डोळ्यांतले पाणी मात्र खळत नव्हते.

"जपून रहा. पुन्हा कधी भेटशील कुणास ठाऊक!"

"असं काय करतेस, आजी? मी दोन वर्षांनी येणार आहे म्हणून सांगितलं ना तुला?"

"दोन वर्षांनी! त्या वेळी मी असेन की नाही कुणास ठाऊक!"

"आजी..."

"बरं नाही असं बोलत! सुखानं जा. माझी काळजी करू नकोस. दुसरी कसलीच काळजी करू नकोस."

हे शब्द आठवून निरुपमाला हसू आले. त्या हसण्यात काठोकाठ भरलेला विषाद होता. दुसरी काळजी कसली? कोणाला आपली आठवणसुद्धा येणार नाही कदाचित! दूर जाण्याचा निर्णय आपणच नाही का स्वखुशीने घेतला? अगदी खरे बोलायचे तर आपल्यालाही बरे वाटते आहे- इतरांइतकेच! पण आजीचा चेहरा डोळ्यांसमोरून हलत नाही. आपण दोन वर्षांनंतर खरोखरीच परत येणार आहोत का? आणि त्या वेळी आजी... वर्षापूर्वीच तिला हार्ट ॲटॅक येऊन गेला. तिच्या त्या दुखण्यात आपण तिच्या अधिकच जवळ आलो. हा एकमेव पाश तुटला तर...?

निरुपमाला त्या विचारानेच शहारल्यासारखे झाले.

"आर यू ऑल राइट?" शेजारची मिसेस अय्यर पुन्हा विचारत होती.

"डोन्ट वरी!"

"पाणी पी थोडं. फ्लाइटवर नेहमी खूप पाणी प्यावं. चेहरा सुकून गेला आहे तुझा."

एअर होस्टेसने मिसेस अय्यरच्या सांगण्यावरून पाणी आणून दिले. पाणी प्यायल्यानंतर निरुपमाने पुन्हा डोळे मिटले. मघाशी डोळ्यांसमोर उभी असलेली दृश्ये विरली. पण त्यांच्या जागी वेगळी दृश्ये उभी राहिली. वेगळे शब्द मनात घोंघावू लागले.

आपला जन्म हा एक अपघात होता, हे आजीने कशाला सांगायला हवे होते? आपल्याला ते लहानपणापासूनच जाणवू लागले होते. त्या वेळी ते धडपणे कळले नाही एवढेच. पण थोडी समज आल्यानंतर एकामागून एक प्रश्न पडत गेले... आणि हळूहळू त्यांची उत्तरेही मिळत गेली.

निरुपमाच्या मनात पुन्हा त्या आठवणी दाटल्या.

सुरुवातीच्या काही वर्षांत निरुपमाला आपले घराशी, घरातल्या माणसांशी असलेले नाते नीटसे उमगले नाही. वय लहान होते म्हणूनही आणि मुख्य घराशी फारसा संबंध आला नाही म्हणूनही. तिचा वावर मुख्यत: आउटहाउसमध्येच असायचा. एखादा नोकर तिला घेऊन जायचा. ती तेथेच खेळायची. कधीकधी जेवायचीही. तिला भरवण्याचे काम पार्वतीकडे असायचे. पार्वती तिचे सगळेच करायची. त्यासाठी तर तिला ठेवली होती. सुरुवातीला तिने काम म्हणून ते स्वीकारले. पण पुढे तिची छोट्या निरुपमावर माया जडली. निरुपमालाही तिचा लळा लागला. पार्वती आणि तिची दोन मुले शाली व सदू. आपल्या भावांपेक्षा त्यांच्याशीच निरुपमाचे अधिक चांगले जुळायचे. त्या घरात मोकळे वाटायचे. ती एकच खोली स्वत:च्या बारा-तेरा खोल्यांच्या बंगल्यापेक्षा अधिक मोठी वाटायची. कोठेही जावे, कशालाही हात लावावा. कधी आपली पुस्तके घेऊन तेथे यावे आणि तेथेच अभ्यास करत बसावे. हे दिवसभर. संध्याकाळी मात्र भानुमतीची करड्या आवाजातील हाक यायची, "निरुपमा, घरी चल..."

घरी?– म्हणजे नेमके कोठे? कारण त्या घरी पाऊल टाकल्यानंतर एकदम सगळे परके वाटू लागायचे. प्रत्येक जण आपापल्या खोल्यात, आपापल्या कामात, कोणाशी बोलायचे? कोणाशी खेळायचे?

काही वर्षे उलटल्यानंतर हा प्रश्न सुटला. मैत्रिणी मिळाल्या. काही मध्यमवर्गीय, काही श्रीमंत. त्यांच्या घरी ती अधूनमधून जायची. एखाद्या मैत्रिणीची आई म्हणायची, 'घरी अगदी लाड असतील ना गं?' दोन मुलांच्या पाठीवरची मुलगी... शिवाय इतक्या वर्षांनंतर झालेली... मिसेस सान्यांची ती सुमा नाही का? दोन मुलांत पंधरा वर्षांचं अंतर आहे... तिला सगळे एखाद्या नातवंडासारखंच वागवतात!''

निरुपमाला नीटसा अर्थबोध होत नसे. पण एवढे मात्र कळत असे की आपल्या घरी आपले लाड नक्कीच होत नाहीत!

सुरेखा सामंत नावाची एक मैत्रीण होती. तीन खोल्यांच्या एका लहान ब्लॉकमध्ये राहायची. घरात सात माणसे. त्यामुळे कोणालाच स्वतंत्र खोली वगैरे नाही! पण त्या लहान घरातही एक स्वतंत्र कोपरा होता आणि कधीतरी आपल्या आई-वडिलांच्या खोलीत, दार बंद करून बसण्याचे स्वातंत्र्यही होते!

हळूहळू निरुपमाच्या मनात तुलना सुरू झाली. या मैत्रिणींना जे मिळते ते आपल्याला का मिळू नये? सहज मिळत नाही ना? मग हट्ट करून, त्रागा करून ते मिळवायचे... तिने मनाशी निश्चय केला.

आणि एक दिवस आईला न सांगताच तिने आपल्या घरी आठ-दहा मैत्रिणींना बोलावले. पार्वतीला ठाऊक होते. ती म्हणाली, "त्यांच्या चहापाण्याचं मी बघते बेबी. पण बाईंना..."

"बाईंना काय? हे माझं घर आहे. मी पाहिजे त्यांना बोलावीन. दुपारी येतील त्या- अन् संध्याकाळी इतर लोक घरी यायच्या आत परत जातील! म्हणजे कोणालाच त्रास नको!"

पण तसे घडले नाही. मैत्रिणी रेंगाळल्या. घरभर फिरत राहिल्या. कोणी अजयच्या खोलीत- तर कोणी संजयच्या. कोणी कुतूहलाने आईच्या ऑफिसमध्येही डोकावल्या. सुरुवातीला निरुपमा मनातून भ्यायली होती. पण खेळाच्या नादात ती सगळे विसरली. हौसेने प्रत्येकाच्या खोलीतील काही ना काही वस्तू मैत्रिणींना दाखवू लागली. त्या खुशीत होत्या. लहर लागेल तेथे बसून खातपीत होत्या... कधी संध्याकाळ झाली ते कळलेही नाही.

अजय-संजय, आई-पपा- सगळे एकदमच घरी आले. जणू कारस्थान केल्यासारखे! घर अस्ताव्यस्त, गजबजलेले!

"काय बाजार भरवला आहे!" भानुमती एकदम ओरडली.

"आमच्या खोल्यातून कोण घुसलं? एक वस्तू जागेवर नाही! पुस्तकं विस्कटली आहेत... माझी किशोरकुमारची कॅसेट कुठे गेली?..." अजय-संजयचे एकामागून एक प्रश्न.

"जरा धीर धरा. त्या मुलींना घराबाहेर तरी जाऊ दे. मग काय बोलायचं ते बोला. इतरांच्या देखत तमाशा नको!" पपांचे दबलेल्या आवाजातील सांगणे.

सुदैवाने घर मोठे असल्यामुळे मैत्रिणींना फारसे काही कळले नाही. काही जणी तर त्या वेळी बागेतच खेळत होत्या. निरुपमा मात्र आसपासच होती. सगळे ऐकत होती.

मैत्रिणी घरी गेल्यानंतर तिला रडू कोसळले. कोणीही तिची समजूत काढायला आले नाही. उलट अजय-संजयनी घोषणा केली, 'वुइ आर गोइंग टु लॉक अवर रूम्स फ्रॉम टुमॉरो!' भानुमतीने त्यांना विरोध केला नाही!

तेव्हापासून निरुपमाचे त्या घराशी असलेले नातेच बदलून गेले. ती दूर, घराबाहेर राहू लागली. घरात असतानाही एकटी बसू लागली. बहुतेक सगळा वेळ बागेत, झोपण्यापुरते खोलीत. जेवायच्या वेळी घरातील इतर माणसे क्वचित एकमेकांना भेटत, पण फारसे बोलणे होत नसे. पपा एखादा प्रश्न विचारायचे. त्या प्रश्नाला जेवढ्यास तेवढे उत्तर. स्वतःबद्दल फारसे काही सांगायचेच नाही, असे निरुपमाने ठरवले होते. कशासाठी सांगायचे? ही माणसे आपली कोण लागतात? त्यापेक्षा शाळा-कॉलेजातील मैत्रिणी बऱ्या-त्यांची घरे बरी! ती माणसे आपली नसूनही आपली वाटतात.

आजी अधूनमधून यायची. विचारायची, "असं का वागतेस? घरात राहावं. मोकळेपणानं सर्वांशी बोलावं."

"कोणाशी? तूच सांग ना, आजी!"

आणि आजी निरुत्तर व्हायची. स्वतःशीच पुटपुटायची, "खरं आहे बाई तुझं. हे घर अधिकच विचित्र होत चाललं आहे. आता त्या अजयचं लग्न. ती आणखी कशी निघते कुणास ठाऊक!"

पण निरुपमाला आता कसलीच काळजी नव्हती. तिने मनोमन निश्चय केला होता, संधी मिळाली की लगेच हे घर सोडायचे. पुढच्या शिक्षणासाठी एखाद्या परदेशी विद्यापीठात प्रवेश घेता येईल... ते नाही जमले तर मुंबईबाहेर एखादी नोकरी शोधता येईल... किंवा मुंबईतच नोकरी मिळाली तर एखाद्या हॉस्टेलमध्ये राहता येईल... काहीही करून बाहेर पडायचे!

आणि या वेळी मात्र तिला कधी नव्हे ती दैवाने साथ दिली. अगदी अनपेक्षितपणे, तिचा घर सोडण्याचा निश्चय प्रत्यक्षात आला. फिलिप विद्यापीठात व्हिजिटिंग प्रोफेसर म्हणून आला. त्याच्याशी मैत्री झाली. त्याच्याबद्दल प्रेम निर्माण झाले. याच्याशीच लग्न का करू नये?

निरुपमाने आजीला विश्वासात घेतले. सुरुवातीला आजीने विरोध केला. "तुला काय माहिती आहे त्याच्याबद्दल? तिथे गेलीस अन् भलतंच काही कळलं म्हणजे?"

"मग माझं नशीब अन् मी!"

"आईला सांगितलंस का? काय म्हणाली ती?"

"सांगितलं नाही. ती नाही म्हणणार नाही याबद्दल मला खात्री आहे! तिच्या घरातील एक खोली मोकळी होईल ना!"

"नको गं असं बोलू?"

"चुकीचं आहे का मी बोलते ते? तूच सांग. तुलाही अनुभव आहेच ना."

"हं! तूच ठरव. पण अविचारानं वागू नको. पारखून घे. थोडा अधिक वेळ लागला तरी हरकत नाही!"

फिलिपनेही नेमके हेच सांगितले. "मला तू आवडतेस. तुझी माझ्याबद्दल खात्री झाली की आपण जरूर लग्न करू. पण घाईनं काही नको. टेक युअर टाइम... मी टर्मएन्डला परत जाणार. तू आणखी काही महिने थांब."

"मला नाही थांबायचं!"

"ठीक! - माझं काय, मी एकटा आहे. केव्हाही लग्न करू शकतो. पण लगेच तिकडे यायचं नाही मात्र. इथलं शिक्षण पूर्ण करायचं. मग तिथे माझ्याच युनिव्हर्सिटीत तुला एखादा कोर्स करता येईल..."

निरुपमाने तेवढे ऐकले. लग्न साधेपणाने झाले. फिलिप गेला- आणि आता काही महिन्यांनंतर निरुपमाही चालली होती. घरापासून दूर. मनात फक्त आजीची आठवण.

आठवणींच्या कल्लोळातून पुढे जाता जाता कधी डोळा लागला हे कळलेही नाही. ती जागी झाली तेव्हा एअर होस्टेस हेडफोन्स गोळा करत होती. मिसेस अय्यरने विचारले, "तुला झोप लागली ना? बरं झालं. आता पुढच्या प्रवासात फ्रेश राहशील. मीही सिनेमा अर्धवट सोडून झोपून गेले! आता लंडन. काही तासांनंतर न्यू यॉर्क. एकत्रच राहू. फिलिप येणार आहे ना एअरपोर्टवर? नाहीतर आम्ही तुला सोडू. नो प्रॉब्लेम!"

पण कसलीच अडचण आली नाही. न्यू यॉर्कच्या विमानतळावरील सगळे उपचार पार पाडून, सामान कार्टवरून ढकलत ती जेव्हा बाहेर पोहोचली तेव्हा फिलिपने धावत येऊन तिला मिठीत घेतले!"

"ॲट लाँग लास्ट!" ती म्हणाली.

"रिअली!"

ती अर्धवट स्वप्नात असल्यासारखी फिलिपच्या गाडीत, त्याच्या शेजारी बसून त्या अफाट देशाचे प्रथम दर्शन घेत पुढे चालली होती.

निरुपमा त्या नव्या, अपरिचित जीवनसरणीत लवकरच रुळली. त्यांचे अपार्टमेन्ट दोन बेडरूम्सचे होते. अगदी ऐसपैस, मोकळे. युनिव्हर्सिटी फक्त अर्ध्या तासाच्या अंतरावर. सुरुवातीला ती फिलिपच्या गाडीतून जाई. थोडे लवकर निघावे लागे, आणि फिलिपचे काम आटोपेपर्यंत थांबावे लागे. पुढे निरुपमाने स्वतःची गाडी घेतली. त्यामुळे दोघांनाही आपापल्या वेळापत्रकांप्रमाणे निघण्याची, परतण्याची मुभा मिळाली. सोमवारपासून शुक्रवारपर्यंत दिवस कामात जायचे शनिवार-रविवार मोकळे. त्या दिवशी घरातली कामे. शिवाय आवडीचे खाद्यपदार्थ करणे, घराच्या सजावटीसाठी खरेदीला जाणे.

फिलिप म्हणायचा, "कशाला एवढी यातायात करतेस? दोन दिवस आराम करत जा ना. एरवी तडतड असतेच!"

"तुला कल्पना नाही फिलिप, घरासाठी काहीना काही करण्यात मला किती आनंद मिळतो ते! मला जे जे करावंसं वाटतं, ते सगळं मी करू शकते. माझ्या मर्जीप्रमाणे! धिस सेन्स ऑफ फ्रीडम इज टेरिफिक!"

"मी तुमच्या मुंबईच्या घरी एकदोनदाच आलो. तेही घर किती मोठं, किती सुंदर वाटलं!"

"हं!"

–अशा एखाद्या संभाषणांनंतर निरुपमा एकदम गप्प व्हायची. तिच्या मनात यायचे, फिलिपला एकदा सगळे सांगायला हवे. पण शंकाही यायची. लहानपणापासून एकटे, स्वतंत्र आयुष्य जगलेल्या फिलिपला आपली मुंबईच्या घराबद्दलची व्यथा समजेल का? भारतातल्या एखाद्या मुलाला ती व्यथा कदाचित चट्‌कन, न सांगताच

समजली असती. पण आपल्याला तर त्या घरापासूनच नव्हे तर देशापासूनही खूप दूर यायचे होते... पुन्हा न परतरण्यासाठी! फिलिप भेटला म्हणून ते मनोरथ पूर्ण झाले. फिलिपने आपल्यात काय पाहिले असेल? त्याला दोन-तीनदा हा प्रश्न विचारला. पण त्याने हसून उडवून लावले. आणि त्याने आपल्याला कधीच, कोणतेच प्रश्न विचारले नाहीत! पण त्याने विचारले नाही तरी काय झाले? त्याला एकदा सगळे सांगायला हवे.

तो विषय काढण्यासाठीच निरुपमा एकदा मुद्दाम म्हणाली, ‘‘अलीकडे कित्येक महिन्यांत घरचं पत्र नाही. आधीचं पत्रही किती त्रोटक होतं!’’

‘‘दे मस्ट बी बिझी!’’

‘‘खरं कारण वेगळंच आहे, फिलिप!’’

‘‘असं? मग एकदा फोन करून पाहा ना...’’ तिच्या बोलण्यातील सूचना त्याच्यापर्यंत पोहोचलीच नाही.

‘‘फोनवर काय बोलू?’’ तिने विषय बदलला.

‘‘खरंच आहे! देअर इज नो पॉइंट. फॉरमॅलिटी म्हणून काही करू नये. सगळं छान असेल असं गृहीत धरून चालावं!’’

‘‘छान असेल!’’ ती मनात म्हणाली. पण आजीचे कसे चालले असेल? ती अधूनमधून लिहिते. पण तिचेही अलीकडे पत्र नाही. ती बरी असेल ना? तिच्याकडे फोन असता तर तिच्याशी रोज बोलता आले असते. तेवढा एकच बंध अजून तुटता तुटत नाही. तुटणार नाहीच! तो तुटला तर आयुष्यात काय राहिलं?... एखादा नवा बंध निर्माण होईल म्हणून वाट पाहिली, पण ती आशाही आता दिवसेंदिवस कमीकमी होत चालली आहे. त्या बाबतही फिलिप शांत आहे. दोघांचीही तपासणी झाली. आपल्याला मूल होण्याची शक्यता नाही हे कळून चुकले. त्या वेळी फिलिप म्हणाला, ‘‘इट्स ऑल राइट!’’

आपली प्रतिक्रिया काय होती? त्याच्या इतकी अलिप्त नक्कीच नव्हती. वाटले, इथेही हे वेगळ्या प्रकारचे एकटेपण आपल्या वाट्याला का यावे? एखादे मूल झाले असते, त्याच्या रूपाने भविष्य मिळाले असते, तर उरलासुरला भूतकाळ विसरणे सोपे गेले असते... आईच्या गर्भात तिला नको असतानाही बीज पडले; आणि आपल्या गर्भात आपल्याला पाहिजे असूनही... की आपण तिच्या गर्भात वाढत होतो तेव्हा तिनेच दिलेला हा शाप? कोण जाणे! नियतीला कोणी जाब विचारावा? ती जे देते ते निमूटपणे स्वीकारले पाहिजे...

तेव्हापासून निरुपमा उदास राहू लागली. फिलिप मात्र नेहमीसारखाच. शांत, आनंदी. तिला आश्चर्य वाटायचे. त्याला हे जमू कसे शकते? एका संध्याकाळी, अगदी न राहवून तिने त्याला हा प्रश्न विचारला.

तो म्हणाला, ‘‘बरं झालं, हा विषय काढलास. त्याबाबत मला तुला बरंच काही सांगायचं आहे. प्रथम तुझ्या प्रश्नाचं उत्तर देतो. आपल्याला मूल होणार नाही या गोष्टीचा मला तुझ्याइतका धक्का बसला नाही हे खरंच. माझे आईबाप लहानपणी गेले. तेव्हापासून मी एकटा वाढलो. मला त्या एकटेपणाची सवय आहे. फार बंधनं मला कदाचित पेलायचीही नाहीत... अर्थात, स्वतःचं मूल हे मला बंधन वाटलं असतं असं नाही, पण... आय डोन्ट नो! तुझी गोष्ट वेगळी आहे. तू चार माणसांत वाढलेली. त्या माणसांपासून आता दूर आली आहेस, इथं तू गुंतली आहेस हे खरं. पण सर्वस्वानं गुंतण्यासाठी तुला अशा एखाद्या बंधनाची गरज आहे. म्हणूनच...’’

‘‘थांब फिलिप. जे मी तुला इतकी वर्षं सांगितलं नाही, ते आता सांगितलंच पाहिजे. माझी गोष्ट वेगळी आहे असं तू म्हणालास. तसं नाही, फिलिप! माझ्या आसपास चार माणसं होती हे खरंच. पण ती सगळी माझ्यापासून दूर... तुला कसं सांगू? आय हॅड अ ट्रोमॅटिक चाइल्डहुड! भयाण बालपण!’’

निरुपमा उमाळ्याने बोलत होती. जेवढे आठवेल तेवढे, जसे आठवेल तसे त्याला सांगत होती. तो शांतपणे ऐकत होता. मधूनच हलक्या हाताने तिला थोपटत म्हणत होता, ‘‘रिलॅक्स!’’

‘‘इतकी दूर आले... पण मी अजून ती अवहेलना विसरू शकत नाही रे!’’

‘‘लवकरच विसरशील. मी एक उपाय शोधून काढला आहे. त्याबद्दलच मी तुला सांगणार होतो.’’

‘‘कोणता उपाय?’’

‘‘आपण एखादं मूल दत्तक घेऊ.’’

‘‘काय?’’ निरुपमाला आपला धक्का लपवता आला नाही. फिलिपच्या मनात असे काही चालले असेल याची तिला कल्पनाही नव्हती!

‘‘मी चौकशी केली आहे. खरंतर सगळं ठरवलंही आहे. आता तुझी संमती मिळाली की उरलेल्या फॉरमॅलिटीज...

निरुपमाला काय बोलावे हे सुचेना. ती फक्त म्हणाली, ‘‘लेट मी थिंक ओव्हर इट. गिव्ह मी सम टाइम.’’

‘‘ओके!’’

त्या दिवसापासून मनात द्वंद्व सुरू झाले. काय करावे? घरात मूल आले की घराला वेगळे वळण लागेल. आपल्या दोघांतही कदाचित एक वेगळा बंध निर्माण होईल. त्या मुलाला वाढवताना आपल्यात निर्माण होणारे ताण, संघर्ष आपण विसरून जाऊ. आयुष्य अधिक एकसंध होईल. पण मुलाला वाढवणार कोण? आपणच ना? याचा अर्थ सध्याची नोकरी सोडायची. घरी बसायचे. फिलिप त्याच्या कामात अधिकाधिक गुंतणार, आणि आपण त्या मुलाची देखभाल करण्यात.

त्यामुळे नेमके काय होईल? आपण अधिक जवळ येऊ की अधिक दूर जाऊ?

निरुपमाला या प्रश्नाचे नेमके उत्तर मिळत नव्हते मिळणे शक्यही नव्हते. पण तो प्रश्न तसा फार महत्त्वाचा नव्हताही. फिलिपनेच काही दिवसांनंतर सांगितले होते, "तुला निर्णय घेण्यासाठी कदाचित मदत होईल म्हणून सांगतो, त्या मुलाचं मी तुझ्या बरोबरीनं करीन. ते आपल्या दोघांचं मूल असेल. तुझ्या-माझ्या कामाच्या ते आड येणार नाही. यासाठी जेवढं करता येईल तेवढं आपण करू. शेजारच्या मिसेस बेकरना विचारलंस का? त्या बेबीसिटिंगचं काम करतात असं मी ऐकलं आहे..."

"नाही फिलिप. ते मूल घरी आलंच, तर त्याला समजूत येईपर्यंत मीच त्याला वाढवणार! यू नो व्हाय..."

"आय अन्डरस्टॅन्ड. मी माझी जबाबदारी उचलेन याबद्दल खात्री बाळग."

"माझा तुझ्यावर विश्वास आहे रे..."

"आणि खरं सांगू? त्या मुलाला- सॅमला– पाहिल्यापासून मलाही ओढ वाटू लागली आहे. इतका गोंडस आहे! निळे डोळे, दाट, भुरके केस... वाटलं, या मुलाला ऑर्फनेजमध्ये सोडण्याचा त्याच्या आईला धीर कसा झाला असेल? मला त्याचा इतिहास नक्की माहीत नाही... पण का नाही त्या बाईनं त्याला जिद्दीनं वाढवलं? ही इज सो स्वीट! तसाच तो त्याचा मित्र लुई... दोघं सारखे एकत्र असतात."

– तेव्हापासून निरुपमाच्या डोळ्यांसमोर त्या दोन्ही मुलांचे चेहरे होते. इतकी गोड मुले... बट दे वेअर अनवॉन्टेड! माझ्याप्रमाणेच. मीही आईला नको होते. मग तिने गर्भपात का नाही करून घेतला? किंवा मला एखाद्या अनाथ बालकाश्रमात का नाही नेऊन सोडले? तो काळ वेगळा होता... आणि कुटुंबाच्या प्रतिष्ठेला झळ पोहोचली असती म्हणून? आजीला आपण हे प्रश्न कधीच विचारले नाहीत. पण ती भेटली तर विचारता येईल. आईच्या मनात नक्कीच असे काहीतरी विचार येऊन गेले असतील- आणि आजीनेच तिला दटावले असेल. आजी भेटली पाहिजे. कशी भेटेल? आणि कधी? परवाच्या पत्रात तिने ती थोडी आजारी असल्याचे लिहिले आहे. आणि वर नेहमीप्रमाणे, 'काळजी करू नकोस' असेही! इतक्या दुरून काळजी करून तरी काय होणार? तरीही काळजी वाटतेच. तिला पत्र लिहून विचारावे का?

– पण नको. हा निर्णय आपल्यालाच घेतला पाहिजे. तोही शक्य तेवढ्या लवकर. मनाला असे कुरतडत किती दिवस बसायचे?

या सगळ्या कल्लोळातून जात असताना निरुपमाला आपला प्रश्न स्वच्छपणे कळला. एका कोणाला तरी नकोशा झालेल्या मुलाला आपल्या घरी आणायचे की नाही? तो आपल्याला एकसारखी भूतकाळची आठवण देत राहिला तर? आपल्यावर झालेल्या अन्यायाचा सूड आपल्याला त्याच्यावर उगवावासा वाटला तर? आपल्या

हातून इतके विपरीत वर्तन घडणार नाही असे वाटत होते; पण तरीही खात्री देता येत नव्हती. प्रश्न अधिकाधिक मोठा होत होता.

पण कधीकधी फार मोठे प्रश्नही एखाद्या क्षुल्लक घटनेमुळे सुटतात. या प्रश्नाचेही असेच झाले. एका संध्याकाळी निरुपमा भारतातून आणलेल्या हिंदी गाण्यांच्या कॅसेट्स नीट लावत होती. तलत, रफी, मुकेश, लता, आशा- सगळे आवडीचे गायक. 'तुझ्याजवळ या सुरांची सोबत असू दे' म्हणून एका मैत्रिणीनेच त्या कॅसेट्स निरुपमाला भेट म्हणून दिल्या होत्या. वेळोवेळी त्यांच्यात भर पडत होती. त्या कॅसेट्स पाहिल्यानंतर निरुपमाचे मन आठवणींनी दाटून आले. तिने त्यांतील एक कॅसेट उचलली. एकामागून एक आवडीची गाणी कानावरून तरंगत जाऊ लागली. त्यातलेच एक गाणे- 'नफरत की दुनिया से प्यार की दुनिया में...' असे काही शब्द.. गाणे फारसे प्रसिद्ध नसलेले. पण त्या मनःस्थितीत निरुपमाच्या मनावर ते ठसले. तिरस्काराकडून प्रेमाकडे... खरेच, हे जमले तर सगळेच किती सोपे होऊन जाईल! पण ते जमणे सोपे आहे का, या प्रश्नाचे उत्तर मात्र लगेच मिळाले. या विशिष्ट बाबतीत ते नक्कीच सोपे आहे. त्या अनाथ मुलाचा तिरस्कार का वाटावा? उलट, त्याच्याबद्दल माया वाटली पाहिजे... सॅम! त्याला घर देऊ, माया देऊ. लवकरच तो ते अनाथ बालकगृह विसरून जाईल. एका नव्या जगात प्रवेश करेल. तो इथे आल्यावर त्या दुसऱ्या मुलाचे- लुईचे काय होईल? त्यालाही सॅमबरोबर आणले तर? दोघे बरोबर वाढतील. कोणाला एकटे वाटणार नाही. एकमेकांची सोबत होईल. घर कसे भरून जाईल!

दोघांना दत्तक घेण्याची कल्पना फिलिपला फारशी पटली नाही. त्यावरून थोडासा वाद झाला. "दोघांची देखभाल करणं किती कठीण होईल याची कल्पना आहे का तुला?"

"आहे. मी काही काळ घरी राहायचं ठरवलंच आहे ना? मी घरी असल्यावर एक काय नि दोन काय... फिलिप, एक लक्षात घे, आता आपण बंध निर्माण करण्याचा प्रयत्नात आहोत. अशा वेळी सॅम अन् लुई यांच्यातले बंध आपण का तोडायचे?"

"आय सी द पॉइंट. पण तुला त्रास होईल हे मात्र विसरू नकोस!"

"तू शेअर करशीलच ना!"

"आय वॉन्ट टू... बट आय ॲम नॉट शुअर!"

तो असे का म्हणत होता हे निरुपमाला ठाऊक होते. बेधडक आश्वासने देण्याचा त्याचा स्वभाव नव्हता; पण त्याबरोबरच जबाबदारी टाळण्याचाही. तो साशंक असेल... सावध असेल... एवढेच!

निर्णय पक्का झाला. पुढचे सगळे सोपस्कार फिलिपने पार पाडले.

त्यांच्या घरात दोन साडेतीन-चार वर्षांची गोंडस मुले खेळू लागली.

सॅम-लुई घरात आल्यानंतर वातावरण एकदम बदलले. निरुपमा घरातच व्यग्र राहू लागली. सुरुवातीला फिलिपही ओढीने घरी येई. कामामुळे उशीर होणार असेल तर न चुकता फोन करी. दिवसभर नाही म्हटले तरी कंटाळा यायचा. फिलिप घरी आल्यावर मात्र वेळ झर्रकन उडून जायचा. मुलांना रोज काहीतरी शिकवणे, त्यांना गाडीतून चक्कर मारायला नेणे, त्यांच्यासाठी तऱ्हेतऱ्हेची खेळणी आणणे... गाण्यांच्या रेकॉर्ड्स लावणे. निरुपमाला वाटायचे, दोघांनी मिळून मुलांसाठी हे करताना दोघांत एक नवा बंध निर्माण होत आहे. भूतकाळाची आठवणही पुसट होत चालली आहे. नव्या आयुष्यात आपण रुजत चाललो आहोत. त्रास आहे, थकवाही आहे... पण त्याच्या जोडीनेच आनंदही आहे. आपल्या आईला हा आनंद कसा अनुभवायचा हे कधी कळलेच नाही का? नसेल तर ती दुर्दैवी! तिचा राग करण्याऐवजी कीव केली पाहिजे!

वर्ष-दीड वर्ष कसे गेले हे कळलेही नाही. मुले आता थोडी मोठी झाली होती. निरुपमा रोज सकाळी त्यांना शाळेत सोडून येई. तीन-चार तासांनी पुन्हा घ्यायला जाई. मधला वेळ मोकळा असे. त्या वेळात ती स्वतःची कामे उरकायची. थोडेफार वाचायचीही. आता पुन्हा ती एखादी पार्टटाइम नोकरी करण्याच्या विचारात होती. तशी एक नोकरी होतीही. संध्याकाळी पाच ते साडेसात. फिलिप थोडा लवकर आला तर ती नोकरी स्वीकारणे शक्य होते.

तिने फिलिपला विचारले.

त्याने दोन शब्दांत उडवून लावले. ''नथिंग डुइंग!''

''का पण? तुला अजिबात त्रास व्हायचा नाही. त्यांची झोप होते... त्यानंतर ती आपल्या खोलीतच खेळत असतात. तू फक्त दुरून लक्ष ठेवायचं.''

''मला नाही जमायचं. तुझ्याशी शेअर करणं वेगळं, अन् संपूर्ण जबाबदारी घेणं वेगळं. मला खरंच त्याची सवय नाही गं!''

तिनेही मग फार आग्रह धरला नाही. त्याची असमर्थता तिला समजू शकली.

पण हळूहळू तिच्या लक्षात येऊ लागले की ती फक्त असमर्थता नव्हती; थोडीफार नाराजीही होती. हळूहळू ती नाराजी वाढू लागली, व्यक्त होऊ लागली. एखाद्या संध्याकाळी फिलिप टीव्ही पाहत बसलेला असायचा. त्या वेळी सॅम किंवा लुई तेथे आले तर त्याला ते आवडत नसे. तो तुटकपणे विचारायचा, ''व्हाय डोन्ट यू गो टु युअर रूम?'' त्यांनी ऐकले नाही तर त्यांना स्वतः तेथे घेऊन जायचा व दार लावून घ्यायचा. जेवतानाही तेच. त्यांच्या बरोबर जेवण घेणे त्याला आवडेनासे झाले.

''फार गोंगाट करतात! ॲन्ड दे आर सो फसी!''

''लहान आहेत ती, फिलिप.''

"बट आय कान्ट स्टॅण्ड इट! तू त्यांना आधी जेवण देत जा ना. ती झोपल्यावर आपण शांतपणे जेवत जाऊ!"

असे काही घडू लागल्यानंतर निरुपमाच्या मनात पुन्हा आपल्या मुंबईच्या घराची आठवण उमलून येऊ लागली. तिच्या लक्षात आले, येथेही असेच कप्पे तयार होऊ लागले आहेत... पण आपण नाही ते पक्के होऊ द्यायचे! फिलिप काही करो. आपण मुलांमध्ये सामावूनच राहायचे.

ही छोटी वादळे. पण कधी एखादे मोठे वादळही.

फिलिप उशिरा घरी येणार होता. निरुपमा लाँड्रीरूममध्ये होती. मुले त्यांच्या खोलीत खेळत असतील असे ती गृहीत धरून चालली होती.

तेवढ्यात तिला मोठा आवाज ऐकू आला. ती धावत वर गेली. फिलिप केव्हा घरी आला होता, कोण जाणे! तो मुलांच्या अंगावर ओरडत होता. मुले एवढीशी तोंडे करून कोपऱ्यात उभी होती.

"काय झालं?" तिने घाबरून विचारले.

"तुला दिसत नाही का? माझ्या टेबलावरचे सगळे कागद यांनी विस्कटून टाकले आहेत! माझ्या एका पेपरचं मटिरिअल होतं ते! ओ! व्हॉट अ मेस!"

"तुम्ही असं करायला नको होतं!" ती मुलांना सौम्यपणे म्हणाली.

"असं समजुतीनं बोलू नकोस. चांगलं ठोकून काढ त्यांना!"

"फिलिप!"

"नाही तर काय? मला नाही हे सहन होत! मला शांतपणे, एकांतात काम करायची सवय आहे."

"हे तुला ठाऊक होतं, तर..."

"हा प्रश्न तू विचारणार हे मला माहीत होतंच! माझा अंदाज चुकला. आय मस्ट कन्फेस!"

"थोडं जुळवून घे, फिलिप हळूहळू सवय होईल."

'कठीण आहे ते. यापुढे तुझी मुलं आणि तू. मी लायब्ररीत बसत जाईन. वीकएन्डसनासुद्धा!"

निरुपमाने ठरवले, आता जे घडायचे असेल ते घडू दे. आपण प्रतिकार करायचा नाही. त्याचा काही उपयोगही होणार नाही.

उपयोग झाला नाहीच. मनात एकप्रकारची धास्ती. पुढे काय होणार? हे सगळे शेवटपर्यंत कसे निभावणार?

शेवट फार दूर नव्हता.

एका संध्याकाळी फिलिप घरी आला. म्हणाला, "तुझ्याशी काही बोलायचं आहे."

"बोल, मुलं पार्कमध्ये गेली आहेत."

"दॅट्‌स गुड! वुई विल गेट सम क्वाएट टाइम. हे बघ, मला टेम्पल युनिव्हर्सिटीची ऑफर आहे... आणि आय हॅव अक्सेप्टेड इट!"

"केव्हा जावं लागेल?"

"सिमेस्टरच्या सुरुवातीलाच म्हणजे पुढच्या महिन्यात."

"पण इतक्या थोड्या वेळात."

"स्पष्टच सांगतो. तुला यायचं असेल तर एकटं यावं लागेल."

"म्हणजे?"

"वुई विल सेंड देम बॅक!"

"हे कसं शक्य आहे फिलिप?"

"ते आपण पाहू- तुला मान्य असलं तर!"

"मला मान्य नाही." निरुपमाने शांतपणे सांगितले.

"याचा अर्थ, मी एकट्यानं जायचं असंच ना? कायमचं?"

"इफ दॅट इज गोइंग टु बी युअर कंडिशन..."

"त्यात बदल होणार नाही."

"मग माझ्या निर्णयातही बदल होणार नाही!"

"तसं असेल तर... लेट अस पार्ट कंपनी. पुन्हा जुन्या आयुष्याला सुरुवात करू. मी एकटा होतो... तूही एकटी होतीस!"

"पण आता मी एकटी नसेन. मुलं नेहमीच माझ्याबरोबर राहतील!"

ज्या दिवशी फिलिप गेला, त्या दिवशी मात्र निरुपमाला फार निराधार, अगतिक वाटू लागले. काय हे आपले प्राक्तन? विभागलेले आयुष्य नको म्हणून इतके दूर आलो... आणि येथेही पुन्हा नशिबात विभागणीच!

परत जाणेही शक्य नाही. मधे अफाट समुद्र पसरला आहे. तो एक वेळ ओलांडता येईल. पण घरातले समुद्र? तेथे प्रत्येक जण आपापल्या किनाऱ्यावर उभा! आपले परत जाणे कोणाला रुचणारही नाही.

मनात द्वंद्व चालू होते. एकच आशा होती. आजी! आपल्या लहानपणी ती आपल्याला तिच्या घरी घेऊन जाणार होती. आता आपण या मुलांना घेऊन तिच्याकडे जाऊन राहिलो तर? त्या छोट्या गावात एखादी शाळा काढता येईल- आजीला सोबत देता येईल.

हा विचार मनात बळावत असतानाच, एका रात्री फोन खणखणला. कोणाचा? फिलिपचा? फिलिपची आठवण मनातून अजून पुसत नव्हती. ती पुसण्याजोगी नव्हतीच. तोही अधूनमधून तिला फोन करत असे.

फोन निरुपमाच्या आईचा होता.

"बॅड न्यूज! आई गेली..."

"काय? कधी?"

"गेल्या आठवड्यात. इथंच हॉस्पिटलमध्ये होती. तिला कल्पना होती... निरुपमाला लगेच कळवू नका, तिला धक्का बसेल म्हणत होती."

निरुपमाने पुढे काही न विचारताच फोन खाली ठेवला. तिला रडू आवरत नव्हते. त्या गडद अंधारात ती एकटीच ऊर फुटून रडत होती.

"ममा, व्हाय आर यू क्राइंग?"

"प्लीज डोन्ट क्राय."

लुई-सॅमचे आवाज... स्पर्श... त्यांना जाग कशी आली? येथे यावेसे का वाटले? त्यांच्या मनात आपल्याविषयी निर्माण झालेल्या बंधामुळे!– हा बंध कदापिही तोडायचा नाही. या कोवळ्या, निष्पाप जिवांना कोणीतरी एकदा नाकारले होते. ती जखम आता बुजली आहे. पुन्हा त्याच जागेवर दुसरी जखम करायची नाही. त्यांना सांभाळायचे- आणि स्वतःलाही सांभाळायचे!

"ममा, दिवा लावू?"

"लाव, बाळा!"

लुईने दिवा लावला. अंधार संपला. त्या प्रकाशात तिला लुई-सॅमचे हसरे, उजळलेले चेहरे दिसत होते.

निरुपमाचे अश्रूही त्या प्रकाशाने शोषून घेतले होते.

कथाश्री, दिवाळी १९९४

निर्वाण

दिवेलागण केव्हाच होऊन गेली होती आणि लिमयांच्या प्रशस्त वाड्यात रात्रीच्या प्रहराचे व्यवहार सुरू झाले होते. स्वयंपाकघरात खास ब्राह्मणी अन्नाचा वास दरवळत होता. अक्का चुलीशी बसून भाकरी भाजत होत्या आणि आपल्या सुनांना सांगत होत्या, "आता मुलांना बोलवा गं. पाटपाणीही घ्या. आहेत ना सगळे घरी?"

"मोठे भाऊजी आलेले नाहीत वाटतं अजून."

"येईल तो. तात्या बसला असेल ना झोपाळ्यावर? त्याच्या धाकानं का होईना आठ वाजेपर्यंत येतो. एरवी काम काय मेल्याला? थोडा वेळ दुकानावर हिशेब लिहायला बसायचं अन् नंतर सोनाराच्या आळीत इस्पिटं खेळायला जायचं. घराची काडीची म्हणून जबाबदारी घ्यायला नको!"

विष्णुपंतांची बायको लक्ष्मी हे सगळे एकीकडे ऐकत होती आणि दुसरीकडे स्वयंपाकघरातच मुलांची पाने मांडत होती. तिला यात काही नवे नव्हते. अक्का बोलत होत्या ते खरेही होते. ते ऐकताना तिच्याही मनात येत होते, 'ह्यांना कुटुंबाची जबाबदारी थोडीतरी कळली असती तर? मामजींच्या जिवावर किती जगायचं? मुलं मोठी होताहेत. त्यांचंही मामंजींनीच पाहायचं का?... पण ह्यांच्यापुढे बोलायचं कसं?'

नानांची बायको रुक्मिणी माजघरात पुरुषांची पाने घेत होती. नाना आणि तीन दीर. विष्णुपंत, भास्करपंत, धाकटे भाऊजी. शिवाय त्या कुटुंबात अक्का विधवा होऊन परत आल्या, त्या आपल्या मुलाला घेऊन. तो आता सतरा-अठरा वर्षांचा होता- दत्तू. त्याला तात्यांनी पुढील शिक्षणासाठी पुण्याच्या डेक्कन कॉलेजात घातला होता. पण सध्या तो सुट्टीला घरी साताऱ्याला आला होता. विधवा होऊन परत आलेली धाकटी नणंदही होती. तात्यांनी सांगितले होते, "तिलाही पुरुषांच्या पंगतीलाच बसवायचं. मान द्यायचा. आश्रितासारखं कधीही वाटू द्यायचं नाही. कळलं का गं मुलींनो?"

तात्या आपल्या सुनांचा 'मुली' असा उल्लेख करत, आणि त्याच भावनेने वागवत. त्यामुळे सुनांना तात्यांचा धाक होता, तसे त्यांच्याबद्दल प्रेमही होते. अक्का ही तात्यांची मोठी बहीण. तात्यांच्या पत्नीचा–माईचा–मृत्यू झाल्यांनंतर सबंध कुटुंबाचा भार अक्कांनी आपल्या अंगावर घेतला. त्या समंजस होत्या. वर्चस्व न गाजवताही जबाबदारी कशी घ्यायची हे त्यांना चांगले ठाऊक होते. जबाबदारी थोडीथोडकी नव्हे. मुलेबाळे, मोलकरीण, माधुकरी, सुना यांचे धरून चांगली चौदा-पंधरा माणसांची. अक्का सगळे बिनतक्रार करत; पण आता त्या थोड्या थकल्या होत्या. अलीकडे त्या आपल्या सुनांना म्हणत, "मला मोकळं करा गं. मला निदान काही महिने तर जाऊ दे एखाद्या यात्रेला. अजून तरी हातपाय चालताहेत. पुढचं कुणी बघितलं आहे? पडेन एखाद्या वेळेस गोळा होऊन. मग तुम्हालाच करावं लागेल..."

"असं काय बोलता, अक्का?" सावित्री हळूच म्हणायची.

सावित्री ही त्यांची सर्वांत धाकटी सून. विश्वनाथची बायको. विश्वनाथ चांगला शिकला होता. नुकताच मामलेदारच्या हुद्द्यापर्यंत चढला होता. अक्कांना आणि त्यांच्यापेक्षाही तात्यांना हायसे वाटत होते.

"हपिसर बसला का जेवायला? त्याला घाल ही भाकरी. बघ कशी दोन्ही बाजूंनी फुगली आहे... त्याला आवडते तशीच. तू सुकडी मिळालीस ना? भाकरी तरी फुगलेली खाऊ दे. एवढी दोन बाळंतपणं झाली तरी भरत कशी नाहीस गं तू? तात्याला सांगते अन् वैद्याचं औषध सुरू करते म्हटलं, तर तेही नको म्हणतेस!"

हा संवाद मुलांच्या देखतच चालला होता. कुणाचे लक्ष होते, कुणाचे नव्हते. सावित्रीचे मुलगे राम व लक्ष्मण मात्र आपल्या आईकडे चोरून पाहत होते, हळूच हसत होते. त्या मोठ्या कुटुंबात स्वतंत्र नाती अशी नव्हतीच. जे घडायचे ते चारचौघांत. मुले ओट्यावर गाद्या टाकून ओळीने झोपत. अक्का माजघरात. आपल्या विधवा भाचीला जवळ घेऊन. पुरुष आपापल्या माड्यांत. बायका कधी माड्यांमध्ये, कधी माजघरात. तात्या एकटे बैठकीच्या माडीत. त्यांची कामे, विश्रांती- सगळे तेथेच. त्यांना काही विचारायचे असले तर कुटुंबातल्या सगळ्यांनाच बैठकीच्या माडीत जावे लागे किंवा मग सकाळच्या जेवणासाठी ते खाली येतील तेव्हा. आणखी एक वेळ संध्याकाळची. त्या वेळी ते आपल्या गप्पांसाठी आलेल्या मित्रांना निरोप देऊन झोपाळ्यावर येऊन बसत. मुलांकडून रामरक्षा म्हणून घेत. मग मुले पाटी-पेन्सिल घेऊन तेथेच अभ्यास करत. अक्का घरच्या कामांबद्दल, हिशेबांबद्दल बोलत. मग पांगापांग होई. नातवंडांच्या, मुलांच्या पंगती बसत. तात्या एकभुक्त होते. त्यामुळे ते झोपाळ्यावरूनच आत चाललेल्या वर्दळीचा कानोसा घेत आणि दुसरीकडे त्यांचे स्तोत्रपठण चालू असे- 'महिम्नः पारं ते परमविदुषो यद्यसदृशी...'

कोर्टात अव्वल कारकून असलेले तात्या आपला उरलासुरला वेळ या प्रकारच्या पठणात व वाचनात घालवत. त्यात त्यांचे मन रमत असे. मनाला शांती मिळे. ज्ञानेश्वरी, तुकारामांची गाथा, दासबोध, भगवद्‌गीता यांची त्यांनी आवर्तने केली होती. माई गेल्यानंतर आलेल्या एकटेपणात त्या वाचनाचा फार मोठा आधार मिळाला होता. त्या वेळी वाटले होते, कशासाठी आपण या प्रपंचात अडकून पडलो आहोत? सरळ उठावे आणि चाफळला-देहू-आळंदीला- कुठेतरी दूर निघून जावे. निःसंगपणे जगावे. पण ते जमावे कसे? अजून गृहस्थाश्रम संपलेला नाही. त्यातला गुंता वाढतोच आहे. एकुलती एक मुलगी पांढरे कपाळ घेऊन परत आली. तिची जबाबदारी भावांवर सोपवणे कितपत योग्य होईल? विष्णू, नाना, दत्तू कोणालाच ती जबाबदारी पेलणार नाही. तात्यांना विश्वास वाटायचा तो फक्त विश्वनाथचा. हा त्यांचा सर्वांत धाकटा मुलगा, पण सर्वांत समंजस. तो व्यवस्थित शिकला, नोकरीला लागला आणि बघताबघता मामलेदारही झाला. इतक्या लहान वयात. त्याची मुलेही हुशार आहेत. दोघांत फक्त दीड वर्षाचे अंतर. तीही लवकर मॅट्रिक होतील... आपल्या चुलत भावंडांची जबाबदारी घेतील. या विचाराने दिलासा वाटायचा. घर सोडून निघून जाण्याचा विचार मनात जोराने घुमायचा. डोळ्यांसमोर डोंगरदऱ्या दिसू लागायच्या. मनात शब्द उमटायचे, 'दास डोंगरी राहतो.'

तात्यांनी आपल्या मनातील हा विचार नेनेकाकांजवळ दोन-तीनदा बोलून दाखवला होता. नेनेकाका हे त्यांचे जिवाभावाचे मित्र. ते माळकरी होते. न चुकता कार्तिकीच्या वेळी दिंडीमधून पंढरपूरला जात. एकदा त्यांनी तात्यांनाही आग्रह केला होता.

"मला फार बरं वाटतं हो. पण हे व्यापताप सोडून कसा येऊ?"

"जमवायचं महिनाभर कसंतरी."

"खरं सांगू नेनेकाका, मी एकदा घर सोडलं ना, तर मला परत यावसंच वाटणार नाही."

"असं टोकाला जाऊन कसं चालेल? गृहस्थाश्रम संपल्याखेरीज संपूर्ण वानप्रस्थाश्रम शक्य नसतो, तात्या. अधूनमधून सुटायचं. सवय करायची. तेवढंच बरं वाटतं."

"वाट पाहतो आहे. संपूर्ण सुटकेचीच वाट पाहतो आहे. आणखी किती वर्षं लागणार आहेत, कोण जाणे! माझी खरी भिस्त विसूवर आहे. तो एकदा कर्तासवरता झाला की मी सुटलो!"

आजही तात्या हा विचार मनात घोळवत बसले होते. स्वयंपाकघरात, माजघरात चाललेल्या हालचालींकडे त्यांचे लक्ष होतेही आणि नव्हतेही. अनेक वर्षे मनात दडपलेली ती सुप्त इच्छा अचानक उफाळून वर आली होती. खरोखरीच काय हरकत आहे जायला? आता आपण गेलो तरी विसू आहे. अवघा सदतीस-अडतीस

वर्षांचा, पण कर्तबगार. तो सगळ्यांचे मनापासून करील. सूनही चांगली आहे. दोन मुलगे झाल्यानंतर तीही सुटवंग झाली आहे. अक्काला मान देते. जावांशी जमवून घेते. विसू बाहेरचे सांभाळील आणि ती घरातले. इतके दिवस वाट पाहत होतो, तो क्षण आता खरोखरीच आला आहे. तो चुकवता कामा नये!

एकीकडे निर्णय होत होता, पण दुसरीकडे द्वंद्वही चालू झाले होते. आपण विसूवर अन्याय करतो आहोत का? त्याच्या ऐन उमेदीच्या काळात त्याला कुटुंबाच्या भाराखाली चेंगरवतो आहोत का? आणि तेही त्याला न विचारताच? त्याला कल्पना न देताच ही जबाबदारी त्याच्यावर टाकण्याचा आपल्याला काय अधिकार? पण त्याच्याशी बोलणेही शक्य नाही. तो मुळी होकार देणारच नाही. जे काही करायचे ते कोणालाही विश्वासात न घेता केले पाहिजे. नेनेकाकांशीही बोलता कामा नये. आपल्याला अचानक मृत्यू आला असता तर काय झाले असते? चक्र चालू राहिलेच असते ना? तसेच समजायचे. आपण नसलो तर चक्र थांबले असे मानणे हा अहंकार आहे. त्यातून मुक्त झाले पाहिजे... मुक्त झाले पाहिजे...

झोपाळा थांबला. तात्या उठले आणि बैठकीच्या माडीत गेले. त्यांनी आपला पंचा, धोतर व उपरणे एका पिशवीत घातले. जपमाळ बरोबर घेतली. आणखी काहीच नको. आजवर जे वाचले, ते आता आचारात आणायचे... बरोबर ज्ञानेश्वर, तुकाराम, रामदास नकोत. ते आता मनातच वस्तीला आले आहेत. त्यांच्या सोबतीनेच पुढे जायचे आहे. कुठे? ठाऊक नाही. चालायला लागले की वाट सापडेल.

तात्या क्षणभर खिडकीत उभे राहिले. खाली मोठा चौक होता. पलीकडे ओसरी, माजघर, स्वयंपाकघर. त्यापलीकडे अंगण. अवतीभोवती चार माड्या. शेवटच्या माडीला लागून पत्रा. त्या वास्तूतील या सगळ्या कोपऱ्यांशी आजवर काहीना काही नाते जोडले गेले होते. त्या आठवणी मनात दाटून आल्या. डोळे पाणावले.

"असा का उभा आहेस रे, तात्या? काही होतं आहे का?" ओसरीवर आलेल्या अक्कांनी खालूनच विचारले.

"काही नाही गं. सहज."

"दूध घेतोस का थोडं? पाठवून देते विसूच्या हातनं. तो वर निघालाच आहे."

"दे, फक्त अर्धं फुलपात्र."

विसू दूध घेऊन वर आला. तात्यांनी फुलपात्र हातात घेताना त्याच्याकडे डोळे भरून पाहिले. त्याला सांगितले, "झोप तू. मी स्वतः फुलपात्र खाली नेऊन ठेवतो."

विश्वनाथ गेला. तात्यांनी दुधाचा एक घोट घेतला. मनात आले, हा शेवटचा घोट. आता या वास्तूशी असलेला आपला ऋणानुबंध संपला. भोवतीचे सगळे जणू

नाहीसेच झाले आहे. आता वेगळीच वाट दिसू लागली आहे. ती चालण्यासाठी पायात बळ हवे, आणि मनात निर्धार हवा.

त्या अंधारात आपण सज्जनगडाच्या वाटेला कधी लागलो हे तात्यांना कळलेही नाही. गाव संपेपर्यंत अधूनमधून दिवे लुकलुकताना दिसत होते. तात्या रस्त्याच्या कडेने, कोणालाही दिसू नये अशा बेताने झपाझप चालत होते. तशी सगळीकडे सामसूम झाली होतीच. गावाच्या वेशीबाहेर तर सगळाच शुकशुकाट! सर्वत्र अंधार. पण काळाकुट्ट अंधार नव्हे. शुक्ल पक्षातील दशमीचा दिवस होता. आभाळात चंद्र होता. आभाळ निरभ्र होते. फिके चांदणे पसरले होते.

वाटचालीसाठी तेवढा फिकट प्रकाशही पुरेसा होता. कारण वाट बिकट असली, खडकाळ असली तरी पायाखालची होती. तात्या असंख्य वेळा सज्जनगडावर चढले होते. पण आजचे चढणे वेगळे होते. हे चढणे परत खाली उतरण्यासाठी नव्हते. निदान काही काळ तेथेच राहायचे होते. पुढचा मार्ग निश्चित करायचा होता. गडावरच्या शांततेत, मुक्त साधूंच्या सहवासात राहिल्यानंतर आपोआपच मार्ग दिसेल, याबद्दल तात्यांना कोणतीही शंका नव्हती. त्यामुळे त्यांचे मन आभाळाइतकेच निरभ्र होते आणि आभाळाइतकेच विशालही. आता त्या मनात फक्त एकच ध्यास उरला होता. सर्वसंग परित्याग! फक्त दयाघनाचे स्मरण. त्याच्या भेटीची आस. वाटत होते, जणू 'उभारून बाहे, विठो पालवीत आहे' ते आमंत्रण स्वीकारण्यासाठी आता लवकर गेले पाहिजे. तात्यांच्या पायांतील बळ वाढले होते. त्यांचा वेगही वाढला होता.

दोन तास सलगपणे चालल्यानंतर तात्या थोडे थांबले. जवळच एक खडक होता, त्यावर बसले. भोवती उंच गवत वाढले होते. सळसळ ऐकू येत होती. सळसळ वाऱ्याची की दुसरी कसली? या परिसरात अजूनही एखादे श्वापद फिरते. एखादे जिवाणूही असेल कदाचित. या विचाराने तात्यांच्या मनात क्षणभर भीतीची भावना तरळून गेली; पण क्षणभरच. पुढच्याच क्षणी त्यांना आत्मविश्वास वाटला. कुणीही आपल्यावर झडप घालणार नाही. कोणीही आपल्याला दंश करणार नाही. आपल्या कपाळावर आता भगवंताचे नाव झळकते आहे. ते कोणालाही दिसेल. आता भीती कसली?

....चढता चढता तात्या थोडे थकले होते. पण ते नेटाने पावले उचलत होते. वाट संपत आली होती. चंद्र मावळतीला झुकत होता आणि पूर्वेला तांबडे फुटत होते. चैतन्याची, प्रकाशाची एक लाट चराचरात फुटणार होती. तात्यांचे अंतर्याम त्या अदृश्य चैतन्याने व प्रकाशाने आधीच उजळून गेले होते. प्रवासाच्या शेवटच्या टप्प्यावर तात्यांना एका अनामिक पक्ष्याचा स्वर ऐकू आला. त्यांनी त्या स्वरात

स्वतःचे शब्द गुंफले. ‘साधका, तुझे स्वागत असो!’

आपण पोहोचण्याआधीच जणू या आसमंताने आपल्याला जवळ केले आहे. व्यामोह संपला आहे!

त्या फिक्या, तांबूस प्रकाशात तात्यांना एक कुंड दिसले. त्यातून तात्यांनी ओंजळीने पाणी घेतले आणि आपली तहान तृप्त केली. देहमनाला पडलेला शोष जणू थांबला. त्या स्वच्छ, गार पाण्याचा स्पर्श जणू आतपर्यंत झिरपला. वाटचालीमध्ये अधूनमधून येणाऱ्या घरच्या आठवणी जणू त्या स्पर्शात विरघळल्या. आता ते सगळेच दूरचे, परके वाटू लागले.

जवळ उरला फक्त एकच ध्यास!

“कोण तुम्ही?” जवळून प्रश्न आला.

भगवी वस्त्रे धारण केलेला एक तरुण साधू हातात पाण्याची घागर घेऊन विरुद्ध दिशेने जात होता. त्यानेच तो प्रश्न केला असावा.

“असाच कोणीतरी. काही काळ वास्तव्यासाठी आलो आहे.”

“या. इथं भाकरीभाजीला कमी नांही. समोर ते कौलारू घर आहे ना, तिथं माई आहेत. त्या सगळं पाहतात. त्यांना भेटा.”

“माई?” तात्या एकदम चमकले. पुन्हा आठवणींनी उचल खाल्ली. पण त्यांनी निग्रहाने तो लोट मागे सारला, आणि ते त्या कौलारू घराच्या दिशेने निघाले.

माई दारातच सडासंमार्जन करत होत्या. जमीन स्वच्छ झाल्यावर त्यांनी रांगोळीने श्रीकार काढला. स्वस्तिक रेखाटले आणि खाली लिहिले, ‘श्री समर्थ प्रसन्न.’

माईंनी वर पाहिले आणि तात्यांना काहीच न विचारता त्या म्हणाल्या, “स्नान करून घ्या.”

परकेपण क्षणार्धात संपले.

साधू-महंतांच्या सहवासात दिवस कसे पुढे जात होते हे त्यांना कळलेच नाही. त्यांचा दिनक्रम ठरलेला होता. नित्य-नैमित्तिक कर्मे आटोपल्यानंतर त्यांना भरपूर एकांत मिळत असे. त्या एकांतात ते दासबोधाचे पठण करत; रामाची व मारुतीची स्तोत्रे म्हणत. जवळपास असलेल्या एखाद्या घळीत जाऊन ध्यान लावत. या काही घळीत इतर महंतही येत. त्यांच्याशी संभाषण होत असे. संभाषणात कोणतेही वैयक्तिक तपशील नसत. कारण सर्वांनीच आता दीक्षा घेतली होती; लौकिक जीवनाशी असलेले आपले बंध तोडले होते. अरण्यवासात, तेथे असलेल्या मठ-मंदिरात आपले उरलेसुरले आयुष्य व्यतीत करायचे, या उद्दिष्टानेच हे महंत सज्जनगडावर येऊन राहिले होते.

दिनकर हा अशा महंतांपैकीच एक होता. तो तिशीच्या आसपास होता. इतक्या तरुण वयात तो सगळे बंध तोडून येथे का येऊन राहिला असेल, असा प्रश्न

तात्यांना अधूनमधून पडत असे. पण त्यांनी दिनकरला त्या बाबतीत कधीच काही विचारले नाही. संतवाङ्मयाविषयी त्यांच्या पुष्कळ चर्चा होत. दिनकर तात्यांना गीतेतल्या अनेक विचारसूत्रांबद्दल भाष्य करण्यास सांगत असे. लोकमान्यांनी सांगितलेले 'गीतारहस्य'ही तो तात्यांकडून समजून घेत असे. त्या अनुषंगाने लोकमान्य टिळकांबद्दलही बोलणे होत असे.

"तुम्ही लोकमान्यांना पाहिलं होतं का तात्या?"

"फक्त एकदाच. कामासाठी पुण्याला गेलो होतो, त्या दिवशी त्यांची सभा होती. काय तेज होतं त्या माणसात. सभा चित्रासारखी तटस्थ होती... अवघ्या शरीराचे कान करून सगळे जण लोकमान्यांचे भाषण ऐकत होते. मला तर त्या वेळी वाटलं होतं, हे भाषण कधी संपूच नये!"

"मी त्यांना दुर्दैवाने पाहिलं नाही. त्यांची सगळी पुस्तकं वाचली मात्र आहेत. त्यांच्या आठवणीत एक आठवण रामकृष्ण परमहंसांबद्दलची आहे. ठाऊक आहे ना तुम्हाला?"

"नाही."

"लोकमान्य परमहंसांच्या वक्तृत्वानं किती प्रभावित झाले होते हे त्या आठवणीत सांगितलं आहे. ती सभा मुंबईला झाली होती. मुंबईलाही नुकतीच 'रामकृष्ण मिशन'ची शाखा निघाली आहे. तात्या, मला तिथं जायचं आहे..."

दिनकरशी चाललेल्या या संभाषणातून तात्यांनाही आपण पुढे काय करायचे या प्रश्नाचे उत्तर मिळाले!

"दिनकर, मीही तुझ्याबरोबर येतो."

"जाऊ या. इथला दासनवमीचा उत्सव झाल्यानंतर ठरवू."

"दोन महिन्यांवर आला ना?"

"हो... या वेळी पुष्कळ भाविक मंडळी येतील. त्यांच्या भेटीगाठी होतील."

भेटीगाठी? त्या तर नकोच होत्या. कोणी ओळखीचे भेटले तर? ते टाळायचे होते. "दिनकर, आपण त्या वेळी चाफळला जाऊ."

"तिथं तर रामनवमीच्या दिवशी अधिक मोठ्या प्रमाणावर उत्सव असतो..."

"म्हणूनच."

– हा निर्णय घेतल्यांनंतर तात्यांना हायसे वाटले. चाफळ सज्जनगडापेक्षा दूर आहे. तेथे कोणी येणार नाही बहुतेक. चाफळहून पुढे मुंबईला. मजल-दरमजल करत. दिनकर बरोबर असेल तेव्हा काळजीचे कारण नाही.

मनातील शंका पुसून गेली. तात्या पुन्हा आपल्या दिनक्रमात रमून गेले. दासनवमीची वाट पाहू लागले. चालतच जायचे होते. तेवढे बळ जवळ होते. त्यामुळे मनात कोणतीही अस्थिरतेची भावना नव्हती. वलये विरून गेलेल्या एखाद्या

तळ्याप्रमाणे तात्यांचे मन शांत, स्थिर होते. त्यात आता फक्त ईश्वराचे प्रतिबिंब होते.

चाफळला थंडी होती. पण तेथील प्रसन्न वातावरणाने त्या थंडीतही एक ऊब निर्माण केली होती. आसपासचे लोक उत्सवासाठी हळूहळू येऊ लागले होते. काहींनी आधी दोन-तीन दिवस येऊन आपल्या पथाऱ्या पसरल्या होत्या, तर काही आज येणार होते. अवघे चाफळ गावच उत्साहाने फुलून गेल्यासारखे दिसत होते. देवळाच्या परिसरात उत्साह दुणावला होता. धांदल चालू होती. मठाचे कारभारी सगळी व्यवस्था चोख आहे की नाही हे पाहत होते. रामाच्या देवळात पूजेला प्रारंभ झाला होता. मंडपात बसलेले भाविक भजन-कीर्तनात दंग होते. 'हरे राम हा मंत्र सोपा जपा रे...' 'येथे उभा का श्रीरामा । मनमोहन मेघश्यामा।' जणू समर्थांचेच शब्द तेथे निनादत होते.

पूजा संपल्यावर आरत्या सुरू झाल्या.

जयदेव जयदेव जय सीतारमणा
न कळे तुझा महिमा शास्त्रापुराणा ।

टाळयांच्या व झांजांच्या साथीने म्हटल्या जाणाऱ्या त्या आरत्यांत तात्या तल्लीन झाले होते. त्यांचे डोळे मिटलेले होते. प्रसादाच्या वेळी दिनकरनेच त्यांना जागवले.

"तात्या, प्रसाद घ्या."

"भान हरपल्यासारखं झालं आहे रे."

"हा इथला मोठा उत्सव. सज्जनगडावर दासनवमीचा, आणि इथं रामनवमीचा. दुरून दुरून लोक येतात. चालत येतात."

तात्यांनी सभोवतालच्या माणसांकडे दृष्टिक्षेप टाकला. काही बसलेले, काही उभे. काही गाभाऱ्याच्या दिशेने पुढे सरकणारे. तात्याही त्या उजळलेल्या मूर्तीचे दर्शन घेण्यासाठी पुढे सरकत होते. आपल्याच नादात. बरोबर दिनकर होताच. तात्यांना वाटले, जणू आपला विसूच आपल्या संगतीने पुढे जातो आहे!

– हा विचार मनात आल्यानंतर ते चमकले. आज अचानक विश्वनाथाची आठवण का बरे झाली? स्थिरावत चाललेल्या मनात एकाएकी हे वर्तुळ कसे उठले?

किंचित गलबललेल्या मनाने पुढे जात असतानाच तात्यांच्या कानी हाक आली- अगदी जवळून. "तात्या..."

शेजारी नेनेकाका उभे होते!

"नेनेकाका!" तात्यांना पुढे काय बोलावे हेच सुचेना. दोघेही त्याच स्थितीत उभे होते. मंडपातील गर्दी हळूहळू ओसरत होती. दिनकरही कुठेतरी गेला होता.

...पुष्कळ बोलता येण्याजोगे होते. पण कसे बोलायचे? बोलायचे का?- हा प्रश्न दोघांनाही पडला होता. दरम्यान सहा-सात महिन्यांचा काळ निघून गेलेला. दिनकरशी मुंबईला जाण्याविषयी बोलणे झालेले. त्याने काही योजनाही आखली होती. आणि आज अनपेक्षितपणे नेनेकाका भेटले होते. ते देहू-आळंदीला, पंढरपूरला जाणारे. येथे का आले असतील? आपला शोध घेण्यासाठी? सज्जनगडाला आले नाहीत... आपण कदाचित तेथे असू, हा तर्क करणे अधिक स्वाभाविक होते, की त्यांनी ते मुद्दामच टाळले? दरम्यान इतका काळ जाऊ दिला तोही मुद्दामच? नेनेकाकांना आपले विचार ठाऊक होते. त्यामुळे त्यांना काही व्यत्यय आणायचा नसावा. ही भेट आपल्याइतकीच त्यांनाही अनपेक्षित असावी.

"आज सकाळीच आलो. तुम्ही इथं भेटाल, अशी कल्पना नव्हती..."

नेनेकाकांनीच सुरुवात केली.

"राहिलो होतो काही दिवस. पुढचं पक्कं ठरेपर्यंत."

"आनंद वाटतो?"

"हो."

"छान! मला ठाऊक होतं. म्हणूनच मी मधे पडलो नाही. इतर कोणालाही पडू दिलं नाही. विसू म्हणत होता..." नेनेकाका एकदम गप्प झाले.

मग मात्र तात्यांना राहावले नाही. घरासंबंधी एखादा प्रश्न विचारायला काय हरकत आहे?

"विसू काय म्हणत होता?" तोच धागा पकडत तात्यांनी विचारले.

"जाऊ दे... त्याला काही अर्थ उरला नाही आता."

"म्हणजे..?"

"तुम्हाला कसं सांगू? तात्या नकोच. तुम्हाला मागे वळून पाहावंसं वाटेल असं काहीही आता नको."

"मागे वळून पाहणं मी केव्हाच सोडून दिलं आहे नेनेकाका. सगळं विसरत चाललो आहे. फक्त खुशाली सांगा."

"खुशाली नाहीच, तर कशी सांगू?"

"असं कोड्यात बोलू नका, नेनेकाका. माझ्यावर विश्वास ठेवा. माझा निर्धार पक्का आहे. मला कोणताही त्रास होणार नाही."

"तात्या, विसू गेला. तुम्ही गेल्यानंतर दोन-अडीच महिन्यांनीच त्याला सर्पदंशामुळे मृत्यू आला!"

"काय?" तात्या हतबुद्ध झाले.

ज्याच्यावर विसंबून घर सोडले, तोच निघून गेला? आता घराचे काय? जबाबदारी घेणारे कोण? मुख्य म्हणजे सावित्रीचे काय? ती धीराची होती... पण

मुलांची जबाबदारी तिला कशी पेलणार? सोन्यासारखी हुशार मुले... तात्यांच्या मनात भूतकाळाचे चक्र वेगाने फिरू लागले.

"सावित्री कुठे आहे?" त्यांनी नेनेकाकाना क्षीण आवाजात विचारले.

"अजूनतरी तिथंच. खरं म्हणजे तिला इतरांनी धीर द्यायचा, त्याऐवजी तीच इतरांना धीर देते आहे. प्रपंच सांभाळते आहे. अक्का तर खचूनच गेल्या आहेत."

याचा अर्थ, सावित्रीच आता घरातला कर्ता पुरुष झाली आहे! ती प्रपंच सांभाळत असेल, पण त्यासाठी लागणाऱ्या पैशांचे काय? तीन मुलांची मिळकत कशीबशी पुरत असेल. त्यांची मुले मार्गाला लागतील तेव्हाच पुन्हा ऊर्जितावस्था येणार. पण ती मुलेही फार बुद्धिमान नाहीत. जेमतेम मॅट्रिकपर्यंत पोहोचतील... भास्करला तर दोन्ही मुलीच आहेत. त्यांची लग्ने कोण करून देणार? भरवसा होता तो विश्वनाथचा. तोच निघून गेला. आपल्याआधी तोच सुटला. पण त्याची मुले हुशार आहेत. राम आणि लक्ष्मण. ती मुले नीट वाढली पाहिजेत. त्यांच्या आयुष्यावर कुठलेही सावट येता कामा नये. तात्या आपल्याच विचारात गुंग होते.

"तात्या, मी निघतो. इथं माझी भाची असते. तिच्याकडे जेवून वाटेला लागतो."

नेनेकाकांनी तात्यांचा सुजाणपणे निरोप घेतला. त्यांना आणखी काही बोलायचे नव्हते; ऐकायचेही नव्हते.

काही वेळातच दिनकर परत आला. देवळात एका खांबापाशी टेकून बसलेले तात्या त्याला दिसले. त्यांचा चेहरा उतरल्यासारखा दिसत होता.

"बरं वाटत नाही का, तात्या? थकला असाल. विश्रांती घ्या. इथं रामकृष्ण मिशनमधले एक स्वामी आले आहेत. ते मूळचे इथलेच. योगायोगानं भेट झाली. त्यांनी पुष्कळ माहिती दिली. आता परतीच्या वाटेवर आपण सगळं ठरवून टाकू.'

"हं!" तात्यांनी निःश्वास टाकला.

दिनकरला थोडे आश्चर्य वाटले. एरवी उत्साही असणारे तात्या एकाएकी गप्प का झाले आहेत? पण त्याने त्यांना छेडले नाही.

परतीच्या वाटेवरही तात्या गप्पच होते. ती वाटचाल दिवसाउजेडी चालली होती. पण तात्यांना सहा-सात महिन्यांपूर्वीचा तो फिक्या चांदण्याचा दिवस आठवत होता. त्या दिवशी चढलो. उमेदीने चढलो. आता पुन्हा चढायचे की...

तात्यांचा निर्णय होत नव्हता. दिनकरला सांगावे का? - तेही कळत नव्हते. चालता चालता मनातले वादळ थोडे शांत झाले. बैलगाडीतून प्रवास चालला होता. सज्जनगड दिसू लागला होता. उतरल्यानंतर तात्या पायथ्याशीच थांबले. दिनकरला म्हणाले, "तू पुढे जा. मी आता वर चढत नाही."

दिनकरने त्यांच्याकडे फक्त पाहिले. तो काही बोलला नाही. एकटाच वर चढू

लागला. तात्या खालीच राहिले. काही काळ तेथेच बसले, आणि मग विरुद्ध दिशेने चालू लागले.

निर्णय झाला होता! आपला अल्पकालीन वनवास संपवून जणू दशरथ राम-लक्ष्मणांकडे परत निघाला होता.

...तात्यांना सगळे स्पष्टपणे आठवत होते. शरीर क्षीण झाले होते. अंगात थोडा ताप होता. अधूनमधून खोकला. वैद्य सकाळीच येऊन तपासून गेले होते. त्यांनी लक्ष्मणरावांना सांगितले होते, "छातीत कफ आहे. श्‍वसन नीट नाही. एरवी काळजी वाटली नसती. पण तात्यांचं वय लक्षात घेता..."

"मला काय ते स्पष्टपणे सांगा, काका."

दुधगावकर वैद्यांनी किंचित काळ विचार केला, आणि ते म्हणाले, "आता भरवसा नाही. वेगानं फिरणारं चक्रही कधीतरी थांबतंच ना, लक्ष्मण? तसं थांबत आलं आहे. आज मी पुड्या बदलून दिल्या आहेत. बघू. त्यांना दूध द्या भरपूर. अगदी मऊ भातही चालेल. तिखट काही नको. खोकला वाढेल त्यामुळे."

"त्यांनी अलीकडे अन्न जवळजवळ वर्ज्यच केलं आहे. पुष्कळ जगलो- आता अधिक जगायची इच्छा नाही म्हणतात."

"काय वय असेल तात्यांचं?"

"मलाही नक्की माहीत नाही. पण नव्वदच्या आसपास... मीच पन्नाशीला आलो की, ते परत आले तेव्हा मी बारा-तेरा वर्षांचा होतो... दादा दोन वर्षांनी मोठे. त्यांना बोलावून घेऊ का? कोल्हापूर-सातारा अंतर फार नाही. तार केली तर लगेच निघतील. उद्यापर्यंत पोहोचतील. तसे ते गेल्या आठवड्यात येऊन गेले आहेत. एका केससाठी मुंबईला गेले होते. वाटेत इथं थांबले होते..."

"एकदा येऊन गेले तर बरं होईल."

"लगेचच पाठवतो वसंताला पोस्टात."

"घाबरू नका म्हणावं. पण भरवसा नाही हे खरंच."

- तात्यांच्या शेजारच्या खोलीतच हे संभाषण चालू होते. तात्यांच्या कानावर काहीकाही शब्द पुसटपणे पडत होते. पण त्यातून जो काही अर्थबोध व्हायचा तो झाला होता. त्यांच्या मनाची तयारी केव्हाच झाली होती. त्यामुळेच वैद्यांचे आपल्या नातवाशी चालले हे संभाषण ऐकता ऐकता त्यांचे मन भूतकाळात शिरले होते.

त्या दिवशी दिनकरला सांगितले, "तू पुढे जा. मी आता वर चढत नाही." मागे फिरलो. घरच्या वाटेला लागलो. मनात वादळ चालले होते. पण पावले झपाझप पडत होती. कधी एकदा घर गाठू असे झाले होते!

सबंध घरावर अवकळा पसरली होती. आपण असताना हसतखेळत नांदणारे ते घर एका जागी थबकल्यासारखे वाटत होते. कुठे चैतन्यच नाही. आपल्याला पाहिल्यावर सगळ्यांच्याच चेहऱ्यावर विस्मय आणि आनंदही. जणू एखाद्या उन्मळू पाहणाऱ्या झाडाला अचानक आधार सापडावा, तसे काही.

अक्का म्हणाली, "आलास बाबा? बरं झालं. मला वाटलंच होतं कुठून तरी तुला कळेल... तू परत येशील... तो गेल्यावर हा गाडा चालवायला तसं कोण उरलं आहे रे?"

"सावित्री कुठे आहे?"

"नुकतीच वाईला गेली. तिचे वडील म्हणाले, मी घेऊन जातो. तुम्ही काळजी करू नका. मी तिला सांभाळतो. मुलं लहान आहेत. त्यांना मॅट्रिकपर्यंत तरी शिकवलं पाहिजे. त्यानंतर पुढंच पाहू. मी तरी त्यांना कोणत्या तोंडानं नाही म्हणणार होते? वाटलं, त्या पोरांचं तरी सगळं नीट होऊ दे. चुकलं का माझं, तात्या?"

"नाही. तू योग्य केलंस. मी आलो आहे. पण मी आता असून नसल्यासारखाच."

"तू इथं असलास तरी पुरे आहे, बाबा. बाकीचं आम्ही सांभाळतोच आहोत आपापल्या परीनं. नाना, विष्णू, भास्कर- सगळेच आता बदलले आहेत हो. पण त्यांची कुवतच कमी. त्याला ते तरी काय करणार रे? सुनाही समंजस आहेत. पण सगळ्यांना जोडून ठेवायला तू हवास, बाबा... आता सावित्रीलासुद्धा बोलावून घ्यायला हरकत नाही."

"नको. तिला तिथंच राहू दे. मी तिला अधूनमधून भेटून येत जाईन." तात्या करारीपणे म्हणाले.

"तू ठरवशील तसं."

चक्र पुन्हा चालू झाले होते. तात्या अलिप्ततेने देखरेख करत होते. - केवळ आपल्या नातवंडांना मार्गाला लावण्यासाठी. नानाची मुले जेमतेम शिकली व नोकरीला लागली. नातींची लग्ने झाली. भास्करची बायको क्षयाने अकालीच वारली. दत्तूचे शिक्षण पूर्ण झाल्यानंतर तो नोकरीला लागला. तो अक्काला पुण्याला घेऊन गेला. हळूहळू अशी पांगापांग होऊ लागली. आधी जीवनात घडणाऱ्या फेरबदलामुळे होणारी पांगापांग आणि नंतर मृत्यूने केलेली पांगापांग! एकेक पान गळत चालले. घर वठत चालले. घर बदलतही चालले... मुलांची जागा नातवांनी घेतली. त्यांनी आपापल्या विचारानुसार काही फेरफारही केले. दोन नातू नोकरीच्या निमित्ताने सातारा सोडून गेले. घरातल्या माणसांची संख्या निम्म्यावर आली. घरातले जुने चेहरे हरवले. नवे चेहरे आले...

बदलली नाही अशी एकच गोष्ट. तात्यांची माडी- आणि तेथे बसून पठणवाचन करणारे तात्या. मधूनच त्यांच्या डोळ्यांसमोर सज्जनगड तरळे. मधूनच न पाहिलेल्या

रामकृष्ण मिशनच्या मुंबईतील मठाचे चित्र आकारू लागे. दिनकरची आठवण येई. तो तेथे पोहोचला असेल का? तेथेच राहिला असेल की पुढे कलकत्त्याला, दिल्लीला गेला असेल? तो मुक्त. आपण बद्धमुक्त. की बद्ध? – पण आता तो विचार करायचा नाही. जे कर्तव्य पार पाडण्यासाठी निग्रहाने येथे परतलो, ते चोखपणे पार पाडायचे. तात्यांच्या मनासारखे घडत होतेही. राम-लक्ष्मण मॅट्रिकपर्यंत शिकले. त्यानंतर काय? सावित्रीच्या माहेरची मंडळी म्हणत होती, आता शिक्षण थांबवा. नोकरी शोधा, तुमची आई थकली आहे. तिला एकदा आपल्या डोळ्यांदेखत मुलं स्थिरस्थावर झालेली बघू देत...

तात्यांना तुटकतुटक आठवणी येत होत्या. तीस-बत्तीस वर्षांतल्या घटनांचा एक पट डोळ्यांसमोर फडफडत होता. काही कोऱ्या जागा, काही अस्पष्ट जागा... एखादी अगदी स्पष्ट, सुवाच्य अक्षरात लिहिलेल्या कागदासारख्या... अक्षरन्‌अक्षर बोलके. अशी एक जागा म्हणजे सावित्रीचे वाईतले माहेर.

तात्या परतल्यानंतर लगेचच तेथे गेले होते. त्यांना पाहिल्यावर सावित्रीच्या चेहऱ्यावर उमटलेले भाव ते अजून विसरले नव्हते. विस्मय, आनंद, सुरक्षिततेची भावना...

तिने काहीच विचारले नाही; काहीच सांगितलेही नाही.

तिने फक्त राम-लक्ष्मणांना बोलावले. म्हणाली, “आजोबांना नमस्कार करा.”

“खूप मोठे व्हा रे, पोरांनो. ते तुमचं मोठेपण पाहण्यासाठीच आलो आहे...” तात्याच न राहवून बोलले.

नंतर तिच्या आईवडिलांशी गप्पा. तात्या परत जायला निघाले, तेव्हा सावित्रीने त्यांना हळूच विचारले, “मीही यायचं ना आपल्याबरोबर?”

“नाही... तू इथंच राहायचं. मुलांना मोठं करायचं. खूप शिकवायचं. त्यांच्या हुशारीचं चीज झालं पाहिजे. मी तुझ्या पाठीशी आहे. चिंता करू नकोस. अनंतराव, सांभाळा माझ्या मुलीला...”

हे उत्तर ऐकून सावित्रीच्या वडिलांच्या डोळ्यांत पाणी तरारले होते.

मुले मॅट्रिक झाल्यानंतरही सावित्रीच खंबीरपणे उभी राहिली. तिने सांगितले, “मुलांनी पुढे शिकलंच पाहिजे. मामंजींची तशी इच्छा आहे. त्यांनी आपला संपत्तीवरचा सगळा हक्क सोडला आहे. ते पैशानं मदत करू शकणार नाहीत. पण माझं स्त्रीधन आहे. ते मुलांच्या शिक्षणासाठीच आहे. मला तरी आता त्याचा काय उपयोग आहे?”

तात्यांच्या देखतच तिने ते स्त्रीधन आपल्या वडिलांच्या स्वाधीन केले होते. अनंतराव म्हणाले होते, “मी पैशानं लंगडा पडलो गं, मुली. नाहीतर तुझ्यावर ही वेळ आली नसती!”

तात्यांनीच त्यांची समजूत घातली होती. "आता काळ बदलला आहे, अनंतराव. बायकांना पुरुषांनी सांभाळायचे दिवस मागे पडले. आता त्या स्वतःच्या पायावर उभ्या आहेत. आपली सावित्री फार शिकलेली नसली तरी शहाणी आहे. तिला काय ते ठरवू दे. आपण जमेल तेवढी मदत करू..."

एकदा हा निर्णय झाला, आणि पुढचे सगळे सुरळीत पार पडले. दोघेही वकील झाले. अगदी थोड्या काळातच त्यांचा जम बसला. रामने तात्यांच्याच सल्ल्याने कोल्हापूरला प्रॅक्टिस करायचे ठरवले. लक्ष्मण साताऱ्याच्या घरी आला.

– हे सगळे यश पाहायला सावित्री मात्र उरली नव्हती!

सावित्रीच काय, इतरही पुष्कळ जिवलग हे जग सोडून गेले. दीर्घायुषी माणसाला भोगावे लागणारे हे दुःख अटळ असते. एकेक घाव पडत जातो, एकेक जखम होते. आणि तरीही आयुष्य चालूच राहते.

पण आता कदाचित अंत जवळ आला आहे. सुटकेसाठी धडपडत असलेला जीव खरोखरीच सुटणार आहे. फार पूर्वी एका वेगळ्या अर्थाने तो मुक्त झाला होता. पण पुन्हा गुंतला. आता मात्र...

तात्यांना पुन्हा सज्जनगड दिसू लागला.

शेवटच्याच काही घटका. दुधगावकर वैद्यांनी तसे सांगितलेच. रामही येईल. पण कदाचित तो पोहोचण्यापूर्वीच...

त्याआधी एकदा लक्ष्मणशी मोकळेपणाने बोलावे का? त्याला- कुणाला माहीत नसलेली एक गोष्ट सांगावी का?

त्या ऊर्मीतच तात्यांनी हाक मारली,

"लक्ष्मण...."

"आलो, तात्या."

लक्ष्मण शेजारी येऊन बसला. तात्यांनी त्याचा हात हातात घेतला.

"मला आतून समजून चुकलं आहे, लक्ष्मण. त्याचं दुःख नाही. भीतीही नाही. समाधानानं जाईन. सगळं भरून पावलं. एकच गोष्ट हुकली. बाकी सगळं मिळालं..."

"कोणती गोष्ट तात्या?"

"तुला आठवत असेल... कदाचित तुझ्या आईनं सांगितलं असेल... तू तेरा-चौदा वर्षांचा असशील. एका रात्री मी घरून निघून गेलो होतो."

"आठवतं. पण आईनं शपथ घातली होती, त्यासंबंधी तुम्हाला कधीच काही विचारायचं नाही."

"मीही ते विसरू पाहत होतो. पण कधीच विसरू शकलो नाही. आता तुला सांगतो. मला संन्यासी व्हायचं होतं. संन्यासी म्हणूनच उरलंसुरलं आयुष्य व्यतीत करायचं होतं..."

लक्ष्मणरावांनी तात्यांचा हात घट्ट दाबला. ते जणू त्यांना आश्वासन देत होते, ही तुमची इच्छा शेवटच्या क्षणी का होईना पूर्ण होईल!

तात्या शेवटच्या घटका मोजत असल्याची वार्ता गावात सगळ्यांना कळली होती. लिमयांच्या वाड्याकडे लोकांची रीघ लागली होती. तेथे पोहोचल्यानंतर प्रत्येक जण आश्चर्यचकित होत होता. कारण वाड्याच्या अंगणात वाजंत्री वाजत होती. तात्या मृत्युशय्येवर आणि अंगणात जणू एखादा समारंभ चालू असावा असे वातावरण? हा काय प्रकार आहे? कोणालाच उलगडत नव्हते.

फक्त लक्ष्मणरावांनाच यामागील रहस्य ठाऊक होते. तात्यांनी जेव्हा त्यांना आपल्या अपूर्ण इच्छेविषयी सांगितले, तेव्हाच लक्ष्मणरावांनी मनोमन निर्णय घेतला. यांनी लगेच दुधगावकर वैद्यांना बोलावून घेतले आणि सांगितले, "कसेही करून तात्यांचे आयुष्य आणखी काही घटका तरी लांबवा."

"घरघर लागली आहे. काही सांगता येत नाही."

"शिकस्त करा. फक्त काही घटका."

"एक मात्रा आहे. ती देऊन पाहतो. नंतर परमेश्वरावरच हवाला!"

"परमेश्वर आपल्या बाजूनंच असेल, वैद्यबुवा," लक्ष्मणराव किंचित गहिवरून बोलले.

दुधगावकर वैद्य तात्यांच्या अंथरुणाशेजारीच बसून राहिले. लेलेगुरुजीही लक्ष्मणरावांचा निरोप मिळताच लगेच वाड्यात येऊन पोहोचले होते. त्यांचे व लक्ष्मणरावांचे बोलणे झाले. गुरुजींनी सांगितले, "हा दुसऱ्या प्रकारचा संन्यास होईल. याला आतुर संन्यास म्हणतात. याला कोणत्याही विधीची आवश्यकता असत नाही. पहिला-आत्मज्ञानाच्या इच्छेने घेतला जातो तो विविदिषा संन्यास. तो मात्र सविधी असतो."

"तात्यांना तोच संन्यास घ्यायचा होता. तेव्हा आपण असं समजू की तात्या घर सोडून गेले होते, त्या वेळी हा संन्यास त्यांनी मनानं घेतला. ते परतले खरे, पण कुठेही गुंतले नाहीत. कमलपत्राप्रमाणे अलिप्त राहिले... ते संन्यासीच होते. फक्त विधी राहिला होता तो उत्तम तऱ्हेने पार पडला पाहिजे."

"मी सगळी व्यवस्था करतो," लेलेगुरुजी म्हणाले.

"तात्यांना सांगू?"

"सांगा. त्यांना बसवेल ना?" कारण काही विधींसाठी ते पाहिजेतच. सुदैवानं उत्तरायण चालू आहे. संन्यासग्रहणाला अनुकूल काळ आहे."

लक्ष्मणरावांनी तात्यांना सांगितले. त्यांचे डोळे आनंदाने चमकले. ते काही न बोलता उठून बसले. विधी सुरू झाले. केशवपन... कावेचा रंग दिलेल्या वस्त्रांचे पूजन. होम, वैश्वदेव.. लेलेगुरुजी सगळे विधी थोडक्यात आटोपत होते. दुधगावकर वैद्यांच्या नजरेवरून त्यांना कळत होते की तात्यांची नाडी मंद होत चालली आहे.

दाने देऊन झाली. तात्यांनी उदकांजली सोडली. सभोवती जमलेल्या सर्व मंडळींना गुरुजींच्या सांगण्यानुसार आशीर्वाद दिला.

सर्वे भवन्तु वेदाढ्याः सर्वे भवन्तु सोमपाः।
सर्वे पुत्रमुखं दृष्टवा सर्वे भवन्तु भिक्षुकाः।।

लक्ष्मणरावांनी सुखाने निःश्वास सोडला. लेलेगुरुजींनी त्यांना अगदी हलक्या आवाजात सांगितले, ''संन्याशाचा अंत्यसंस्कारही वेगळ्या रीतीनं करायचा असतो. लक्षात ठेवा.''

लक्ष्मणरावांनी मानेनेच होकार दिला.

वाड्यात प्रसाद वाटला जात होता. वाजंत्री वाजत होती.

तात्या पुन्हा अंथरुणावर पडले होते. त्यांच्या मनात विस्मय होता. जे आयुष्यभर घडू शकले नाही, ते शेवटच्या घटकेला घडले? परमेश्वराने तेवढे आयुष्य कृपाळूपणे दिले? अंगात बळही आले. लक्ष्मणामुळे आपण संन्यासाश्रमात प्रवेश करू शकलो.

...असे काही काही जाणवत राहिले आणि मग एकदम साखळी तुटली. भोवती अंधार पसरला. सज्जनगडाच्या चढणीवरून आपण पुढे जात आहोत असा भास झाला.

आता डोळ्यांसमोर फक्त तेजाचे एक वलय उरले.

लोकसत्ता, दिवाळी १९९१

तिसरा अंक

नाट्यगृहाचे आवार माणसांनी फुलून गेले होते. हे नाट्यगृह भरवस्तीत होते. रस्त्यावर वाहनांची गर्दी. भोवती दुकाने, जवळच भाजीमंडई. सर्वत्र माणसे. चालणारी माणसे, रिक्षा-टॅक्सीतून जाणारी, बसमध्ये चढणारी-उतरणारी माणसे, खरेदी करणारी माणसे... जीवनकलहात गुंतून गेलेली माणसे!

पण नाट्यगृहाच्या आवारातील माणसांचा आता रस्त्यावरच्या माणसांशी काही संबंध नव्हता. निदान काही काळ! आत ती साधीसुधी माणसे नव्हतीच. ते 'प्रेक्षक' होते. आता त्यांना स्वतःचे जीवन नव्हते. रंगमंचावर लवकरच चालू होणाऱ्या नाटकातील पात्रांचे जीवन हेच आता या प्रेक्षकांचेही जीवन होणारे होते. ते जीवन जगण्याची उत्सुकता प्रत्येकाच्या मनात दाटून राहिली होती. पहिली घंटा होऊन गेली होती. प्रेक्षक हळूहळू प्रेक्षागृहाच्या दिशेने जाऊ लागले होते. काही अजूनही चहा-कॉफीच्या काउन्टरपाशी रेंगाळत होते, तर काही तिकिटांच्या काउन्टरपाशी. खरे म्हणजे नाट्यगृहाच्या बाहेर 'हाउसफुल्ल'चा बोर्ड केव्हाच लागला होता. तरीही या काउन्टरजवळ उभ्या असणाऱ्या माणसांना वाटत होते, अजून काहीतरी चमत्कार घडेल. तिकीट मिळेल... येथपर्यंत आल्यानंतर स्वतःच्या चिंता-व्यथांचा विसर पाडणारे नाटक न पाहताच परतायचे? पुन्हा त्या नाट्यगृहाबाहेरील गर्दीत मिसळून जायचे? ती कल्पनाच असह्य होत होती. म्हणून तर शेवटच्या क्षणापर्यंत प्रतीक्षा!

पण तेवढ्यात दुसरी घंटा झाली. आवार जवळजवळ रिकामे झाले. दोन्ही काउन्टर्सपाशी मोजकीच माणसे राहिली. गोंगाट संपून एकाएकी स्तब्धता पसरली.

ती स्तब्धता पाहून सुधाला वाटले, नाटक सुरू झाले की काय? ऑफिसातून अर्धपगारी रजा घेऊन, कशीबशी अंधेरी लोकल गाठून ती आली होती. हा सगळा वेळेवर पोहोचण्यासाठी केलेला आटापिटा फुकटच गेला? तिला वाईट वाटले, पण त्याबरोबरच असेही मनात आले, काय बिघडले? नाही पोहोचले वेळेवर तरी इथे

कोणी माझी वाट पाहणार नाही; 'उशीर का झाला?' हा प्रश्न विचारणार नाही. नाटक जेव्हा चालू व्हायचे तेव्हा चालू होईल किंवा झालेले असेल... आणि मी जेव्हा पोहोचता येईल तेव्हा पोहोचून नाटक पाहू लागीन! -असे स्वातंत्र्य पाहिजे! ते मनावरचे दडपण नको, उशीर होतो आहे का, या कल्पनेने एकसारखे घड्याळाकडे बघणे नको... धापा टाकणे नको! पण हा विचार करता करताच तिनं घड्याळाकडे पाहिले, आणि ती स्वतःशीच हसली. आता ती सवयच झाली आहे. एकदम कशी सुटणार? किंवा प्रयत्न करून तरी?

"नाटक सुरू झालं?" तिने न राहवून कोणाला तरी विचारले.

"नाही अजून. पण होईल एवढ्यात. दुसरी घंटा होऊन गेली."

"तुमच्याकडे एखादं तिकीट आहे?" उत्तर देणाऱ्या व्यक्तीने प्रश्न विचारला. त्या प्रश्नाचा अर्थ तिच्या लक्षात आला. ही एकटीच दिसते. नवरा किंवा आणखी कोणी बरोबर नाही. ऐनवेळी त्यांची काही अडचण निघाली असेल. एक तिकीट तसेच राहिले असेल...

पण तसे काही नव्हते. तिने मुळातच एक तिकीट काढले होते.

मध्यंतरात कोणी ओळखीचे भेटले तर पुन्हा हाच प्रश्न वेगळ्या स्वरूपात येईल. 'एकट्याच आलात?' किंवा 'सामंत नाही आले?' हे जाणवल्यावर सुधाला वाटले, आत जाऊच नये... तसेच घरी परतावे... पण का?... आपण काही गुन्हा थोडाच करतो आहोत? सामंतच तर पुन्हा पुन्हा सांगतात, "तुला आवडतं ना, मग तू जा. मला खरंच वेळ नसतो आणि मला नाटक-सिनेमांची आवडही नाही. तुला ठाऊक आहे." इतका उदार असणारा आपला नवरा... पण तरीही मनावर दडपण!

मनातली ही आंदोलने सांभाळत ती प्रेक्षागृहात कधी शिरली व आपल्या जागेवर कधी जाऊन बसली हे तिला कळलेही नाही.

तिसरी घंटा झाली होती. निवेदक नाटकासंबंधीचे तपशील सांगत होता. दिवे मंद होत चालले होते. तो धूसर अंधार सुखावह वाटत होता.

सुधाला वाटले, हा अंधार असाच कायम राहिला तर? दिवे पुन्हा कधी उजळलेच नाहीत तर? येथे बसलेल्या किती जणांना असे या धूसर अंधारात बसून दुसरे कोणीतरी होणे आवडेल? स्वतःचे आयुष्य दूर सारून नाटकातील पात्रांचे आयुष्य जगणे आवडेल? इतरांचे राहो, आपले काय? आपल्याला तरी अडीच-तीन तासांपेक्षा अधिक काळ या आभासमय जगात राहणे आवडेल का?

...पडदा संथपणे बाजूला सरकला. रंगमंचावर प्रकाश होता. घराच्या हॉलचा सेट आकर्षकपणे मांडला होता. नायिका कोचावर बसून काहीतरी वाचत होती. पुढच्याच क्षणी तिने हातातले पुस्तक बाजूला ठेवले. भिंतीवरच्या घड्याळाकडे

पाहिले, आणि पहिले वाक्य उच्चारले, "किती हा उशीर! सहा वाजेपर्यंत येतो असं म्हणाले होते."

ती उठली. खिडकीकडे गेली...

फारतर अर्धा मिनिट टिकले हे दृश्य. पण सुधाला वाटले, या दृश्याशी आपला काहीतरी संबंध आहे. काही क्षणांपूर्वी तिच्या मनात उभे राहिलेले प्रश्न आता बाजूला झाले आणि मन त्या संबंधाचा विचार करू लागले. पण हे सगळे मनाच्या गाभ्यात, नकळतपणे चालले होते.

सुधाला ते जाणवतही नव्हते. आता जाणवत होते ते फक्त नाटक!

नाटक पकड घेत होते. पहिला अंक विलक्षण गतिमान होता. तो कधी संपला हे कळलेही नाही. प्रेक्षागृहात अचानक झगझगीत उजेड पसरला. हालचाल सुरू झाली. अनेक आवाज ऐकू येऊ लागले. अनेक चेहरे दिसू लागले. बहुतेक चेहरे अनोळखी होते. सुधाला बरे वाटले. आता कोणी 'एकट्याच आलात?' हा प्रश्न विचारणार नाही, नेहमीच्या चौकशा होणार नाहीत. 'तुम्हीही नोकरी करता ना? कुठं?' 'मुलं आता मोठी झाली असतील. काय करतात?' हे सामंतांच्या मित्रांचे प्रश्न, क्वचित आपल्याला अधिक जवळून ओळखणाऱ्या व्यक्तींचे वेगळे प्रश्न... 'मध्यंतरी तुम्हाला बरं नव्हतं असं कळलं. आता ठीक ना?' 'मी परवा तुमच्या कॉलनीच्या जवळपासं आले होते. बुधवारी वाटतं. मनात आलं होतं की डोकावून जावं. होतात का घरी?' अगदी यांत्रिकपणे चालणारी ही प्रश्नोत्तरे! इथेच नव्हे, सर्वत्र! त्यात किती वेळ वाया जातो! कारण नसताना एकमेकांशी बोलत राहायचे. कशासाठी? –खरे म्हणजे कॉफी घ्यावीशी वाटते आहे. पण नकोच. तिथे कुणीतरी भेटायचे. त्यापेक्षा इथेच बसलेले बरे! दुसऱ्या अंकानंतर पाहू. तिने पुन्हा घड्याळाकडे पाहिले. पाच वाजून गेले आहेत. यापुढे दुसरा अंक चालू होणार. मग मध्यंतर. मग तिसरा अंक... म्हणजे नाटक संपायला किती वाजतील? घरी आठपर्यंत पोहोचता येईल का? तसे सांगितले आहे. उशीर झाला तर?

सुधा किंचित अस्वस्थ झाली. तेवढ्यात तिच्या खांद्यावर कोणीतरी हात ठेवला. तिने चमकून मागे पाहिले.

"सविता?"

"ओळखलंस म्हणायचं?"

"न ओळखायला काय झालं?"

"अगं, किती वर्षं झाली! या मुंबईत कितीही इच्छा असली तरी भेटणंच कठीण होतं. मधूनमधून फोन करणं हा एक बऱ्यापैकी पर्याय असतो!"

"पण माझ्याकडे फोन नाही!"

"तेव्हा प्रत्यक्ष भेटच. खरं ना? घरी जमलं नाही तर अशीच नाटक-सिनेमाच्या ठिकाणी... अर्थात ते तरी आपण नियमितपणे कुठे पाहतो म्हणा. वेळ पाहिजे त्यालाही. तुला जमतं?"

"छे गं. अधूनमधून जमवते."

"अगदी कॉलेजात होती तशीच राहिली आहेस. 'तू मात्र बदलली आहेस' म्हण ना, हा लोकांचा नेहमीचा शेरा असतो!"

सुधा फक्त हसली.

"थोडी लठ्ठ झाले आहे. काय करू गं? आय लव्ह फूड. आणि पन्नाशीला आल्यावर कसली फिगरची काळजी? केसही कापून टाकले हलकं वाटतं- वेळही वाचतो!"

-तेवढ्यात तिसरी घंटा झाली. सविता घाईघाईने म्हणाली, "चल, मी माझ्या जागेवर जाऊन बसते. दुसऱ्या अंकानंतर भेटू. कॉफी घेऊ. खाऊही थोडसं. मला भूक लागली आहे."

सविता निघून गेली.

पुन्हा काही क्षण अंधार. पडदा सरकल्याचा आवाज. पुन्हा प्रकाश. अंकाच्या सुरुवातीचे दृश्य. मनाशी दुवा जोडून घेताना सुधाच्या लक्षात आले. सविताने आपल्याला 'एकटीच आलीस?' हा प्रश्न विचारला नाही आणि आपणही तिला तो प्रश्न विचारला नाही!

तिला, का कोण जाणे, एकदम मोकळे वाटले. ती मनातल्या मनात दुसऱ्या अंकानंतरच्या मध्यंतराची वाट पाहू लागली.

दुसरा अंक संपला.

"लवकर चल. नाहीतर मग काउन्टरपाशी झुंबड उडेल. आपल्याला ताटकळावं लागेल. कदाचित काही मिळणारही नाही. मला काहीतरी हवंच आहे. वडे छान मिळतात इथं."

सविता कधी आली, आणि तिने सुधाला जवळजवळ ओढतच काउन्टरपाशी कधी नेले हे सुधाला कळलेही नाही! 'तू थांब इथंच' असे सांगून तिने सर्व वस्तू घेतल्या आणि एक पाकीट व कॉफीचा कप हातात देत ती सुधाला म्हणाली, "चल, त्या कोपऱ्यात उभं राहून बोलू."

सुधाला खूप बोलायचे होते. पण काय बोलावे हे त्या क्षणी कळेना. सवितानेच तिचा प्रश्न सोडवला.

"...तर मघाशी मी तुला सांगत होते वेळ वाचवण्याबद्दल. वाचवलाच पाहिजे गं. आयुष्यात इतक्या चांगल्या गोष्टी करण्याजोग्या आहेत. फालतू गोष्टींसाठी कशाला वेळ खर्ची घालायचा? मोहनलाही हे पटतं..."

सुधाच्या चेहऱ्यावर प्रश्न उमटला.

"मोहन म्हणजे माझा नवरा. तोही माझ्यासारखाच अखंड कामात बुडालेला. काय महत्त्वाचं, काय बिनमहत्त्वाचं हे त्याला पक्कं ठाऊक आहे. खरं तर मी त्याच्याकडून ते शिकले..."

"त्यांना नाही वाटतं नाटकाची आवड?" सुधाच्या तोंडून अभावितपणे प्रश्न निघून गेला.

"आहे ना. पण दोघांच्या वेळा कशा जुळायच्या? म्हणून आम्ही एवढ्यापुरते एकामेकांपासून वेगळे झालो आहोत. आज त्याला एक मीटिंग होती. साडेसहा वाजले ना? गेला असेल आता. अजित घरी एकटाच असेल. माझा मुलगा! सी.ए.साठी आर्टिकल्स करतो आहे..."

"स्वयंपाक करून ठेवून आलीस?"

"छे गं. मोहन किंवा अजित बाहेरून आणतील काहीतरी. एवढं चांगलं नाटक पाहून घरी गेल्यानंतर स्वयंपाकाला कुठं लागू?"

"शिवाय उशीरही होईल, नाही? मध्यंतर अजून संपलं कसं नाही?"

"बरं झालं की- आपल्याला बोलायला आणखी थोडा वेळ मिळेल!"

"...यापुढे तिसरा अंक... तो निदान पाऊणतासाचा. म्हणजे नाटक संपायला पावणेआठ-आठ होतील!"

"बिघडलं कुठं? तू फार दूर राहतेस का?"

"नाही, जवळच. अंधेरीला."

"मग काय तर? अर्ध्या तासात पोहोचशील."

"हो... पण."

"सुधा, मघापासून पाहते आहे, तू अस्वस्थ आहेस. तुझं लक्ष घड्याळाकडे आहे. घरी कोणी आजारी आहे का? की कोणी यायचे आहे?"

"तसं नाही..."

"मग?"

"तू हसशील खरं कारण सांगितलं तर."

"सांग ना. खरं म्हणजे मी तुझ्याबद्दल काही विचारलंच नाही. वेड्यासारखी स्वतःबद्दलच बोलत बसले."

"तसं खास सांगण्याजोगं काही नाही गं..."

"तरीपण..."

"तशी मी स्वतंत्र आहे. पण मला नेहमी आपण बंधनात आहोत असं वाटतं, सविता."

"म्हणजे?"

तेवढ्यात घंटा झाली. सविता म्हणाली, "नंतर बोलू नाटक संपल्यावर, कुठेतरी कॉफी पीत. चालेल?"

"छे छे! म्हणजे आणखी उशीर! सामंत गॅलरीत उभे असतात. इतका उशीर झाला तर बसस्टॉपवरच येऊन उभे राहतील."

"नेहमी असं करतात?"

"हो- म्हणजे उशीर होतो तेव्हा!"

"मग आज आणखी एकदा... काय बिघडलं?"

"बघू- ही नाटकं तीनअंकी कशाला असतात कोणास ठाऊक. किती उशीर होतो!"

"तुला उशीर होतो या कल्पनेचं ऑब्सेशन झालेलं दिसतं. मग बोलू चल!"

प्रेक्षागृहात अंधार होता. सुधाने कशीबशी आपली जागा शोधली. अंक सुरू झाला होता. पण तिचे लक्ष लागत नव्हते. पडदा कधी पडतो याचीच जणू ती वाट पाहत होती!

सविताला सांगण्याजोगे असे खरोखरीच काही नव्हते. आयुष्य सुरळीत होते. साधा, सरळ नवरा. दोन हुशार मुलगे. राहायला बऱ्यापैकी जागा. आवश्यक तेवढ्या सर्व सुखसोयी. कुटुंबातल्या इतर कोणाच्या जबाबदाऱ्या नाहीत, त्यांचा फारसा त्रासही नाही. चोवीस तास घरात राहणाऱ्या बाईच्या आयुष्याला जो कंटाळवाणेपणा येतो, तोही नाही. मुले मोठी झाल्याबरोबर लगेच नोकरी धरली. त्यामुळे दिवसाचे काही तास बाहेर जातात. घर सांभाळून नोकरी करायची म्हटल्यानंतर जो त्रास होतो तो होणारच. पण बाहेर पडल्यामुळे बरंही वाटते. त्या त्रासाची जणू भरपाई होते. चार वेगळी, आपल्या घराशी कोणताही संबंध नसलेली माणसे भेटतात. वेगळ्या विषयांवर गप्पा होतात. कधी एखाद्या गाण्याच्या मैफलीबद्दल कोणी सांगते, कधी एखाद्या नाटकाबद्दल, तर कधी एखाद्या पुस्तकाबद्दल. त्यातले एखादे पुस्तक आपण वाचतोही. सोबत मिळाली तर नाटकही पाहतो. सोबत नसेल तर क्वचित एकटे जाऊनही. सामंतच तसा आग्रह करतात. ते म्हणतात, "माझं जग वेगळं. एका अर्थानं कारकुनाचंच म्हण. इमानेइतबारे नोकरी करण्यापलीकडे दुसरं काहीही मला करता येत नाही. घरी येतो तोही कामाच्या फायली घेऊन. तू बघतेसच. मला तुझ्यासारखी इतर कशाची आवडही नाही. पण मी तुझ्या आड येतो का? तू जात जा ना." ते मनापासून सांगतात... पण...

"पण काय?" सविताने विचारले.

"मघाशी तुला म्हटलं तेच. स्वतंत्र असूनही बंधनात असल्यासारखं वाटणं. मी अट्टहासानं नोकरी करते. अट्टहासानंच असं एखादं नाटक किंवा सिनेमाही

पाहते. पण घराबाहेर माझं मन रमत नाही. आत कुठेतरी दडपण असतं. एकसारखं घर समोर दिसतं.''

''ही तुझी चूक आहे. इतकी नको गुंतू.''

''हे गुंतणं नाही गं. होतं काय की, सामंतांना त्यांच्या कामाखेरीज दुसरं काही करायचं नसल्यामुळे ते माझ्यावर फार अवलंबून राहतात. त्यांचं काम ज्या क्षणी संपतं, त्या क्षणी मी घरात परतलेली पाहिजे. मला ठरावीक वेळेपेक्षा उशीर झाला की, यांच्या येरझारा सुरू. गॅलरीत उभे राहतात... बसस्टॉपवर येतात... किती चमत्कारिक वाटतं ते. जणू एखाद्या कैद्याला काही तासांसाठी बाहेर सोडलं आहे आणि त्याची वेळ संपल्यावर पुन्हा त्याला तुरुंगात शिरायचं आहे?''

''असं विपरीत का मनात आणतेस तू? काळजी करणं हा त्यांचा स्वभाव असेल!''

''रोज रोज कसली काळजी? - एखाद्या दिवशी ठीक आहे!''

''स्पष्ट विचारते, म्हणून रागावू नको. त्यांच्या मनात तुझ्याविषयी काही संशय तर नाही ना?''

''नसावा! -नाहीच. कारण तसं असतं तर त्यांनी मला घराबाहेरच पडू दिलं नसतं. पण संशय असावा अशा पद्धतीनं वागतात मात्र. घरी गेल्यावर लगेच प्रश्नांची सरबत्ती सुरू! अगदी लहानसहान तपशीलही सांगावे लागतात. जणू बाहेर जगलेल्या प्रत्येक क्षणाचा हिशेब!''

''त्यांना इंटरेस्ट वाटत असेल गं.''

''कोण जाणे! या सगळ्या प्रकारामुळे मला काय वाटतं सांगू? मला वाटतं, माझं स्वतंत्र आयुष्य कोणीतरी माझ्यापासून ओरबाडून घेतं आहे. कोणीतरी माझ्यावर पहारा करतं आहे...''

''याला मानसशास्त्रात परसिक्यूशन कॉम्प्लेक्स म्हणतात, सुधा.''

''ठाऊक आहे मला. म्हणूनच मी कधीमधी मनातलं हे शल्य विसरण्याचा प्रयत्न करते. आतून मोकळी होण्याचा अट्टहास करते. पण मला ते जमत नाही. निदान अजून तरी जमलेलं नाही! मी हे कोणाला सांगतही नाही. कोणाला सांगू? सांगण्यासारखं आहे तरी काय त्यात? हे अगदी सूक्ष्म त्रास असतात. चिमटीत नाही पकडता येत आणि म्हणून दूरही नाही फेकून देता येत!''

''खरं आहे. चल उठू या!''

''किती वाजले? बाप रे! आठ... मी साडेसातपर्यंत येईन म्हटलं होतं आता...''

''काही नाही होत! आपली कोणीतरी वाट पाहतं आहे, या विचारानं जा. इट्स अ नाइस फीलिंग!''

''निघतेच. मी तुला माझ्या ऑफिसचा नंबर दिला आहे. कर कधीतरी फोन.''

''जरूर. भेटू पुन्हा. योगायोगानं किंवा ठरवूनही! पण एक सांगते, त्रास नको करून घेऊ. त्या त्रासामुळं तुझं स्वातंत्र्य तूच गमावते आहेस!''

''आता बससाठी नाही थांबत. रिक्षाच घेते...'' असे म्हणत सुधा समोरून आलेल्या एका रिक्षात शिरलीसुद्धा!

घरापाशी रिक्षा थांबल्यावर तिने वर पाहिले. तिच्या अपेक्षेप्रमाणे सामंत गॅलरीत उभे होते. पैसे चुकते करून ती धापा टाकतच जिना चढली. तिला बेल वाजवावी लागली नाही. दार उघडेच होते- आणि समोर सामंत!

''कुठे होतीस इतका वेळ? साडेआठ वाजत आले. साडेसातपर्यंत येते म्हणाली होतीस... मी त्या सुमारास बसस्टॉपकडेही जाऊन आलो. पण तिथं तरी किती वेळ थांबणार?''

''काय गरज होती? मी नाटकाला जाणार आहे हे तुम्हाला सांगितलं होतं ना? की तुम्हाला खोटं सांगून दुसरीकडे कुठे गेले होते असं तुम्हाला वाटतं आहे? वाटत असेल तर सांगा ना स्पष्टपणे...''

''अगं पण...''

''हे नेहमीचं झालं आहे! जरा उशीर झाला की हे नाटक! त्यामुळे घराबाहेर पडणंच नकोसं वाटतं... कारण बाहेर तरी काय? एखाद्या कैद्यासारखंच वावरायचं.''

''तू हे काय बोलते आहेस? मला काही समजतच नाही!''

''तुम्हाला नाहीच समजायचं. पण एक सांगते, तुमचं हे वाट पाहणं मला फार जाचक वाटतं. सोडून द्या ना. झाला तास- दोन तास उशीर तर काय बिघडलं? मी घरी येतेच ना? की कुठे पळून जाते?''

''आई, आपण जेवायचं ना?'' सुधीरने त्याच्या खोलीतून बाहेर येऊन विचारले. तेव्हाच त्यांचा हा वाद संपला.

सुधा अंथरुणावर पडल्यावर कितीतरी वेळ विचार करीत होती. आज आपण एवढ्या का चिडलो? कधीही बोलून दाखवले नव्हते ते का बोलून गेलो? सविताशी गप्पा मारताना आपले आपल्यालाच काहीतरी उलगडत गेले म्हणून? की सविताचा आपल्याला हेवा वाटला म्हणून? तिला वाटले, आपण इतके चिडायला नको होते. हे काही नवे नव्हते, आणि आपण चिडलो म्हणून ते बदलेल असेही नव्हते! हे असेच चालू राहणार. आपणच त्याकडे दुर्लक्ष करायला शिकले पाहिजे. सामंतांच्या या स्वभावाचे दडपण स्वतःवर, स्वतःच्या जगण्यावर येता कामा नये... ते आणू न देणे आपल्याच हाती आहे!... विचार करता करता, सामंतांचे चुकते या टोकाकडून, सुधा आपलेच चुकते या टोकाकडे आली. डोळा लागण्यापूर्वी तिने ठरवले, उद्या सकाळी सामंतांपाशी हे कबूल करायचे..

आणि मग ती स्वस्थ झोपली.

नाट्यगृहाचे आवार माणसांनी फुलून गेले होते.

त्या गर्दीकडे शांतपणे एक दृष्टिक्षेप टाकून सुधा प्रेक्षागृहात शिरली. तेथे माणसे तुरळकपणे बसली होती. बहुतेक जण अजून बाहेरच रेंगाळत होते. कारण नाटक सुरू व्हायला जवळजवळ पंधरा मिनिटे होती. नेहमीप्रमाणे ठरल्या वेळी सुरू झाले नाही तर अधिकच! एरवी या विचाराने सुधा अस्वस्थ झाली असती. पण आज तिला कोणतीच घाई नव्हती. मनात तऱ्हेतऱ्हेचे विचार येत होते. त्या विचारांतच ती इतकी गुरफटली होती की आपण नाटकाला आलो आहोत हेच ती विसरून गेली होती!

...इथे येऊन चार-साडेचार वर्षे तरी होऊन गेली. कोणत्या नाटकाला आलो होतो बरं? नाव आठवत नाही. कथानकही आठवत नाही. तीनअंकी नाटक होते. उशीर होतो आहे म्हणून आपण अस्वस्थ होतो... सविता भेटली होती... तिच्या बरोबर चहा घेताना मन मोकळे केले होते, घरी गेल्यावर स्फोट झाला होता, आणि नंतर टोचणीही लागून राहिली होती.

आज घरी गेल्यानंतर तसे काही होणार नाही. कारण वाट पाहणारे सामंतच नाहीत. किती अचानक चित्र बदलले! सुधीर एम. टेक करण्यासाठी आय.आय.टी.च्या वसतिगृहात राहू लागला. मोठा सुबोध नोकरीला लागला. त्याचे लग्न झाले. सून घरात आली आणि नातवंडही! सुरुवातीला फार एकटे वाटायचे. एकसारखे रडू यायचे... पण आता या अचानकपणे बदललेल्या आयुष्याचीही सवय झाली आहे. थोडे मोकळेही वाटू लागले आहे. घरी परतताना मनावर दडपण नसते. दिवसभर काय केले हे सांगण्याची आवश्यकता नसते. कोणी विचारतच नाही. पण आत कुठेतरी चुकल्यासारखेही वाटते... सुरुवातीला नोकरीखेरीज दुसरे काही करावेसे वाटत नसे. पण आता ती उदासी गेली आहे. नातेवाईक... मित्रमैत्रिणी... नाटक-सिनेमा... लायब्ररी-एक वेगळेच जग आपल्याभोवती उभे राहते. फक्त स्वतःचे जग! त्या जगात वावरताना खूप निवांत, खूप मोकळे वाटते. आणि दुसरे जुने जगही आहेच. तेही भरलेले आहे. छोट्या सौमित्रमुळे तर अधिकच. आता तो बोलायलाही लागला आहे.

सुधा या स्वैरपणे मनात भ्रमणाऱ्या विचारांच्या नादात असतानाच प्रेक्षागृह हळूहळू भरू लागले होते. भोवतीची गजबज वाढत होती. दुसरी घंटा होऊन गेली असावी.

"अहो बाईसाहेब, लक्ष कुठं आहे आपलं?" शब्द कानावर पडले.

सुधाने चमकून मागे वळून पाहिले. मागच्याच रांगेत सविता बसलेली!

"तू? आत्ताच मनातल्या मनात तुझी आठवण केली..."

"मलाही आठवण झाली. त्या नाटकानंतर भेटलोच नाही आपण. या मुंबईत असंच होतं बघ. नंतर एकदोनदा मी इथंच आले होते; पण त्या वेळी तू कुठे दिसली नाहीस. आज आत शिरताना मी मोहनला म्हटलंसुद्धा! बाय दे वे, हा मोहन, माझा नवरा."

"नमस्कार!"

"आणि ही माझी 'उशीर' कॉम्प्लेक्सवाली मैत्रीण! तुला म्हटलं होतं ना मी?"

मोहन फक्त हसला. सविताच पुढे बोलत राहिली. "तेवढंच फक्त सांगितलं बरं का. बाकीचं काही नाही."

"बाकीचं म्हणजे?"

"ते तुला काय करायचं आहे? ते आम्हा दोघा मैत्रिणींचं हितगुज. त्यांच्यांशी तुझा संबंध नाही की सामंतांचा."

सुधाला भीती वाटली. आता सविता बोलण्यांच्या ओघात विचारणार, 'सामंत नाही आले?' नाटक संपण्यापूर्वी तरी तिला काही कळायला नको. ती उगाच अपसेट होईल. पण सविताने तो प्रश्न विचारला नाही. ती पुढे बोलत राहिली. "हे नाटक फक्त दोनअंकी आहे बरं का सुधा. लवकर संपेल. उगाच तुझी तगमग नको! आता सगळंच कसं संक्षिप्त होत चाललं बघ. बरं ना ते?"

बोलता बोलता सविता अचानक थांबली. तिच्या लक्षात आले, सुधाच्या गळ्यात मागच्या वेळेचे, आपल्या लक्षात राहिलेले ते ठसठशीत मंगळसूत्र नाही!

म्हणजे या साडेतीन-चार वर्षांत...

तेवढ्यात तिसरी घंटा झाली. प्रेक्षागृहातले दिवे मंदावले.

रंगमंचामागून शब्द ऐकू येऊ लागले... 'सहर्ष सादर करत आहे, दोन अंकी स्वतंत्र नाटक...'

सविताने सुधाच्या पाठीवर हात ठेवून हलक्या आवाजात म्हटले, "मध्यंतरात भेटू."

मध्यंतरात सविताने सुधाला बाहेर नेले. "आपण इथंच उभं राहू. मोहन आणून देईल कॉफी... देशील ना रे? अन् हे बघ, खायलाही काहीतरी."

"ते मी गृहीतच धरलं आहे. आता गर्दीत घुसतो अन् काय काय मिळतं पाहतो!"

त्या दोघी एका कोपऱ्यात उभ्या राहिल्या. भोवतीच्या गर्दीपासून काहीशा दूर. सविताला काय बोलावे हे समजत नव्हते. विषय तरी कसा काढावा? मुळात काढावाच का? सुधा कदाचित अस्वस्थ होईल... नाटकाकडे तिचे लक्ष लागणार नाही. ज्या अर्थी ती नाटकाला आली आहे त्या अर्थी ती नक्कीच सावरली असली पाहिजे. तो तोल आपल्या अकारण विचारलेल्या प्रश्नांनी बिघडला तर?

सुधानेच तिचा प्रश्न सोडवला.

"मघाशी तू म्हणालीस, नाटक दोनअंकी आहे. तुला उशीर होणार नाही. पण आता..."

"कल्पना आली मला. पण तू सावरलीस हे छान झालं. कधीतरी आपलं आयुष्य जगायला सुरुवात करावीच लागते."

"तेच ठरवलं मी. अन् खरं सांगू? आता थोडं मोकळंही वाटतं आहे. एकटं वाटतंच गं. पण भोवतीचा गुंता पुष्कळ कमी झाला आहे... त्यात फार अडकले मी. आता सुटल्यासारखं वाटतं."

"गुड!"

तेवढ्यात मोहन खाद्यपदार्थांची पाकिटे घेऊन आला.

"संपवा लवकर अन् तिकडे या. तुमची कॉफी मी ताब्यात घेऊन ठेवली आहे," तो म्हणाला. संभाषण तिथेच तुटले. सविताला वाटले, तेच बरे झाले. हा विषय अधिक वाढवण्यात काही अर्थ नव्हता.

नाटक संपल्यानंतर ती सुधाला म्हणाली, "आज आम्ही दोघांनी बाहेरच थोडसं खायचं ठरवलं आहे. तू येतेस? चलच. गप्पा मारू."

"किती वाजले?"

"पावणेसात फक्त!"

"तशी काही हरकत नाही.. पण तुम्हा दोघांमध्ये..."

"यू आर फनी! अगं, आमचं लग्न होऊन सत्तावीस वर्षं उलटली. आता सून यायची वेळ झाली. तुला तर आलीच असेल."

"हो. नातूही झाला!"

'मग काय तर! तेव्हा तुझे ते विनोदी विचार बाजूला ठेव अन् चल. थोडी खरेदी करू अन् जेवू, या भागात मोहनचं एक आवडतं रेस्टॉरन्ट आहे...."

सविताबरोबर स्वैरपणे हिंडताना सुधाला बरे वाटत होते. कितीतरी दिवस अशी सोबत मिळाली नव्हती, असे प्रसन्न वाटले नव्हते. तिनेही थोडीशी खरेदी केली. प्रत्येक दुकानात गर्दी होती. वाटेतही गर्दी. त्यामुळे त्या रेस्टॉरन्टमध्ये पोहोचायला आठ वाजून गेले.

"बोला, काय घेणार? इथं चिकन चांगलं मिळतं."

"मी शाकाहारी आहे."

"तर मग..." मोहन मेनूकडे पाहू लागला.

"मला जेवणातलं काही नको. कारण घरी जेवण असेल. काहीतरी लाइट खाईन."

"ओके!"

मोहनने ऑर्डर दिली. गप्पा चालूच होत्या- नुकत्याच पाहिलेल्या नाटकावर, इतर विषयांवर. अजून टेबलावर काही आले नव्हते!

"फार उशीर लावतात!" सविता म्हणाली.

"इथ फोन असेल ना? मी फक्त घरी फोन करून येते."

"ये ना."

सुधा काउन्टरकडून परत आली, तेव्हा टेबलावर बशा आलेल्या दिसत होत्या. "सांगितलंस ना?"

"अगं, फोन लागतच नाही."

"ही नेहमीचीच रडकथा! सोडून दे. एन्जॉय युअर फूड! मला तर अशी भूक लागली आहे."

"ही नेहमीचीच हास्यकथा!' मोहन म्हणाला. सविता व सुधा मनापासून हसल्या.

दहीवडा चवदार होता. गप्पाही रंगल्या होत्या. पण सुधा आतून थोडी अस्वस्थ होतीच. फोन लागला असता तर बरे झाले असते. अलीकडच्या दीड वर्षात ही एक सोय झाली आहे. पण ती सोय फोन लागला तरच ना! सुबोध-मीना वाट नाही पाहणार. पण काळजी करणार. सुधीरही आला असेल. 'साडेसातपर्यंत येईन' असं आपण निघताना सांगितले होते.

"आणखी काही घेणार?"

या प्रश्नाने सुधा भानावर आली. तिने स्वतःला सावरले. त्या दोघांना आपल्यामुळे घाई होता कामा नये, सविताला आपण अस्वस्थ असल्याचा संशय येता कामा नये. तिने निश्चय केला आणि नंतर घड्याळाकडे पहिलेही नाही! खरे तर गप्पांच्या ओघात तिला ते भानही राहिले नाही.

"मजा आली!" असे म्हणत तिने सविताचा निरोप घेतला.

"भेटू पुन्हा!"

"तुला फोन नंबर दिलाच आहे मी. निदान फोन कर."

"नक्की! पण लागला तर!"

निघताना सुधाच्या मनात आले खरेच. आपलाही फोन लागला असता तर बरे झाले असते. सुधा घरी पोहोचली तेव्हा नऊ वाजून गेले होते. टीव्हीवर जाहिराती सुरू असाव्यात. दाराबाहेरच तिला शब्द ऐकू आले. 'पंछी... प्रायोजक...' अलीकडे लोकप्रिय झालेली मालिका... तिलाही तो भाग पाहायचा होता. तिने बेल वाजवली. तिला वाटले होते, चट्कन दार उघडले जाईल, कोणीतरी आत शिरता शिरताच म्हणेल, "आलीस? वाटेत कुठे खोळंबा झाला का?" किंवा असेच काहीतरी... झालेल्या उशिराची दखल घेणारे, मनातली काळजी व्यक्त करणारे...

दार चट्कन उघडले गेले नाही. पूर्वी बेल करावी लागत नसे. दार उघडेच असायचे.

काही क्षणांनी सुबोधने दार उघडले. त्याने तिच्याकडे पाहिले न पाहिले आणि तो टीव्हीसमोरच्या आपल्या खुर्चीवर जाऊन बसला. जणू त्याला तो एक क्षणही वाया जाऊ द्यायचा नव्हता! इतरांचेही डोळे टीव्हीवर खिळलेले. ती घरी आल्याचे कोणाला समजलेच नाही. निदान कोणीतरी 'बस ना.. नुकतीच सुरुवात झाली आहे' एवढेतरी म्हणायचे. हे टीव्ही पाहण्याचे वेड की आपल्या घरी असण्या- नसण्याविषयीची उदासीनता? सुधाला काही प्रसंग आठवले. मुलांचे स्वतंत्र आयुष्य सुरू झाले आहे, त्यात आपल्याला फार महत्त्वाचे स्थान नाही असे त्या त्या प्रसंगी तिच्या मनात येऊन गेले होते. पण ती ते झटकून टाकण्याचा प्रयत्न करत होती. आत्ता पुन्हा तेच जाणवले आणि गळ्याशी एक हुंदका येऊन थांबला.

आपले गलबलणे कोणालाही जाणवू नये म्हणून ती सरळ आत गेली, दिवा न लावताच, डोळे मिटून स्वस्थ बसली. पण तसेच बसून राहणेही कदाचित वाईट दिसले असते... तसे सगळे नेहमीसारखेच आहे. आपणही नेहमीसारखेच वागले पाहिले.. काही बदल झाले आहेत. होणारच. ते स्वीकारले पाहिजेत... ती स्वतःला बजावू लागली. आणि मनाचा निश्चय करून झट्कन स्वयंपाकघरात गेली. हेतू हा की समोरच्याच खोलीत टीव्ही पाहत बसलेल्या मुलांना आपली चाहूल लागावी, त्यांना सगळे नॉर्मल वाटावे आणि तेथून कोणीतरी एखादा प्रश्न विचारावा.

पाणी पिण्यासाठी ती फ्रिज उघडणार होती. तेवढ्यात तिच्या कानावर मीनाचे शब्द आले, "आई, आमची जेवणं झाली. सगळं तसंच ठेवलं आहे टेबलावर. तुम्ही जेवून घ्या..."

तिला जरा तीव्र स्वरात सांगावेसे वाटले, "माझंही जेवण झालं आहे!" पण तेही वाईट दिसले असते!

"बघते," ती अर्धवट स्वतःशी आणि अर्धवट मीनाला ऐकू जाईल असे बोलली. मीनाला ऐकू गेले की नाही कोण जाणे!

"आणि तसंच राहू दे सगळं. मी नंतर आवरते."

हे सांगण्यांऐवजी "तुमचं जेवण इथंच घेऊन या," असे म्हणाली असती तर? जे सांगितले तेही स्वयंपाकघराकडे दृष्टीही न वळवता. स्वतःच्या जगात दंग राहून. नेमके हेच आपल्याला कधी जमले नाही... आणि अजून जमत नाही. तिने सहज हॉलकडे दृष्टी टाकली. प्रत्येकाची नजर टीव्हीवर चाललेल्या कार्यक्रमाकडे. अधूनमधून एकमेकांशी गप्पाही. सुधीरबरोबर त्याचा हॉस्टेलमधला मित्रही आलेला दिसत होता. समोर कॉफीचे कप दिसत होते...

कार्यक्रम संपला. बातम्या सुरू झाल्या. आता तरी तिघाचौघांपैकी कोणीतरी उठेल, आत येईल. सुधाच्या मनात आशा पालवली. पण तिची अपेक्षा चुकीची ठरली. टीव्हीवर आता कोणतातरी सिनेमा सुरू झालेला दिसत होता. सुबोधने बहुधा एखादी कॅसेट आणली असावी. ती पाहताना गप्पा... हास्यविनोद...

सुधा जेवताजेवता दुरून हे दृश्य न्याहाळत होती. सगळे कसे निवांत आहेत. आपण मात्र फोन लागला नाही म्हणून हळहळत होतो... पोरांना उगाच काळजी वाटेल म्हणून रेस्टॉरन्टमधील जेवण लवकर आवरते घेत होतो... खरे तर आपल्याला कल्पना असायला हवी होती. ती कल्पना स्वीकारण्याचे इतके जिवावर का येते आहे? एकीकडे स्वतंत्र, मोकळे आयुष्य हवे आहे, आणि दुसरीकडे हा गुंताही. की आपल्याला नेमके काय हवे आहे हे आपल्यालाच नीटसे कळलेले नाही? आत्ताची तक्रारही उगाचच? कारण तसे तक्रार करण्याजोगे काय आहे? दुर्लक्ष असेल कदाचित. पण त्यापलीकडे काही नाही. अगदी-नक्की. हे ठाऊक असूनही खिन्नता का? सुधाला यापैकी कोणत्याच प्रश्नाचे नीट उत्तर देता आले नाही.

तिने आवराआवर केली आणि ती शांतपणे गॅलरीत जाऊन उभी राहिली. रस्त्यावर तुरळक वर्दळ होती. घरासमोरच एक रिक्षा येऊन थांबली. तिला एकदम वाटले, सामंतच रिक्षातून खाली उतरताहेत!

तिला हा सगळा ताण असह्य झाला. थकवा आला. येथे उभे राहण्याऐवजी आत जाऊन स्वस्थ पडावे या विचाराने ती आपल्या खोलीकडे जाऊ लागली. खोलीचे दार बंद करता करताच तिला सुबोधच्या खोलीतून रडण्याचा आवाज ऐकू आला. ती बाहेर आली.

मीनाही धावत खोलीत पोहोचली होती व सौमित्रला थोपटत होती. तो मुसमुसत होता.

"काय झालं गं?"

"स्वप्न पडलं की काय कुणास ठाऊक! झोप, राजा..."

"तू जा. मी बघते त्याला."

सौमित्र झोपेत पुटपुटत होता, "आजी... आजी.."

"झोपण्यापूर्वी तुम्ही दिसला नाहीत ना... ते डोक्यात असेल स्वारीच्या. जाऊ मी?"

"जा."

सुधा हळुवारपणे सौमित्रला थोपटू लागली. तो अजूनही म्हणत होता, "आजी..."

"मी इथंच आहे, राजा. झोप."

"भूर जायचं..."

"भूर? आत्ता? उद्या जाऊ हं."

"तिकडे..." त्याने गॅलरीकडे बोट दाखवले.

ती त्याची आवडती जागी होती. सामंतांचीही.. त्याला कसले स्वप्न पडले असेल? स्वप्नात सामंत आले असतील? त्यांनी त्याला आपल्याबद्दल विचारले असेल? की त्यांची त्यालाच आठवण झाली असेल? "उद्या सकाळी. आत्ता अंधार आहे ना?" सुधा सौमित्रची समजूत काढत होती. त्याला पेंग येत होती. त्याने तिचा हात घट्ट पकडून ठेवला होता. हा हात सोडवून घ्यावा आणि खोलीत जावे? की इथेच काही वेळ थांबून राहावे?

ती उठली नाही. तशीच बसून राहिली. मनात आठवणींची गर्दी उसळली होती. काही कडू आठवणी, पण त्याही आता गोड झाल्या होत्या. भोवतीचा अंधार उजळत होता. जणू दुसऱ्या अंकानंतरच्या, प्रेक्षागृहात हळूहळू पसरणाऱ्या उजेडात मिसळल्यासारखा. आणि नाटक काही संपले नव्हते! तिसऱ्या अंकात अजून काहीतरी घडणार होते... नाटक पुढे सरकणार होते.

सौमित्रला हलक्या हाताने थोपटताना सुधाला वाटले, आयुष्यालाही हा तिसरा अंक हवाच!

पुढारी, दिवाळी १९९०

उत्तरार्ध

"हाय नंदिता!"

"हाय!" स्वरात तुटकपणा. एखादी यांत्रिक कृती करत असल्यासारखा प्रतिसाद. लगेच नजर फिरवून दुसऱ्याच कोणाशी तरी बोलू लागणे, कधी पर्समधून फणी काढून केस विंचरत राहणे. कधी सुपारी चघळत राहणे. असे वागणे की 'हाय!' म्हणणारी व्यक्ती नाउमेद तरी व्हावी किंवा अपमानित तरी; कुठून बोललो हिच्याशी असे त्या व्यक्तीला होऊन जावे. पण सहसा असे घडत नसे. ती व्यक्तीच नव्हे तर तसे अनेक जण नंदिताभोवती घोटाळत राहत. तिच्याबद्दलचे कित्येकांच्या मनातील आकर्षण तसे जबरदस्त होते. त्या आकर्षणाला दुर्लक्षाची तमा नव्हती. कारण तिच्या आसपास असणे हा प्रतिष्ठेचा मुद्दा होता.

ही नंदिता मुखर्जी. अत्यंत रूपवान आणि बुद्धिमानही. खेळात प्रवीण, वक्तृत्वसभांत चमकणारी, बऱ्यापैकी गळा असणारी. अभिनयातही गती असणारी. या सगळ्या गुणांत श्रीमंतीची भर. तिच्याकडे पाहिले की ना. सी. फडक्यांच्या कादंबरीतील नायिकांची वर्णने वास्तव वाटू लागतात. खरोखरीची रूपगर्विता. तरुणांच्या स्वप्नांची राणी. तिच्याभोवती मित्रमैत्रिणींचे एक लहानसे वर्तुळ होते.

त्या वर्तुळाबाहेर असलेल्यांची नेहमी आत शिरण्याची धडपड. यात काही प्राध्यापकही सामील होते. त्यांच्याशी ती अर्थातच अधिक जपून वागायची. पण वर्तुळात प्रवेश एखाद्या प्राध्यापक मिश्रांना किंवा प्राध्यापक सामंतानाच! हे जाणवल्यामुळे प्रा. भट्टाचार्य नाराज असायचे. त्यांना वाटायचे, बंगालीपण हा आपल्यातील दुवा आहे. तरी तिने आपल्याला मोजू नये? पण नंदिता त्या अर्थाने बंगाली नव्हतीच. पुष्कळ वर्षे मुंबईत काढल्यामुळे तिचे वळण कॉस्मोपॉलिटन होते. भाषा बहुतांशी इंग्रजीच. तिने बी.ए.साठी इंग्रजी वाङ्मय हाच विषय निवडला होता. या वर्गातच तिला सुधा भावे भेटली. अगदी साधी, मध्यमवर्गीय. पण त्या दोघींची मैत्री फार घट्ट

होती. एकटी सुधाच नंदिताला झापू शकत असे, आणि नंदिता ते निमूटपणे ऐकून घेत असे.

"नंदिता, त्या दिलीपला उगाच कशाला झुलवतेस?"

"जरा गंमत गं!"

"गंमत कसली? हा दुसऱ्याच्या जिवाशी खेळ. नको असं वागू."

"बरं, राहिलं. पण तो कशाला माझ्या पुढेपुढे करतो? कंटाळा आणतो नुसता!"

"मग त्याच्या नोट्स कशाला मागतेस?"

"गंमत!"

"डोन्ट डू इट!"

"सुधा, तू रागावतेस. पण खरं सांगू, माझं रूप हा माझा गुन्हा आहे का गं? का नाही हे जग मला चारचौघांसारखी वागवत? एकसारखी ती तहानलेली नजर. कधी मला भीती वाटते, तर कधी माझा अहंकार फणा काढून उठतो."

"अहंकार हाच तुझा खरा प्रॉब्लेम आहे. विसर स्वतःपाशी असलेलं हे सगळं. ते सगळं क्षणिक आहे नंदिता. शाश्वत असते ती मैत्री, प्रेम, लागेबांधे. कसलाही हेतू न बाळगता जोडलेली, जडलेली नाती."

"काय एखाद्या फिलॉसॉफरसारखी बोलतेस गं!"

"यात फिलॉसॉफी कुठं आली? साधं सत्य सांगते आहे."

- सुधाचे या तऱ्हेचे बोलणे ऐकले की नंदिता क्षणभर अंतर्मुख होई. खरेच काही चुकते का आपले? असेलही कदाचित. पण इतरांनी तरी आपल्याकडे का इतके लक्ष द्यावे? जगात शेकडो सुंदर स्त्रिया असतात; त्यातलीच मीही एक; पण अवतीभोवतीचे तरुण म्हणतात, "यू हॅव अ स्पेशल ग्लॅमर." असे काही ऐकले की अहंकार सुखावणारच. त्याला इतरांशी खेळावे असे वाटणारच. त्या खेळात त्यांना खरचटत असेलही. तो त्यांचा प्रश्न. ज्याने त्याने स्वतःला जपावे. स्वतःचा मान राखावा... सुधा स्पष्ट बोलते, खरे बोलते. पण तिने आपली बाजूही लक्षात घेतली पाहिजे. विजू, अमृताही आपल्या मैत्रिणीच. त्या लाळघोटेपणा करीत नाहीत; पण किती मनापासून म्हणतात, "नंदिता, देवानं तुला किती भरभरून दिलं आहे गं!"

सुधाही कौतुक करते. पण कौतुकाच्या जोडीने दाटतही असते. त्या क्षणी तिचा किंचित रागही येतो. पण आतून पटते, हीच आपली खरी मैत्रीण. जिवाला जीव देईल, कोणत्याही प्रसंगी सोबत राहील अशी. मग बाकीचे सगळे कोण? सध्याचे आपले जग कॉलेज व घर यापुरतेच मर्यादित आहे. अजून आयुष्याला खरा आरंभ झालेला नाही. पण आयुष्य जेव्हा वेगवेगळ्या वाटा शोधेल, वेगवगळ्या

माणसांना भेटेल तेव्हा काय होईल? त्या वेळी भोवती राहतील ते आपले कोण?

सुधाच्या बोलण्यानंतर मनावर लहरून जाणारे हे तरंग. ते उठत तसे विरूनही जात. पुन्हा नंदिता मुखर्जी ही एक रुपगर्विता. तरुणांच्या स्वप्नांची राणी.

अभिजित खन्ना मात्र वेगळा होता. तो तिच्यापुढे एक वर्ष. अनेक स्पर्धांत दोघांचा एकत्र सहभाग. तोही तिच्यासारखाच बुद्धिमान, उंचापुरा आणि हॅन्डसम. मुली येताजाता त्याला 'हाय हॅन्डसम!' म्हणून ओळख दाखवीत. तोही हसून दाद देत असे. इतके सगळे जवळ असूनही त्याचे वागणे, शिष्टपणाचे नव्हते. पण नंदिताप्रमाणे त्याचेही एक खास वर्तुळ होते. त्या वर्तुळात वावरणारा अभिजित वेगळा होता. त्याचे ते रूप वर्तुळाबाहेर असलेल्यांना दिसत नसे. पण त्यांनाही तो आवडत असे. त्याचा शांत, धीमा स्वभाव. वाद घालत असतानाही डोके व आवाज स्थिर ठेवण्याची त्याची सवय. त्याची प्राध्यापकांशी बोलत असताना व्यक्त होणारी अदब- सगळेच आकर्षक. पण त्या आकर्षकपणाचे कोणतेही दडपण येत नसे. त्याची अतिरिक्त भुरळही पडत नसे. इतरांच्या फार डोळ्यांत न भरता वावरण्याची कला अभिजितजवळ जन्मजातच होती. नंदिताचे व्यक्तिमत्त्व झगझगीत निळ्या प्रकाशासारखे, तर अभिजितचे व्यक्तिमत्व मंद पिवळसर तेवणाऱ्या ज्योतीसारखे.

नंदिता व अभिजित वेगवेगळ्या निमित्ताने नेहमी भेटेत. कधी मित्रमैत्रिणीसमवेत तर कधी एकटेही. कॅन्टीनमध्ये चहा घेताना इकडच्या तिकडच्या गप्पा. वर्गाबाहेर, कॉरिडॉरमध्ये अभ्यासाबद्दल संभाषण, एखाद्या वक्तृत्वसभेसाठी कसे, केव्हा जायचे याबद्दल चर्चा. पुष्कळ ठिकाणी कॉलेजतर्फे नंदिता व अभिजित ही टीम पाठवली जायची. त्या निमित्ताने एकत्र प्रवासही व्हायचा. काही वेळा नंदिताच्या गाडीतून तर काही वेळा अभिजितच्या स्कूटरवरून- या सगळ्यामुळे दोघांची बऱ्यापैकी मैत्री जमली होती.

या मैत्रीची भोवतीच्या मित्रमंडळींनी दखल घेतली होती. सुरुवातीला त्यांच्या मनात शंका होती, ही मैत्री कितपत दाट आहे, कितपत स्थिर आहे? हिचा प्रवास प्रेमाकडे होण्याची काही शक्यता आहे का? प्रेमाचे रूपांतर लग्नात होईल का? नंदिता-अभिजितमध्ये 'खास' रस असणाऱ्यांना हे प्रश्न सतावायचे. इतरांना मात्र अगदी मनापासून वाटायचे, ही जोडी आयडियल आहे. 'दे आर मेड फॉर ईच अदर!' – अशा प्रकारच्या मैत्रीबद्दल उथळ, बेजबाबदार चर्चा असतेच. पण काहींना दोन एकमेकांना साजेशा व्यक्तींनी एकत्र यावे असे निरपेक्षपणेही वाटते. त्यांना त्यात आनंद असतो. त्या आनंदापोटी एकमेकांशी बोलल्याखेरीज राहवत नाही. त्यातूनही चर्चा निष्पन्न होते. वेगळ्या प्रकारची, वेगळ्या हेतूंनी केलेली असली तरी ती चर्चाच. ही चर्चा नंदिता-अभिजितच्या कानावर येणे साहजिकच

होते. अगदी जवळच्या मित्रमैत्रिणींनी तर प्रत्यक्षपणे विचारलेही. दोघांनीही ते हसून सोडून दिले. तरीही चर्चा चालूच राहिली. मग दोघांनाही सहजपणे भेटतानाही तो संदर्भ विसरणे जरा अवघड जाऊ लागले.

प्रिलिमिनरी संपल्यानंतरचे दिवस होते. मोठ्या परीक्षेची कसून तयारी करायला हवी होती. त्यापूर्वी जरा रिलॅक्स होऊ असे सर्वांनाच वाटत होते. अभिजितही त्याच मूडमध्ये होता. कॅन्टीनमध्ये चहा पिता पिता त्याने नंदिताला विचारले, ''आज संध्याकाळचा बेत काय आहे?''

''विशेष काही नाही.''

''म्हणजे मोकळी आहेस.''

''हो. का?''

''गझिबोमध्ये जेवायला जाऊ या? चायनीज आवडतं ना तुला? मागे एकदा म्हणाली होतीस...''

''तुझ्या लक्षात आहे?''

''महत्त्वाच्या गोष्टी लक्षात ठेवतो मी!''

''थँक्स.''

''चर्चगेटला भेटू. सी यू!''

अभिजितने कुणाकडे तरी पाहून हात वर केला आणि तो तिथून उठलाही. नंदिता आपल्याच नादात होती.

दिवसभर नंदिताच्या मनात हेच संभाषण घोळत होते. आजवर किती जणांनी जेवणाचे निमंत्रण दिले असेल. कित्येकदा ते नाकारलेच. अभिजित मात्र कधीही कामाविना बाहेर भेटला नाही. मग आजच... परीक्षेनंतर पांगापांग होणार-भेटीगाठी कमी होणार, कदाचित होणारच नाहीत म्हणून? कदाचित उलटेही होईल. या जेवणाच्या निमित्ताने होणाऱ्या भेटीतून आयुष्याला एखादे वेगळे वळण मिळेल... आवडेल का आपल्याला ते?

नंदिताला हे प्रश्न प्रथमच पडत होते. अभिजितबद्दलच्या सुप्त आकर्षणाची त्या प्रश्नांतून चाहूल लागत होती. संध्याकाळी दिलीपचा फोन. ''जेवायला येतेस का?'' त्या प्रश्नासरशी तिच्यातील रूपगर्विता जागी झाली. ''हाउ डेअर यू!'' म्हणून तिने ताड्कन फोन खाली ठेवून दिला.

''कुणाचा फोन गं?'' फोन चालू असतानाच सुधा आली होती.

''दिलीपचा. प्लीज सुधा. नेहमीची आर्ग्युमेंट्स नकोत.''

''ठीक. मलाही फारसा वेळ नाही. शॉपिंगला जाताजाता डोकावले इतकंच. येतेस?''

''नाही गं... पाच मिनिटं बोलू या?''

"जरूर. काही विशेष?"

"म्हटलं तर विशेष, म्हटलं तर साधंच, सरळच सांगते, अभिजितनं मला आज बाहेर जेवायला बोलावलं आहे. सहजच असेल का गं?"

"ते मी कसं सांगू? सहज नसेल तर कळेलच ना. तो विषय काढेलच की."

"कोणी सांगावं? पण समज, त्यानं विषय काढलाच तर... तर मी काय करू?"

"हे तुझं तूच ठरवायचंस नंदू. तू कधी नेमका विचार केला आहेस का याबद्दल?"

"थोडासा. मला अभिजितबद्दल काहीतरी वेगळं वाटतं खास. आजवर कुणाबद्दल वाटलं नव्हतं असं काहीतरी."

"तसं असेल तर तुझ्याकडून प्रतिसाद येईलच. या गोष्टी जितक्या स्वाभाविकपणे होतील तेवढ्या चांगल्या. पण तुला आवडलं नाही तरी सांगते, त्यानंच विचारलं पाहिजे, असा आग्रह नको. डोन्ट मेक इट अ प्रेस्टिज इश्यू. तुझी खात्री असेल तर तूही विषय काढू शकतेस."

"बघू!"

"निघू मी? सांग- काही घडलं तर. सांगावंसं वाटलं तर!"

"म्हणजे काय? तुझ्याखेरीज कुणाला सांगणार?"

"बाय! ऑल द बेस्ट!"

सुधा गेल्यानंतर पुन्हा मनात त्याच संभाषणाचे तरंग. अपार उत्सुकता, ताणही. त्या मूडमध्येच नंदिता बाहेर जाण्यासाठी तयार झाली. तिने आरशात पाहिले. ते सौंदर्य पाहून ती पुन्हा एकदा स्वतःच्या प्रेमात पडली. अभिजितने सहज बोलावलेले असणे कसे शक्य आहे? त्याच्या मनात असणारच. आता कॉलेजच्या आयुष्याचा शेवट आला, म्हणून त्याने आजच बोलावले असेल. आश्चर्य नाही. तो कितीही उमदा असला तरी माझ्यापेक्षा कमीच. हा अहंकार? सुधा तसेच म्हणते. पण अभिजितशी बोलताना मनात अहंकार नसतो. का?

-आज संध्याकाळीच या प्रश्नांची उत्तरे मिळतील.

पण त्या संध्याकाळी विशेष काही घडलेच नाही. मजेत जेवण झाले. जेवताना छान गप्पा झाल्या. पण नंदिताच्या अपेक्षेप्रमाणे गप्पांत तो विषय निघाला नाही. अभिजित खूप बोलत होता. स्वतःच्या शहराबद्दल, कुटुंबाबद्दल सांगत होता. भावी आयुष्याच्या कल्पनांबद्दलही. त्याला सुखासीन आयुष्य नको होते. 'इथं खूप काम करण्याजोगं आहे. मी एकटा काही सगळी परिस्थिती सुधारू शकणार नाही. पण हातभार तर लावू शकतो ना? आय वॉन्ट टु बी ए पार्ट ऑफ द प्रोसेस ऑफ चेंज.'

"तुझ्या आईवडिलांना..."

"एक तर या माझ्या कल्पना आहेत आणि माझं कुटुंबही लिबरल आहे. दे ऑनर माय फ्रीडम. नंदिता, आपण स्वतःचं स्वातंत्र्य आग्रहानं जपायला हवं. ते करता आलं तर विरोध कोण करणार?"

"ग्रॅज्युएट झाल्यावर लगेच..."

"नाही. आधी मला खूप अभ्यास करायचा आहे. आयुष्याला व्यासंगाचा पक्का बेस पाहिजे. आपण जी दिशा धरणार आहोत, त्याबद्दल विचार करायला पुरेसा अवधीही दिला पाहिजे. तू काय ठरवलं आहेस?"

"अं..."

"लीव्ह इट. पर्सनल प्रश्न नकोत. आइस्क्रीम खायचं?"

– विषय संपला. मग सटरफटर गप्पा आणि निरोप.

नंदिता संभ्रमात पडली. नेमके काय मनात असेल याच्या? की काहीच नसेल? ती थोडी दुखावलीही गेली. हेतू काही नसताना कशाला बोलावले? संभाषणात एकदोन संदिग्ध सूचना. एकीकडे स्वतःबद्दल बोलायचे, आणि दुसरीकडे पर्सनल प्रश्न नकोत म्हणायचे. हा एक प्रकारचा खेळच झाला. पण मीही काही कमी नाही. मी नाही अशी खेळू देणार, सुखासुखी फसवू देणार. खेळ मलाही खेळता येतो. तो खेळण्याची तयारी असलेले किती जण माझ्या आसपास आहेत. माझ्या रूपावर, गुणांवर लुब्ध असलेले. सुधा याला अहंकार म्हणते...

सुधालाच भेटले पाहिजे. लगेचच.

दुसऱ्या दिवशी सुधा आली. तिला जे घडले ते सगळे सविस्तरपणे सांगितले. तिने शांतपणे ऐकून घेतले.

"याचा अर्थ काय होतो?"

"काही नाही. एक साधी भेट. तुझी-माझी होते तशीच. तू त्यातून असा काही अर्थ आग्रहानं काढू पाहतेस याचंच आश्चर्य वाटतं मला. नंदिता, आपण किती वेगळ्या वातावरणात वावरतो. माझं एक सोड. तू तर श्रीमंत समाजात वावरणारी. आपलं कॉलेजही कॉस्मोपॉलिटन. स्त्री-पुरुष संबंधांकडे पाहण्याची दृष्टीही आता बदललेली आहे. तुला तुझे आईवडील कधी तुझ्या मित्रांबद्दल विचारतात? मैत्रिणी जशा तसे मित्र..."

"पण अभिजित वेगळा आहे. तो प्रत्येक कृती विचारपूर्वक करतो- मला नक्कीच तसं वाटतं."

"होपफुल थिंकिंग! तू इन्व्हॉल्व्ह होत आहेस. यात दोष आमचाही आहे म्हणा. आम्ही- म्हणजे मी एकटी नव्हे- चर्चा करीत राहिलो."

"रबिश! मला माझं काही मत आहे की नाही?"

"मग तूच का नाही खातरजमा करून घेत? मी तुला कालच म्हटलं होतं. त्यानंच पुढाकार घेतला पाहिजे असं नाही."

"मी तरी का? अन् त्याच्या मनात काही नसलं तर? मला पराभवाचा अपमान वाटेल."

"यात कसला पराभव? - पण तूच ठरव."

"तू नाही काही करू शकणार? अभिजितची अन् तुझी चांगली ओळख आहे."

"बघू. पण शक्यतोवर मध्यस्थी नको. इट ऑल्वेज मिसफायर्स."

नंदिता नाराज झाली. पण ती पुढे काही बोलली नाही. कारण तिला सुधाचे म्हणणे आतून पटत होते. 'गेला उडत!' असे तिने स्वतःशीच दोनतीनदा म्हटले. पण तिला तसेही ठामपणे म्हणता येईना. मनातून ती भेट जाईना. भेटीचा अर्थ लावण्याचा नाद सुटेना. अभ्यासाकडे लक्ष लागत नव्हते. त्याचा परिणाम परीक्षेवर होऊ द्यायचा नव्हता. अखेर तिने निर्णय घेतला. अभिजितेला सरळच विचारायचे. त्या झटक्यातच तिने त्याचा नंबर फिरविला.

"हॅलो."

"बोल..." अभिजितचा भरदार आवाज.

"जरा बोलायचं आहे..."

"मग भेटू या..."

"कधी? येत्या दोनतीन दिवसांत?" नंदिताचा सावध प्रश्न.

"सध्या नको. माझा एक मित्र येतो आहे दिल्लीहून. त्यामुळे मी गडबडीत असेन. पुढच्या आठवड्यात? शक्यतो त्या वीकएन्डला?"

नंदिताला हा अवधी दीर्घ वाटला. पण तिला आपण अधीर आहोत असेही दाखवायचे नव्हते. अभिजित छान, प्रेमाने बोलला हे समाधानही होते. त्यामुळे आशा पालवल्या. ताण नक्कीच कमी झाला. मधले आठ-दहा दिवसही बघताबघता गेले.

पुन्हा तेच ठिकाण. भेटीनंतर काही क्षणांची स्तब्धता. 'काय मागवायचं?' वगैरे औपचारिक बोलणे. मुख्य विषयाला कसे भिडावे हेच नंदिताला कळेना. संकोच आडवा येत होता. अहंकारही. पण तिने धसाला लावण्याचे ठरवलेच होते.

"अभिजित!"

"बोल."

"आपल्या या मैत्रीचं भवितव्य काय?"

"दुसरं काय असणार? टिकून राहील ती- आपण वेगवेगळ्या वाटांना गेलो तरी. त्या प्रवासात कधीकधी भेटूही..."

"कधीकधी?" नंदिताचा आवाज तीक्ष्ण झाला.

"आय नो, व्हॉट यू मीन. मला दोन-तीन दिवसांपूर्वी सुधा भेटली होती. तिला सगळं सांगितलं आहे मी. तेच पुन्हा तुलाही सांगतो."

सुधा भेटली होती? बोलली नाही. का?- पण सध्या त्याबद्दल विचार करायला अवधीच नव्हता. कारण अभिजित पुढे बोलत राहिला होता.

"आपली मैत्री राहील. पण तिचं लग्नात रूपांतर होणं शक्य नाही. मी तुला परवाच्या भेटीत सांगितलं होतं, माझे प्लॅन्स वेगळे आहेत. त्यासाठी लग्नाचं बंधन मला नको आहे. आय डोन्ट वॉन्ट एनिवन टु सफर ऑन माय अकाउंट. मला ठाऊक आहे की मी हा निर्णय फार लवकर घेतो आहे. पुढे आयुष्याचा दीर्घ पल्ला आहे. तो काटत असताना प्लॅन्स कदाचित बदलतील."

"लग्न न करण्याचा निर्णयही कदाचित बदलेल!"

"मे बी!"

"तोपर्यंत थांबून राहायला मी बांधलेली नाही!" नंदिताचां राग उफाळून वर आला होता.

"तसं कोण म्हणालं?"

"मग माझ्याशी संदिग्धपणे का बोललास?"

"त्यात काही संदिग्ध नव्हतं, नंदिता. तुला एका विशिष्ट दृष्टिकोनामुळे तसं वाटलं इतकंच."

"अस्सं! जाऊ दे. मी का दुःख करावं? ती वेळ कदाचित तुझ्यावरच येईल."

"तुझा तोल जातो आहे. इट्स ऑल राइट. सुधानं मला सगळी कल्पना दिली आहे. तिचंही म्हणणं की मी एक फार मोठी संधी गमावतो आहे. तुझ्यासारखी सुंदर, बुद्धिमान मुलगी मला पुढे तरी कशी भेटणार? खरंही असेल ते."

"असेल नव्हे, आहेच."

"तू रागावली आहेस!"

"कशासाठी? आय केअर टू हूट्स! एक सांगते मात्र, कुणाला तरी तुडवून पुढे जाण्यानं भलं होत नाही. वेळ येईल तेव्हा समजेल..."

"सुधाला मी तेच म्हटलं. अजून माझी वेळ आलेली नाही. वेळ येईल तेव्हा मी नंदिताला पुन्हा भेटेन."

'मी भेटले तर!"

"अर्थातच. पण भेटणं, न भेटणं यातलं काहीच आपल्या दोघांच्याही हातात नाही, नंदिता. दोघांनाही खूप काळ प्रवास करायचा आहे. त्या प्रवासात कुठेकुठे मुक्काम करावा लागेल, कुठेकुठे प्रवास थांबल्यासारखा वाटेल हे कुणी सांगावं? एनी वे, ऑल द बेस्ट, पुन्हा भेटू."

या अखेरच्या शब्दांना अजिबात प्रतिसाद न देता नंदिता उठली. तरातरा पायऱ्या उतरून पार्क केलेल्या गाडीच्या दिशेने निघाली. अभिजितने स्कूटर सुरू केल्याचा आवाज आला. 'नंदिता' अशी अस्पष्ट हाकही आली. पण तिने मागे वळून पाहिले नाही. डोळ्यांतले पाणीही पुसले नाही. आता ते पाणी कुणाला दिसण्याचा धोका उरला नव्हता.

पुढचा प्रवास खरोखरीच दीर्घ पल्ल्याचा. त्या प्रवासात खूप काही घडले. नंदिताने काही काळ एअर होस्टेस म्हणून नोकरी केली. त्या उलटसुलट हवाई प्रवासातच तिला भरत भेटला. त्याने ओळख करून घेतली, वाढवली. तो एका बड्या कंपनीचा संचालक होता. ते सबंध कुटुंबच उद्योजकांचे होते. अनेक शाखा, अनेक व्यवसाय. पहिली, दुसरी आणि तिसरीही पिढी या व्यवसायांतच गुंतलेली होती. पेडर रोडला मोठा बंगला होता. भरपूर नोकरचाकर. कुटुंबात पुष्कळ माणसे.

भाऊ-बहिणी आई-वडील. पण जो तो स्वतंत्र. नोकरच सर्व घर चालवायचे. आईला गुडघेदुखीचा विकार. त्यामुळे त्या एका जागी बसून सर्व सूचना देत. पण नोकर जुने होते, प्रामाणिक होते. त्यामुळे फारसे काही बघावे लागत नसे. हे सगळे भरतने अधूनमधून होणाऱ्या भेटीत सांगितले.

"तुला अशा कुटुंबात सून म्हणून येणं आवडेल नंदिता?"

नंदिताने अभिजितची आठवण केली. द्वेषांचा वन्ही पुन्हा चेतवला. 'भरत देखणा आहे. श्रीमंतीला काही सीमाच नाही. स्वातंत्र्यही मिळेल. आपल्याला ज्या जीवनशैलीची सवय आहे, ती सुरक्षित राहील. नाहीतरी या नोकरीचा कंटाळा आलाच आहे. ती सोडावी लागेलच. भरत वारंवार परदेशी जात असतो. त्याच्या बरोबर प्रवास करता येईल – भूतकाळापासून संपूर्ण दूर. एका नव्या जगात. येस, आय डू वॉन्ट टु गेट अवे फ्रॉम दी पास्ट. एक वेगळाच चेहरा, वेगळीच आयडेन्टिटी. सौ. नंदिता करमरकर. ब्राह्मण कुटुंब. पण वळण ब्राह्मणी, मराठी नाही. त्यामुळे अडचण येणार नाही. सुधा सुखाचा संसार करते आहे. तिनेही दुजोरा दिला आहे. मग थांबायचे कशाला?

नंदिताने भरतला होकार दिला. थाटामाटात लग्न झाले. सौ. नंदिता करमरकर वेगळे आयुष्य जगू लागली. वेगळी नाती, वेगळे स्नेह. मोठ्या पार्ट्या, प्रतिष्ठेचे समारंभ. कुठेही गेले तरी सर्वांच्या नजरा नंदिताकडे. अहंकार पाकळीपाकळीने फुलत राहायचा. अभिजितची सावली सरकून गेली तरी तो अहंकार कोमेजायचा नाही. कोण अभिजित? ते मनाचे हट्टाला पेटून भरकटणे होते. तो आयुष्याचा सरळ रस्ता नव्हताच. सरळ रस्ता हाच. सुधालाही विचारायचे नाही. ती कदाचित विरोधी बोलेल, आणि मग हे सगळेच सायीसारखे पसरलेले सुख विस्कटेल, फसफसल्यासारखे होईल. हे सुख जपले पाहिजे. आता आणखी एखादा धक्का नको. लहानसहान

शल्ये विसरून जगत राहिले पाहिजे.

प्रवास चालूच राहिला. शल्ये शंखशिंपल्यांसारखी उमलून वर येऊ लागली. त्या शिंपल्यांच्या राशीत एखादा मोतीही. हा कुठला? तो मोती मनात लपून बसला. मधूनच त्याचे एखादे वेज उजळल्यासारखे वाटे. अंधारात किरण दिसल्यासारखे. हा भास? तर मग आपण जगत असलेले आयुष्य काय? ते एक रोखठोक सत्य? त्या सत्याला सामोरे जाताना अलीकडे थकल्यासारखे का होते? ताण नेमका कुठे आहे? तो कोणत्या दिशेने खेचतो आहे?

प्रश्न पडतच राहिले. पण त्या प्रश्नांच्या गुंत्यासकट आयुष्य पुढे सरकत राहिले. कंटाळा आला होता. पण मन तसा कबुलीजबाब द्यायला तयार नव्हते. भरतला तर यातले काहीच समजण्याजोगे नव्हते. एक तर तो नेहमी व्यापात. शिवाय हे प्रश्न समजण्यासाठी लागणारी मानसिक क्षमता त्याच्या ठायी नव्हती. त्याच्या सुखाबद्दलच्या कल्पना वेगळ्या होत्या. त्या कल्पनांनुसार नंदिता सुखात होती. घरातल्या इतर माणसांप्रमाणेच. असा दृष्टिकोन असणाऱ्या भरतशी संवाद तरी कसा साधायचा?

तरीही न राहवून स्वगत मनातून निसटलेच.

"भरत, मी जरा बोअर होऊ लागले आहे रे. मुलंही आता मोठी झाली. राणी-रागिणी, तुझ्या बहिणी मलाही बहिणीसारख्या वाटायच्या, त्याही लग्न होऊन गेल्या. घरात काही काम नसतं. तू तर सदैव बाहेर. एकटं वाटतं मला."

"मैत्रिणी आहेत ना? मिसेस चंपानेरकर..."

"सॉरी. त्यांच्यात फार वेळ रमू शकत नाही मी. पुन्हा झडझडून अभ्यास करावासा वाटतो. खेळावंसं वाटतं. वाद घालावेसे वाटतात, गाणं ऐकावं, वाचावं."

"तू विशीत जे केलंस ते चाळिशीत करणं कसं शक्य आहे नंदिता? यू हॅव अ डिफरंट रोल टु प्ले हिअर. तुला ते ठाऊक नव्हतं असंही नाही!"

"एखादी पार्ट टाइम नोकरी करू का मी?"

"डोन्ट बी सिली!"

भरतने उडवूनच लावले. त्याच्या प्रतिष्ठेच्या कल्पना, की हा नवा मार्ग आपल्याला झेपणार नाही म्हणून विरोध? की आपल्या स्वातंत्र्यालाच विरोध? सोन्याच्या पिंजऱ्यात पंख फडफडवत बसले. दार उघडणे भरतच्या हाती किंवा करमरकर नावाच्या 'खानदाना'च्या. या परिस्थितीत जगणारी मी एकटीच नव्हे. पुष्कळ स्त्रिया असतील. त्या सुखी आहेत का? सुख केवळ या स्वास्थ्यात, वैभवात आहे? हे कसले अवघ्या अस्तित्वालाच बधिर, अधू करणारे सुख?

या भोवऱ्यात गरगरत असतानाच नेमकी देवासारखी सुधा आली. तिच्याशी मन मोकळे करताना किती बरे वाटले! पण तिच्या जवळ तरी उत्तर कुठे होते?

"इतक्या उशिरा काही करता येणार नाही नंदिता. त्यातल्या त्यात सुख शोधायचं. वाच, गाणं ऐक... हे तर करता येईल ना? त्यामुळेही एकटेपणे जाईल. आपण स्वतःसाठी जगतो आहोत असं वाटेल."

"हे मुद्दाम करणं, अन् तो आपल्या जीवनशैलीचा एक भाग असणं यात फरक आहे, सुधा. तू कशी जगतेस?- स्वाभाविक, मुक्त."

"तू म्हणजे मी नव्हे. कधीच नव्हते. ही ज्याची त्याची निवड असते. मी साधा मंत्रालयातला बऱ्यापैकी नोकरी असणारा नवरा निवडला. भरतची निवडही तूच केलीस ना? आणि ती काही वाईट नक्कीच नाही."

"ते खरंच. पण मला अनुरूपही नाही."

"आता ते कळून काय उपयोग? जरा तडजोड करायची अन् आनंदात जगायचं. लाइफ इज अ प्रेशस थिंग!"

"ज्याची त्याची निवड- अभिजितनंही निवडच केली नाही सुधा? मधूनच आठवण येते त्याची. त्यालाही निवड चुकली असं वाटत असेल का? तो कधीच ठामपणे बोलत नसे. त्यानं पर्याय खुले ठेवले होते... निदान मला तसं जाणवायचं. किती वर्षांपूर्वीच्या आठवणी, आता कुठे असतो कुणास ठाऊक!"

"फिरत असतो. परवाच मुंबईला येऊन गेला. फोन केला होता. तुझ्याबद्दलही विचारत होता."

"मग भेटला का नाही? निदान फोन करायचा तुझ्याकडून नंबर घेऊन?"

"मी म्हटलं त्याला. वेळ आली की भेटेन म्हणाला."

"नेमकं हेच कैक वर्षांपूर्वी म्हणाला होता. वेळ येणं म्हणजे काय ते तोच जाणे! जाऊ दे. मागचं सगळं वाहून गेलं!"

"नक्की ना? मग आता झुरू नकोस. किती खंगली आहेस. काही होतं आहे का गं? एकदा डॉक्टरांना दाखवून तरी ये. हे आपले मेनॉपॉजचे दिवस आहेत. सावध राहिलं पाहिजे. लक्षात आलं ना?"

"माझ्याही खूप दिवस मनात आहे. अंगावर काढते आहे. भरत बरोबर आला तर बरं होईल. तो म्हणतो अपॉइन्टमेन्ट घे, गाडी काढ अन् जा."

"मी येते तुझ्याबरोबर. चालढकल करू नकोस. ट्रीटमेन्ट घेऊनही बरं वाटेल तुला. शरीर, मन सगळं एकमेकांत गुंतलेलं असतं."

"इतकं काही गंभीर नाही. पण जाऊ आपण येत्या आठदहा दिवसांत. डॉक्टर समेळ आमचे स्नेही आहेत..."

"मग प्रश्नच नाही. त्यांचं नाव मोठं आहे."

"अभिजितचा पुन्हा कधी फोन आला तर भेटायला सांग. भेटावंसं वाटतं त्याला. अगदी वेगळ्या भावनेनं."

"सांगीन. आता निघते. अन् तुझ्या फोनची वाट पाहते."

सुधा गेली. तिच्याशी बोलून हलके, तुटलेले धागे जरा जुळल्यासारखे वाटत होते. जगले पाहिजे, शक्य तितक्या आनंदाने जगले पाहिजे. मनात हेच निनाद.

आठ-दहा दिवसांनंतर डॉ. समेळांच्या एअरकंडिशन्ड कन्सल्टिंग रूमसमध्ये त्या निनादातूनच बदसूर उमटला. जगण्याच्या निर्धाराला शह मिळाला. गंभीर चेहऱ्याने डॉक्टरांनी विचारले, "मिस्टर करमरकर नाही आले?"

"नाही. आज बिझी होता तो. ही माझी मैत्रीण. सुधा चिपळूणकर. ती मुद्दाम बरोबर आली आहे."

"आय सी. कॅन आय टॉक फ्रँकली?"

"हो डॉक्टर." सुधा-नंदिताच्या काळजात धडधड.

"गर्भाशयात गाठ आहे. जमेल तेवढ्या लवकर ऑपरेशन केलं पाहिजे. मी आजच भरतशी बोलतो. ब्रीच कँडीमध्ये करू. तुम्हालाही ते सोयीचं जाईल."

"येत्या महिन्यात कॅनडाला जायचं होतं त्याला."

"मी बोलतो. त्यानं आपला कार्यक्रम थोडा बदलला तर बरं होईल. हिज प्रेझेन्स इज इसेन्शियल."

नंदिताचा उतरलेला चेहरा पाहून ते म्हणाले, "काळजी करू नका."

"खरंच, नंदिता, मी आहे ना? भरतही राहीलच. शिवाय इतर इतकी माणसं आहेत! सगळं नीट पार पडेल."

पुढील गोष्टी वेगाने घडल्या. करमरकर कुटुंबातील पेशंट म्हटल्यानंतर काय कमी पडणार होते? भराभर मदतीचे हात पुढे झाले. हॉस्पिटलातच खूप ओळखी निघाल्या. प्रत्येकाने मनापासून सांगितले, 'आम्ही आहोत. काही कमी पडणार नाही.' ती खात्री होतीच. भरत ऑपरेशनच्या दिवशी काही वेळ हजर होता. पण ठरलेल्या, अपेक्षित वेळापेक्षा जास्त वेळ लागू लागल्यानंतर तो अस्वस्थ झाला. सुधाला ती अस्वस्थता कळली. ती काही बोलली नाही.

"सुधा, इतर माणसं आहेत. तूही आहेस. मी निघू का? आय हॅव ॲन इम्पॉर्टन्ट अपॉइन्टमेन्ट. इलाज नाही."

सुधाच्या मनात आले, इलाज नाही कसा? नंदिताच्या ऑपरेशनपेक्षा अपॉइन्टमेन्ट महत्त्वाची? रद्द नसती करता आली?

"तिला रूममध्ये शिफ्ट केलं की फोन करशील?" त्याने आपले कार्ड तिच्या हातात देत विचारले. "मी पुन्हा यायचा प्रयत्न करतो."

सुधाने फक्त मान हलवली. तिला मनातून राग आला होता. काही बोलले गेले तर तो बाहेर पडला असता. ही वेळ रागवारागवीची नव्हती, काळजीची होती.

काळजी करण्याजोगी परिस्थिती होतीच. डॉक्टरांचे आधीचे निदान तसे होते,

ऑपरेशननंतर ते पक्के झाले. नंदिता पुन्हा त्रासाच्या चक्रात सापडणार. तिच्या जवळ सतत कोणीतरी राहिले पाहिजे. आपल्याला इतका वेळ कसा होईल? तिच्या कुटुंबातील मंडळींनीच ती जबाबदारी घेतली पाहिजे. आईवडील कलकत्त्याला स्थायिक झालेले. शिवाय वृद्ध. भाऊ-भावजय परदेशी. येतीलही ते. पण दरम्यानच्या काळात...

"नंदिताकडे रात्री कोण असेल?" तिने जरा बिचकतच नंदिताच्या सासूबाईंना विचारले.

"ठरवलं नाही अजून. तुला शक्य आहे का?"

"नाही."

"तशी रात्रीच्या नर्सची व्यवस्था केली आहे. शिवाय इथली व्यवस्थाही उत्तम आहे. जवळ कुणी असलंच पाहिजे असं नाही. आमच्या अधूनमधून चकरा होतील. फोनही होतील."

आणखीही काही होईल! पण त्यातून नंदिताला हवी असलेली सोबत, धीर मिळेल? - भरत चांगला आहे. ही माणसेही चांगली आहेत. पण त्यांना ऊब देता येत नाही. कोरडी काळजी सर्व जण घेतात. पण नंदिताच्या या गंभीर आजारात स्वतःला सगळी कामेधामे विसरून झोकून देईल असे आहे का कुणी?

काही दिवसांतच केमोथेरपीचे चक्र सुरू झाले. नंदिता उदास, धास्तावलेली होती. सगळ्या त्रासाला धीराने तोंड देत होती. मुले वाढताहेत. त्यांना वाईट वाटता कामा नये. घरातले वातावरण झाकोळता कामा नये. काय असेल ते असो. इतरांच्या आयुष्यावर आपल्या नशिबाचे सावट कशाला? ती सुधाशीही फारशी बोलत नसे. भरतचे लक्ष होते, पण त्याला वेळ नव्हता. नंदिताला वाटे, तो आपल्यात फार गुंतलेला नाही. त्याला इतर व्याप आहेत हेच बरे आहे. मुलेही विसरतील, पुढे जातील. तेच बरे. मागे वळून पाहणे नको. ते फार क्लेशकारक असते.

हे जाणवलेले असूनही नंदिता मात्र पुनःपुन्हा मागे वळून पाहत होती. ते कॉलेजचे दिवस. अंगात सळसळणारे चैतन्य. सौंदर्यावर लुब्ध होणारे तरुण. त्यांच्याशी खेळताना वाटणारी गंमत. सुधाचे दटावणे. अहंकाराबद्दल होणारी संभाषणे. कुठे गेला तो अहंकार? त्याने या आजाराला थोपवले नाही. 'माझ्या वाटेला जाऊ नको' असे बजावले नाही. अहंकारापेक्षा बलवान असे जगात काहीतरी आहे. ते काय?

सुधा आली की आठवणी निघत. एक दिवस असेच बोलणे चालले होते. नंदिताने सुधाला सांगितले, "ते जुने आल्बम बघू या गं!"

"आत्ता नको, नंदू तू थकली आहेस. विश्रांती घे."

"असू दे."

“उद्या पुन्हा किमोथेरपी. गेल्या वेळी त्रास झाला ना? या खेपेला बळकट राहायला हवं.”

“ते माझ्या हातात आहे का सुधा? किंवा तुझ्या तरी! मी अलीकडे आरशातही बघत नाही. गालांवर चट्टे, विरळ होत चाललेले केस...”

“हे सगळं तात्पुरतं आहे गं. तुला छान उपयोग होतो आहे. तू नक्की या चक्रातून बाहेर पडणार.”

“सुधा, तुला आठवतं? खूप वर्षांपूर्वी तू सांगितलं होतंस, जगायचं. आनंदानं जगायचं.”

“हं!” सुधाला ते वाक्य आठवत होते- आणि त्याचा संदर्भही. अभिजितमधे गुंतू लागलेली, त्याच्या अलिप्तपणामुळे अस्वस्थ झालेली नंदिता. तिचा दुखावलेला अहंकार. पुढे तिने घेतलेले निर्णय. ती दुःखी नव्हती. पण सुखीही नव्हती. त्यात हा अनपेक्षित आघात.

“सुधा, हा बघ माझा फोटो- आणि ही आजची मी. आहे का गं काही साम्य? ते राहणार नव्हतंच. हे मला त्या वेळी का नाही कळलं?”

“जाऊ दे गं. जुन्या आठवणी काढून नको खंतावू, पुढे बघ.”

“पुढे म्हणजे कुठे? दिशा सापडतच नाही गं. मला मरणाची भीती वाटते. अन् वाटत नाहीही. एखाद्या क्षणी वाटतं, तीच मुक्ती. मुक्ती आणखी कशाकशात असेल सुधा? फक्त मरणात? जगण्यातही मुक्ती असेलच ना? मला ती कधी सापडलीच नाही. तारुण्यात मुक्त वाटायचं. पण ते वाटणं भ्रामक होतं. मी जखडलेली. दुसऱ्या कुणी जखडलं नाही मला. मीच स्वतःला जखडलं.”

“भरत कधी येणार आहे?” सुधाने विषय बदलण्याचा प्रयत्न केला.

“येईल रात्री नऊपर्यंत. तोही चांगला आहे गं. वरकरणी दाखवत नसेल पण... आम्ही एकमेकांपासून थोडे दूरच राहिलो, हे एका अर्थानं बरं झालं...”

“चल, स्वस्थ पड तू आता. उद्या येते.”

“सुधा, माझे सगळे केस गळून जातील का गं?”

“स्वस्थ पड म्हटलं ना!”

बोलता बोलता दुपार ओसरली. संधिप्रकाश पसरू लागला. नंदिता डोळे मिटून बसली होती. क्षणभर भास झाला, अभिजित समोर उभा आहे!

तो भासच होता. पण पुढे दोन-तीन दिवसांनी अभिजित खरोखरीच समोर उभा राहिला. बरोबर सुधा होती. तसाच उंचापुरा, तगडा, दाढी वाढवलेली, डोळ्यांना चश्मा. नंदिताचा स्वतःच्या डोळ्यांवर विश्वासच बसेना.

“तू?”

“हो... तुला सरप्राइझ द्यायचं होतं म्हणून मीही कळवलं नाही. काल याचा

फोन आला. जवळजवळ दोन वर्षांनी. नाही का रे! त्याला सांगितलं तेव्हा म्हणाला "मी येतो!" सुधाने उलगडा केला.

"कशी आहेस?" अभिजितचा धीमा आवाज. खूप मागे घेऊन जाणारा.

"बघ ना कशी दिसते? मी नंदिता मुखर्जी. अभिजित, पटते आहे का तिची ओळख?"

"पटते तर! सुधानं सांगितलं मला. ते ऐकून वाटलं आतून खूप बदलली आहेस तू. ते बदलणं खरं महत्त्वाचं, नंदिता. सॉरी- मी तुझ्याबद्दल विचारायचं सोडून..."

"तेच बरोबर. मला माझ्या आजाराबद्दल बोलावंसं वाटत नाही. तू इतक्या वर्षांनी भेटल्यानंतर तर नाहीच नाही. तुझ्याबद्दल सांग."

"नवं काही नाही. कॉलेजात असताना ठरवलं होतं तेच. बदल नाही झाले. बंधनातही नाही सापडलो." अभिजित हसत म्हणाला.

"माझा प्रवास मात्र संपत आला." नंदिता तेच जुने संभाषण आठवत म्हणाली.

"असं कोण म्हणतं? डॉ. समेळ माझ्याही चांगले ओळखीचे आहेत. ही हॅज गिव्हन यू ए लॉंग लीज."

"फसवतो आहेस! भरतलाही सांगितलं नाही त्यांनी."

"भरत होता माझ्याबरोबर. मी त्याला फोन केला. ओळख दिली. हा एक मुक्काम होता नंदिता. प्रवास थांबल्यासारखा वाटला- कदाचित थांबलाही असता. कधीतरी सर्वांचाच प्रवास थांबणार. तेव्हा विसर ते सगळं. मी तुला घेऊन जाणार आहे. भरतची परवानगी काढली आहे."

"कुठे?"

"मी सध्या आदिवासी समाजात फिरतो आहे. तुला मुक्ती म्हणजे काय, असा प्रश्न पडला आहे ना?– सुधा सांगत होती. तुला तिथं गेल्यावर झाडापेडांत हिंडताना, तिथंही माणसं कशी आनंदात जगतात हे पाहताना तुझ्या प्रश्नाचं उत्तर सापडल्यासारखं वाटेल. जरा बरी हो. मग मी येतो. तिथंही सगळी काळजी घेतली जाईल..."

नंदिताने अभिजितचा हात हातात घेतला. "सो, फ्रेन्ड्स आर मीटिंग आफ्टर ए लॉंग ब्रेक!" भरत तिथे पोहोचला होता.

"आज भेटलोच. पुन्हा भेटू!"

"भेटूच!" नंदिता म्हणाली.

नवे आयुष्य. जुने पुसून टाकणारे. पण सगळेच नाही पुसायचे... ते तसेच जपायचे.

अभिजित निघता निघता म्हणाला, "नंदिता, मी त्या वेळी म्हटलं होतं..."

"अजून माझी वेळ आलेली नाही." नंदिताने वाक्य पुरे केले.

"ते वाक्य मागे घेतो मी. तो माझा अहंकार होता."

"मी सगळंच मागे घेते. घेता येत असेल तर!"

"का नाही! आता पुढे पाहायचं, नंदिता. पुन्हा सुरुवात करायची."

सुधा काही न बोलता ऐकत होती. तिच्या मनात जुने संदर्भ जुळत होते. तिला वाटले, आयुष्याच्या या उत्तरार्धात सर्वांचेच परस्परांशी एक नवे नाते आकारू लागले आहे. संधिप्रकाश भरून राहिला आहे. पण तो अंधाराचे कडे ओलांडून कोवळ्या प्रकाशाकडे झेपावतो आहे. त्या प्रकाशात 'अहं' लोपला आहे, 'कोऽहं' हा प्रश्नही पुसट आहे. सर्वत्र नवे सूर झंकारत आहेत. त्या सुरात भरले आहे मुक्तीचे गाणे. जगतानाच लाभलेल्या मुक्तीचे गाणे.

"सुधा, तू येशील माझ्याबरोबर? अन् भरत तूही?"

नंदिता हलका मोकळा श्वास घेत विचारत होती.

सगळ्यांच्याच डोळ्यांत होकार होता. हा वानप्रस्थाश्रमाचा आरंभ होता. जगलेल्या आयुष्यांतील कडू अनुभवांचे हीण जळून निर्मळ, निरामय प्रेम तेवढे उरले होते.

"थँक यू अभिजित," नंदिता स्वतःशीच म्हणाली. मुक्तीच्या सुंदर तंद्रीत...

कथाश्री, दिवाळी १९९६

वळण

ऑफिसमधील लंच अवर संपला होता. काही काळ सैलावलेली, सुस्तावलेली माणसे आपापल्या टेबलांकडे, केबिन्सकडे परत आली होती, पुन्हा कामाला लागली होती. कोणी टेलिफोनवर बोलत होते, कोणी एखादी फाइल हातात घेऊन आपल्या वरिष्ठांकडे जायला निघाले होते. कामानिमित्त भेटायला आलेल्या माणसांची ये-जा चालू होती. टाइपरायटरचा हलका आवाज येत होता. इतके सगळे चालू असूनही वातावरण शांत, गंभीर होते. कारण ऑफिसची शिस्तच तशी होती.

मेघाला या शिस्तीचा, या गांभीर्याचा अभिमान वाटे. तिने कामानिमित्त इतर अनेक कार्यालये पाहिली होती. तिथला सैलपणा अनुभवला होता. इथे एखाददुसरा चुकार, बेशिस्त माणूस असेलही. पण तो अपवाद वगळता तर बाकीचे सर्व जण कामात रस घेणारे, कामाबाबत निष्ठा असणारे.

भेटायला येणारी माणसे चकित होत. मेघाला तसे बोलून दाखवत.

"तुमच्या ऑफिसमध्ये आल्यानंतर 'वर्क कल्चर'चं दर्शन होतं."

"ही आमच्या बॅनर्जीसाहेबांची किमया. त्यांनी हे निर्माण केलं, सांभाळलंही. त्यांना कामचुकारपणा अगदी खपत नाही!"

"तुम्हालाही, मॅडम." कोपऱ्यात बसलेला तिचा पी. ए. गोपाल हळूच म्हणत असे, आणि एखादी फाइल तिच्यापर्यंत सरकत असे. हा समोरच्या माणसाला 'तुमचं काम झालं ना? आता निघायला हरकत नाही' असा इशारा! मेघानेच तसे सांगितले होते. 'माणसांना फार रेंगाळू द्यायचं नाही. त्यांच्याशी गप्पा करायला आपल्यापैकी कुणालाच वेळ नाही! इथं फक्त काम. गप्पा घरी!' एखादा व्हिजिटर रेंगाळला की मेघा कशी अस्वस्थ व्हायची हे गोपालने पाहिले होते. त्याला आपल्या या कर्तबगार, सर्वांशी सौहार्दाने वागणाऱ्या, पण कुठलीही चूक खपवून न घेणाऱ्या बॉसचा अभिमान होता. तो अनेकांना सांगत असे, "बॅनर्जीसाहेब आता रिटायर

होतील. पण आमच्या मॅडम आहेत. त्या त्यांच्या जागी आल्या तर काही काळजी नाही. शी इज व्हेरी डायनॅमिक.''

आजही तेच झाले. समोर बसलेला क्लाएंट काम संपले असूनही उठत नव्हता, मेघा आतून अस्वस्थ झाली होती. अडीच वाजले. चारपर्यंत निघायचे आहे. त्याआधी कितीतरी कामे उरकायची आहेत. बॅनर्जीसाहेबांनाही भेटायचे आहे. हा गोपाल गेला कुठे? ऑपरेटरला एक नंबर दिला होता. तिला अजून तो मिळालेला दिसत नाही...

तेवढ्यात गोपाल केबिनचे दार उघडून आत आला. मेघाची चिंता मिटली. ती कागदपत्रांवर सह्या करीत होती. अधूनमधून घड्याळाकडे पाहत होती.

''मॅडम...''

''येस...'' तिने वर न पाहताच म्हटले.

''तुम्हाला बॅनर्जीसाहेबांनी बोलावलं आहे. अराउंड फोर ओ'क्लॉक!''

''चार वाजता?... एनी वे मी भेटणारच आहे त्यांना. पण चारऐवजी साडेतीनला...'' असे म्हणत तिने इंटरकॉमवरील बटण दाबले.

''सर, मेघा हिअर.''

''हॅलो, यू गॉट माय मेसेज.''

''हो. पण मी जरा लवकर येऊ का?''

''वेल्कम. बोलायला अधिक वेळ मिळेल. वुई विल डिस्कस ओव्हर अ कप ऑफ टी.''

तिने फोन बंद केला. गोपालला काही सूचना देऊन ती वेगाने कामाला लागली.

''मे आय कम इन सर?'' मेघा बॅनर्जींच्या केबिनमध्ये शिरताशिरता म्हणाली.

''बोशून!'' बॅनर्जी तिच्याशी एखादाच शब्द बंगालीत बोलायचे आणि तिच्याशी घरगुती नाते जोडायचे. तिने अनेक वर्षे त्यांच्या हाताखाली काम केले होते. दोघांनाही परस्परांबद्दल फार जिव्हाळा होता आणि आदरही होता. बॅनर्जी तिच्याशी कधी बॉस या नात्याने वागलेच नाहीत. तिला त्यांच्या रूपाने जणू एक वडीलधारा मित्र मिळाला होता.

''हाऊ आर यू प्लेस्ड फॉर द ईव्हिनिंग?''

''अं...' ती घुटमळली. का बरं?''

''आज दोन बडे व्हिजिटर्स येणार आहेत. कोलॅबोरेशनबद्दल म्हटलं होतं ना मी? त्याच कामासाठी! मी त्यांना घरीच जेवायला बोलावलं आहे. वुइल यू जॉइन अस? बरं होईल. आपण इथून बरोबरच निघू. वाटेत थोडं बोलताही येईल. कॅन काशिनाथ कम? मी फोन करतो त्याला...''

बॅनर्जी भराभर बोलत राहिले. त्यांना कसे थांबवावे हेच तिला कळेना. ''नाही,

सर. आज तो बिझी असणार. तो आज रिटायर होतो आहे. त्यामुळेच मलाही येता येणार नाही. तो येईल तेव्हा मी घरी असलं पाहिजे...''

''ओ! पण तुम्ही काय म्हणालात? ही इज रिटायरिंग. सो सून?''

''साठ वर्षांचा झाला तो- गेल्याच वर्षी!''

बनर्जींच्या चेहऱ्यावर आश्चर्याचा भाव का आला. हे मेघाला कळले. काशिनाथ वयाच्या मानाने तरुण दिसत असे. शिवाय मेघाचे वय बॅनर्जींना ठाऊक होते. दोघांत सात-आठ वर्षांचे अंतर आहे, हे त्यांना ठाऊक नव्हते. तिनेही ते आवर्जून कुणाला सांगितले नव्हते.

''काय प्लॅन्स आहेत त्याचे?''

''प्लॅन्स नाहीत! असं तो आता तरी म्हणतो आहे. एक-दोन ऑफर्स आहेत. मला वाटतं, त्यानं स्वतःला थोडं तरी गुंतवून ठेवावं. पण तो काय ठरवतो, कुणास ठाऊक! आम्ही कधी एकमेकांवर निर्णय लादत नाही!''

''दॅट्स गुड! मलाही आता रिटायरमेन्टचे वेध लागले आहेत. त्यानंतर काय करायचं हे ठरत नाही. पण मोकळं राहावंसं वाटतं- निदान काही काळ!''

''तुम्हाला अजून दोन-तीन वर्षे आहेत, सर. आतापासून कशाला विचार करता? पण मला विचाराल तर... फार मोकळं राहू नये माणसानं. निदान मी तरी राहणार नाही.''

''आय कॅन सी इट! शिवाय तुम्हा बायकांमध्ये काम करण्याची शक्तीही उदंड असते.''

''आय कॉल इट अ स्मॉल मर्सी! त्याखेरीज आम्हा बायकांना जगताच आलं नसतं.''

''गिव्ह हिम माय बेस्ट विशेस!''

''नक्की! निघू मी? सॉरी सर. उद्या काय काय झालं ते सांगा. सी यू!''

''सी यू!''

मेघा केबिनमधून बाहेर पडली. तिच्या केबिनमध्ये गोपाल तिची वाटच पाहत होता.

''गोपाल, बाकीचं सगळं उद्या. मी आता निघाले. सावंतला गाडी काढायला सांग.''

''येस मॅडम.''

बाहेर स्वच्छ ऊन होते. मेघाच्या मनात आले, एरवी आपण इतक्या लवकर कधीच निघत नाही. उन्हे उतरलेली असतात. कधीकधी तर रस्त्यावर दिवेही लागलेले असतात. घरी कधी आपण आधी पोहोचतो, तर कधी काशिनाथ. आज मात्र आपणच आधी पोहोचायचे. मुले बाहेर गेलेली असतील. काशिनाथला एकटे वाटता कामा नये.

बेल वाजली. मेघाने दार उघडले. तिच्या अपेक्षेप्रमाणे काशिनाथच आला होता.

“वेल्कम, फ्री बर्ड!” तिने त्याचा हात हातात घेत म्हटले.

तो हसला. कपडे न बदलताच सोफ्यावर बसून म्हणाला, “सुटलो!”

“कसं वाटतंय?”

“छान. आता फक्त वाचायचं, लिहायचं, गाणी ऐकायची, नाटकं पाहायची, प्रवास करायचे...”

“आणि तेही एकट्यानं. म्हणजे आणखी मजा!”

“का? तू नाही येणार? अरे हो, तू गुंतलेलीच असणार, नाही का?” स्वरात किंचित निराशा. किंचित रागही. मेघाला कळेना. पण तिने दुर्लक्ष करीत म्हटले, “चल, चहा घेऊ छानपैकी आणि मग कुठेतरी भटकून येऊ. तोपर्यंत मुलंही येतील.”

“आज माझी गाडी नाही!”

“पण माझी आहे ना. सावंतला थांबायला सांगितलं आहे मी. त्याला भरपूर टिप देऊ.”

“मेघा... इफ यू डोन्ट माइंड, आपण आज घरीच थांबूया का? लेट अस हॅव अ क्वाएट ईव्हिनिंग...”

“ओके. सावंतला जायला सांगते. घरीच चांगलंसं जेवण करते. कालच कोलंबी घेऊन ठेवली आहे. तळू की आमटी करू?”

“तू कशाला? लक्ष्मीबाई आहेत ना?”

“मलाही त्यांच्याइतकाच चांगला स्वयंपाक करता येतो!” मेघा किंचित रुष्ट होऊन म्हणाली.

“तसं नाही गं पण...”

तेवढ्यात फोन वाजला. काशिनाथनेच उचलला.

“हॅलो...”

मेघा आजूबाजूला फिरत थोडी आवराआवर करीत होती. काशिनाथची वाक्ये तिच्या कानावर पडत होती. त्यावरून तिने ताडले की हा ऑफिसमधल्याच एखाद्या सहकाऱ्याचा फोन असला पाहिजे. ‘एकदम काय फरक जाणवणार रे? ॲट द मोमेंट, बरं वाटतं आहे. काही दिवस तरी विश्रांती घेणार. रुटीनचा फार कंटाळा आला आहे... तू ये ना. निदान फोन कर... तसे भेटत राहूच आपण... सल्ला? छे. तेवढं नको बाबा. आता ऑफिस पूर्णपणे विसरायचं ठरवलं आहे. थोडं वेगळं लाइफ नको? निदान या वयात? मेघा? आहे ना... आज लवकर आली. मुद्दाम! मुलंही येतील एवढ्यात. बरं तर मग! उद्या भेटू!’

“कोण हो?”

"वर्दे! माझ्यापेक्षा त्यालाच काळजी. त्याला सांगितलं, भेटत राहूच आपण."

"तर काय? भीमसेनची कॅसेट लावू?"

"लाव..."

पूरिया धनाश्री ऐकताना काशिनाथ सैलावला, खुशीत आला. मेघाने त्याला तसेच एकटे राहू दिले. अबोलपणे त्याच्यापुढे बिअरची बाटली व ग्लास आणून ठेवला.

"थँक यू."

"मी स्वयंपाकाचं बघते. उद्यासाठी भाजी आहे की नाही... पाहायला हवं. जरा लवकर निघायचं आहे."

काशिनाथ काही बोलला नाही. मेघाला वाटले, तो गाण्यात रंगला असेल. आपले बोलणे त्याला ऐकूच गेले नसेल.

काही वेळानंतर अवंती घरी आली. तिच्या पाठोपाठ सुदर्शन. मेघाला हायसे वाटले. आता मुलांशी गप्पा सुरू होतील. काशिनाथला कंपनी देण्याचा ताण फक्त आपल्यावर राहणार नाही...

तिच्या कानावर संभाषण येत होते.

"उद्या काय कार्यक्रम अवंती?"

"लेक्चर आहे. पण उशिरा! सकाळी आराम."

"व्हेरी गुड. आपण फिरायला जाऊ!"

"अरे हो, तुम्ही आता मुक्त नाही का?"

"आय एन्व्ही यू, डॅड." दर्शनचा आवाज.

"तूही चल ना."

"नॉट अ बॅड आयडिया. उद्या दांडी मारतो."

"आईचं काय?"

"ती नाही येऊ शकणार! उद्या लवकर जाणार म्हणाली."

तिला शंका आली, काशिनाथचा आवाज थोडा बदलला आहे. थोडा दुखरा, थोडा उपरोधिक? - छे, आपल्याला उगाच तसे वाटते आहे. त्याला आपल्या नसण्याची इतकी सवय आहे; त्याने आजपर्यंत कधीच तक्रार केली नाही. मग आजच तक्रार करण्याचे कारण काय? आपल्या मनातील भीतीमुळे, ताणामुळे आपल्यालाच भास होतो आहे.

भीती? ताण? -नेमका कसला ताण?

ते मात्र नक्की सांगता येत नव्हते. तिने विसरून जायचे ठरवले. ती हसत बाहेर आली. प्रसन्नपणे म्हणाली, "जेवू या?"

"ये... तुझीच वाट पाहत होतो." काशिनाथचे हे शब्द ऐकल्यानंतर तिला अधिकच प्रसन्न वाटलं.

दुसऱ्या दिवशी सकाळी ती जायला निघाली.

"निघते मी."

"कधी परत येणार?" काशिनाथने चेहऱ्यापुढचे वर्तमानपत्र दूर न करता विचारले.

"काही सांगता येत नाही. कदाचित उशीर होईल. काल बॅनर्जीसाहेबांकडे गेलेच नाही ना. आज ते म्हणाले तर..."

"ठीक!"

पुन्हा तीच शंका. याचा आवाज असा तुटक का?

ऑफिसमध्ये पोहोचल्यानंतर, मेघा कामात गढून गेली. काम करता करता हलके वाटू लागले. हा तिचा नेहमीचा अनुभव होता. काम करताना थकवा तर नाहीच, उलट चैतन्य यायचे. त्या कामाशी एक नातेच जडलेले होते. काम इतके मनापासून केले म्हणून तर ती आज उपसंचालकाच्या पदापर्यंत पोहोचली होती. प्रायव्हेट सेक्टरमध्ये तिला विशिष्ट स्थान लाभले होते. मग त्या अनुषंगाने येणारी विविध कार्यक्रमांची आमंत्रणे, बाहेरगावचे प्रवास.

एखादा सहकारी म्हणायचा, "बाई, जरा सावकाश. आता पन्नाशी उलटली तुमची."

"म्हणून काय झालं? मी ठणठणीत आहे आणि ठणठणीत राहणार! ऑन ऑल फ्रन्ट्स"

"आय ॲडमायर यू फॉर दॅट. नाहीतर आपल्या लीना सुब्रह्मण्यम..."

"हे बघा, बायकांबद्दल तक्रारी नका करत जाऊ. आम्हाला काय काय करावं लागतं याची तुम्हा पुरुषांना कधीच कल्पना यायची नाही. लीना घरचं सगळं करून बाहेर पडते. साहजिकच ऑफिसमध्ये पोहोचेपर्यंत थोडी थकलेली असते. सुदैवानं माझ्याकडे नोकर आहे, ऑफिसची गाडी आहे; नाही तर माझी स्थितीही लीनाहून वेगळी नसती!"

"खरं आहे तुमचं. माझी बायकोही घरी मला हेच सुनावते! कुठून आणता इतकी एनर्जी?"

"ते आम्हालाही ठाऊक नसतं!"

बॅनर्जी मात्र मेघाला वेगवेगळ्या कामात गुंतवत असायचे; 'यू आर अ व्हेरी केपेबल वुमन' म्हणून तिची नेहमी स्तुती करायचे. खरे तर त्यांनी तिच्याकडे स्त्री म्हणून कधी पाहिलेच नाही. त्यांच्या हिशेबी ती एक कार्यक्षम सहकारी होती. आपल्या निवृत्तीनंतर तीच आपली जागा घेणार, आणि त्याबद्दल कुणाची तक्रार असणार नाही, हे त्यांना ठाऊक होते.

तिची व त्यांची भेट झाली तेव्हा त्यांनी कालच्या चर्चेचे सगळे तपशील दिले.

'आपण दोघे मिळून त्यांना पुन्हा भेटू' असे सांगितले. 'तुम्ही आत्तापासूनच यात लक्ष घाला. अल्टिमेटली, यू आर गोइंग टू हॅन्डल धिस इन फ्यूचर' असेही ते म्हणाले. त्यांच्या तोंडी निवृत्तीची भाषा अलीकडे नेहमीच असायची. मेघाला वरच्या पदाचा मोह नव्हता. पण ते मिळाले तर आपण व्यवस्थित सांभाळू असा विश्वास होता. काम वाढेल, जबाबदारी वाढेल... घरासाठी देत असलेल्या वेळात थोडी काटछाट करावी लागेल, हेही तिला ठाऊक होते. पण त्यात काही अडचण दिसत नव्हती.

आज, बॅनर्जीसाहेबांनी 'थोडं अधिक थांबा. आणखी एका कामाबाबत बोलायचं आहे' असे म्हटल्यानंतर मात्र तिच्या मनावर ताण आला. काशिनाथ घरीच असणार. त्याने वाट पाहिली तर? तिने लगेच घरी फोन केला. त्याने 'ओके' म्हणून फोन ठेवून दिला.

मेघा अस्वस्थ झाली.

दिवस पुढे सरकू लागले. मेघाची अस्वस्थता वाढू लागली. लहानलहान प्रसंगांतून एकच सूत्र गोवल्यासारखे दिसू लागले. वाढत चाललेले अंतर! हे अंतर पूर्वीपासून होते का? तसे काही आठवेना. काशिनाथही एका प्रतिष्ठित कार्यालयात सेक्रेटरीच्या जागेवर काम करीत होता. त्याचे म्हणून एक वर्तुळ होते. त्या वर्तुळात त्याला चांगला मान होता. त्याचे व मेघाचे काही स्नेही समान होते. काही आपापल्या कामांनुसार वेगळे. त्यामुळे ती दोघे नेहमीच एकत्र असायची असे नव्हे. पण पुष्कळ वेळा सभासमारंभांना एकत्र जायची- क्वचित प्रवासालाही, पुढे पुढे एकत्र वावरण्याचा वेळ कमी होत गेला हे खरे. पण त्याबद्दल त्याची कधी तक्रार होती असे वाटले नाही. तोही कामात असायचा. वेळी-अवेळी परतायचा. थकून जायचा. रात्री कधी म्हटले, 'फिरून येऊ या का?' तर नकार द्यायचा. पन्नाशीच्या उत्तरार्धात पोहोचल्यानंतर त्याचे चैतन्य कमी झाले हे खरे. पण त्याने निवृत्त होईपर्यंत नेकीने काम केले. नाव मिळवले. म्हणून तर निवृत्तीच्या तोंडाशी एकदोन चांगल्या ऑफर्स आल्या. त्यातली एखादी त्याने स्वीकारली असती तर तो आजही वाहत्या प्रवाहात राहिला असता. पूर्णपणे मोकळे राहायचे हा त्याचा निर्णय! हुरूप कमी झाला का? की त्याने अलिप्त होण्याची तयारी चालवली आहे? की नोकरीत असताना हुकलेल्या एकदोन संधींबद्दलची निराशा त्याच्या मनात अजूनही ठाण मांडून बसली आहे? ते वैफल्य साचून राहिले असल्यामुळे तर तो असा वागत नाही?

एकदा बढतीची शक्यता निर्माण झाली होती. ऐनवेळी काही राजकारण झाले आणि कुणीतरी बाहेरचाच माणूस आत घुसला. त्या वेळी त्याला वाईट वाटले होते. एकदा परदेशगमनाची संधी चालून आली. सहा महिने ट्रेनिंगसाठी अमेरिकेला जायचे होते. त्यांचीच निवड झाली. सगळी पूर्वतयारीही पूर्ण झाली. पण काही कारणामुळे ते प्रपोजलच अमेरिकन कंपनीने मागे घेतले. परदेशी जाण्याचा बेत जिथल्या तिथे

गोठला. त्याने मनाला लावून घेतले.

"काही लोकांचं सगळं कसं सुरळीत होतं! फार कर्तृत्व अंगी नसतानाही ती भराभर पुढे जातात."

"त्यांच्याशी तुझी तुलना कशाला करतोस, काशिनाथ?"

"मनात आल्याखेरीज राहत नाही!"

"विसरून जा."

"ते तर आहेच."

काही दिवसांनी तो विसरलाही. निदान तसे वाटले. ते खरे होते का? तो तुलना करीतच राहिला? आपल्याशीही? 'काही लोकांचं सगळं कसं सुरळीत होतं.' हे म्हणणे आपल्याला उद्देशूनही होते? अधूनमधून म्हणायचा, 'सम पीपल आर बॉर्न लकी!' - तेही आपल्यालाच उद्देशून? हे कसे शक्य आहे? त्याला आपला किती अभिमान. मित्रांकडे नेहमी आपले कौतुक! अवंतीला नेहमी सांगायचा, "आईसारखी कर्तबगार हो." यात कोणताही खोटेपणा नव्हता. मग आता असे वागणे का? अंतर पडले होतेच. आता ते जाणवू लागले आहे इतकेच. लहान लहान प्रसंगातून कळते आहे की तो नाराज आहे. आश्चर्याची गोष्ट खरी. पण ती वस्तुस्थिती आहे. स्वीकारणे भाग आहे!

मेघाला काही गोष्टी आठवू लागल्या. बॅनर्जीकडे जेवण. त्यालाही आमंत्रण होते. तो आला नाही. म्हणाला, "तू एकटीच जा. आय डोन्ट फील लाइक इट." पूर्वी किती वेळा आला होता. मग आत्ताच... हे फक्त एका जेवणाचे नव्हे. अशी जेवणाची, समारंभांची, अनेक आमंत्रणे तो टाळू लागला. एकदा तिने स्पष्टपणे विचारलेही, "असं का करतोस? येत का नाहीस?"

"मला आता अशा गोष्टींचा कंटाळा येऊ लागला आहे. तीच माणसं, तीच संभाषणं... आय हॅव लॉस्ट इंटरेस्ट."

"मीही काही उत्साहानं जाते असं नाही. जावं लागतं. तू बरोबर नसलास की लोक विचारतात. काहींना तर तू यावंसं अगदी मनापासून वाटत असतं."

तिच्या आर्जवाचा काही परिणाम झाला नाही.

बाहेर न येणे एक वेळ ठीक होते. काहीतरी कारण सांगून वेळ निभावून नेता येत असे. पण घरी येणाऱ्या मंडळींचे काय? त्याच्या वर्तुळातले लोक आले की तो उत्साहाने बोलत असे. पण तिच्याकडे कोणी आले की तो बाहेरही येत नसे. मुद्दाम बोलावले तर तुटक बोलणे, जेवढ्यास तेवढे बोलणे. पूर्वी असे होत नसे. तो सहजपणे बोलायचा. या सहजपणामुळेच मेघाचा परिवार हा त्याचाही झाला होता. आता मात्र 'तुझं बघ. माझा काय संबंध?' असा त्याचा आविर्भाव असायचा. पुन्हा हे सगळे इतके सूक्ष्म की त्यातले काहीच घट्टपणे हातात पकडता येऊ नये! शिवाय

वाद घालून काही फायदाही नव्हता. मेघाला वाईट वाटायचे. कधीतरी ती रागवायचीही. मग अकारण कटुता, अबोला. तिच्या लक्षात यायचे की अशा वागण्याने गोष्ट अधिक चिघळेल मात्र. त्यापेक्षा सोडून दिलेले बरे! मग पुन्हा ती जणू काहीच झाले नाही अशा तऱ्हेने वागू लागायची. आतली बोचणी मात्र तशीच उरायची. कुणाकडे बोलताही येत नव्हते. एक तर ही बाब नाजूक. शिवाय ती तितकीशी स्पष्टही नव्हती. वाटायचे, आपण उगाच तर त्याच्या प्रत्येक शब्दाचा, कृतीचा विशिष्ट अर्थ लावत नाही?- आणखी काही वेळ जाऊ दे. त्यालाही मग सवय होईल. तो पूर्वीसारखे वागू लागेल... तो एका संक्रमणातून जातो आहे. समजून घेतले पाहिजे. आतून त्रास होत असला तरी!

पण समजून तरी किती घेणार? साधा फोन घेतानाही किंचित तुटकपणा.

"तुझा फोन..."

"कुणाचा?"

"विचारलं नाही." किंवा "बहुधा नंदिनीचा" असे काहीतरी उत्तर.

कामाच्या फोन्सची गोष्ट वेगळी. पण ओळखीच्या कुणाचा फोन असेल तर तो आपल्याकडे देण्यापूर्वी त्या व्यक्तीशी चार-दोन वाक्ये बोलायला काय हरकत आहे? आपण नाही बोलत? पूर्वी तोही बोलायचा. आता...

पूर्वी ती कामानिमित्त प्रवासाला निघाली तर तो तिला स्टेशनवर किंवा एअर पोर्टवर सोडायला यायचा. आता त्याच्या ऑफिसची गाडी नव्हती हे खरे. पण तिच्या ऑफिसची गाडी होतीच. बरोबर येणे अडचणीचे नव्हते. ती नेहमीप्रमाणे सूचना देत राहायची.

"फ्रिजमध्ये कस्टर्ड करून ठेवलं आहे. कोलंबीचं लोणचंही आहे. बाकीचं जेवण लक्ष्मीबाई करतीलच. इडली करायला सांगू का, एखाद्या दिवशी? -तशी मी परत येतच आहे परवा. पण काम लांबलं तर..."

"डोन्ट वरी. आम्ही बघून घेऊ." वरकरणी साधेच वाक्य पण आतले पडसाद ऐकू यायचे, 'तू नसलीस तरी घर चालेल, तुझं असणं अत्यावश्यक नाही!' हे खरे पडसाद की मनाचे खेळ? कोण जाणे. समोरासमोर येऊन वाद घातला तरच स्वच्छ कळणार. तो वादच मेघा टाळत होती.

पण तो फार दिवस टाळता आला नाही. एक दिवस असह्यच झाले. एक प्रतिष्ठित सांस्कृतिक संस्था मेघाचा व इतर काही व्यक्तींची सन्मान करणार होती. हा सन्मान वेगवेगळ्या क्षेत्रातल्या उल्लेखनीय कामगिरीबद्दल होता. थाटाचा समारंभ होता. ती मंडळी रीतसर आमंत्रण द्यायला घरी आली. त्यांनी काशिनाथची चौकशी केली. तो नाइलाजाने बाहेर आला.

"आपण अवश्य या."

"पाहतो."

"नंतर जेवण ठेवलं आहे. आम्ही न्यायला येतो."

"संध्याकाळी साडेपाचच्या सुमारास आम्ही तयार राहतो." मेघाने सांगितले.

ती मंडळी जाईपर्यंत काशिनाथ गप्प होता. त्यानंतर मात्र तो फटकळपणे म्हणाला, "मी येणार आहे हे तू गृहीत कसं धरलंस?"

या प्रश्नाला काय उत्तर देणार?– मेघा काहीच बोलली नाही. तिच्या डोळ्यात पाणी आले. काशिनाथला ते जाणवलं असावं. तो तिच्या पाठीवर हात ठेवत म्हणाला, "सॉरी, मी जरा शार्पली बोललो..."

"जाऊ दे!" असे म्हणत तिने डोळ्यातले पाणी पुसले.

तिला त्याचा स्पर्श आठवत राहिला. सुरक्षित वाटले.

हे असे काही काही. प्रश्न पडायचा की कोणता काशिनाथ खरा? पूर्वीचा की आत्ताचा? ते दोघे एकमेकांपासून पूर्णपणे वेगळे आहेत का? आता जे जाणवते आहे, ते पूर्वीही सुप्त होते? पूर्वीचे सगळे आजही अस्तित्वात आहे? थोडेफार आहेच. एरवी त्या दिवशी 'सॉरी' म्हणून त्याने पाठीवर हात ठेवला नसता!

आणि हे लहानलहान प्रसंग सोडले तर बाकीचे सगळे पूर्ववत् आहेच की. इतरांनाच काय, आपल्यालाही शंका येत नाही की काशिनाथचे काहीतरी बिनसले आहे म्हणून. त्याने एखादे काम स्वीकारले असते तर या लहानलहान ठिणग्याही उडल्या नसत्या. पण तो घरीच असतो. सकाळी बॅडमिंटन खेळायला जातो. परत आल्यानंतर जुना पसारा काढून त्यात डोके खुपसून बसतो. एकसारखे इकडचे तिकडे ठेव, तिकडचे इकडे ठेव, असे चालले असते. मुले मदतीला. याबद्दल नापसंती दाखवली तर मुलेच आपल्याला दाटतात, "त्यांना करू दे ना मनासारखं? तुला काही त्रास होतो का? तू तर दिवसभर बाहेर असतेस..."

"पण कशाला तो जुना पसारा ठेवायचा? एकदा आवरून मोकळं व्हावं ना."

"असं कसं म्हणतेस? त्या पसाऱ्यात त्यांच्या आयुष्याचं प्रतिबिंब आहे... तू त्यांना रूटलेस करू नको. त्यांचं ऑफिस असतं तर हे सगळं घरी आलंच नसतं. तिथं, त्यांच्या कपाटात राहिलं असतं..."

मुले काशिनाथची बाजू घेऊ लागली की मेघाला अधिकच त्रास व्हायचा. जणू काही आपल्यापेक्षा त्यांनाच काशिनाथ अधिक समजतो! ही त्यांची समज, की काशिनाथचे व त्यांचे बोलणे होते? तो स्वतःच्या एकटेपणाविषयी, स्वतःच्या निर्णयाविषयी त्यांना काही सांगतो का? ही त्यामुळे निपजलेली सहानुभूती तर नव्हे? हे खरे असले तर...

एकातून एक विचार निघायचे. सगळा गुंता. संगती लागायची नाही. एकदम इतका फरक कसा पडला, असा प्रश्न पुन्हा पुन्हा पडायचा. बॅनर्जीसाहेबांशी बोलावे

का? त्यांची आपल्यावर माया आहे. ते काशिनाथलाही चांगले ओळखतात. त्यामुळे ते त्याच्याविषयी कोणताही गैरसमज करून घेणार नाहीत. वस्तुनिष्ठपणे आपल्याला पडलेल्या प्रश्नांची चर्चा करतील... कुणाला सांगणारही नाहीत. तेवढ्यापुरते बोलतील व विसरून जातील!

हा विश्वास असूनही, त्यांच्याशी मन मोकळे करावे की नाही याबद्दल निर्णय होत नव्हता.

एक दिवस बॅनर्जींनीच मेघाचा प्रश्न सोडवला. ती त्यांच्या केबिनमध्ये कामानिमित्त गेली होती. कॉफी आली होती. दोघांनाही थोडा वेळ होता.

"इफ यू डोन्ट माइंड, एक विचारू? तुम्ही अलीकडे– अशा व्यग्र का दिसता? यू आर नॉट युअर युज्वल सेल्फ. एनिथिंग रॉंग?"

त्यांनी इतक्या आस्थेने विचारले होते की, खरे उत्तर देण्याखेरीज गत्यंतरच नव्हते. तिने हळूहळू सांगायला सुरुवात केली. सेवानिवृत्तीनंतरच्या काही महिन्यांत काशिनाथच्या वागणुकीत पडलेला फरक. निर्माण झालेला दुरावा. द्वंद्वे, संशय... मुलेही आपल्याला दुरावू लागली आहेत की काय, या शंकेने होत असलेला मानसिक त्रास...

"माझंच काही चुकत आहे का? मी बिझी असते हे खरं. पण घराकडे अजिबात दुर्लक्ष करीत नाही. काशिनाथसाठी, मुलांसाठी, भरपूर वेळ देते."

"यू डोन्ट हॅव टु डिफेन्ड युअरसेल्फ. अजिबात गिल्टी वाटून घेऊ नका."

"पण माझं काहीतरी चुकत असेलच. त्याशिवाय..."

"कुणाचंच चुकत नाही. तुमचंही- अन् काशिनाथचंही. मी तुम्हाला सांगावं असं नाही... तुम्हीही विचार केला असेलच. आय ॲम जस्ट हेल्पिंग यू... नवराबायकोचं नातं हे फार कॉम्प्लेक्स असतं. त्या नात्यात वळणंही असतात. एखाद्या टप्प्यावर त्या नात्यातले बदललेले रंग पृष्ठभागावर येतात. आर यू गेटिंग माय पॉइंट?"

"हं..."

"मी काही तत्त्वज्ञान सांगायला बसलेलो नाही. माझ्याच अनुभवावरून सांगतो आहे. मी पुरुष असल्यामुळे मला ही सिच्युएशन अधिक उलगडता येते इतकंच- फ्रॉम द मेल पॉइंट ऑफ व्ह्यू."

"म्हणजे?"

"म्हणजे असं की... कसं सांगू? असं बघा... केवळ हाउसवाइफ ही भूमिका बजावणाऱ्या बायका घराबाहेर असणाऱ्या पुरुषांबद्दल तक्रार करतातच की नाही? तुमच्या बाबतीत परिस्थिती वेगळी झाली आहे इतकंच. आतापर्यंत दोघंही घराबाहेर असत होता. त्यामुळे कुणाच्याच लक्षात आलं नाही. पण वळण बदलत होतंच. बदलतंच. काही वर्षं अशी- थोडी दुराव्याची जातील. पण पुन्हा, मे बी, तुम्ही रिटायर

झाल्यानंतर पुन्हा तुम्ही एकत्र याल- अधिक जवळ याल...

"त्याला अजून खूप वेळ आहे, सर. माझ्या तर मनात येतं, आताच..."

"डोंट बी सिली. त्यामुळे काही साधणार नाही. तुम्ही कदाचित फ्रस्ट्रेट व्हाल. तो राग काशिनाथवर काढाल. परिस्थिती अधिक चिघळेल. त्यापेक्षा वाट पाहा. गिव्ह हिम टाइम. देअर इज नथिंग बेसिकली रॉंग."

"असं मलाही वाटतं."

"मग काय तर! गिव्ह युअरसेल्फ ऑल्सो सम टाइम."

"तुमच्याशी बोलल्यामुळे हलकं वाटतं आहे, सर. तरीही मनातला सगळा गोंधळ अजून नाहीसा झालेला नाही!"

"तो कधीच नाहीसा होणार नाही. त्या गोंधळाचे तपशील वेगवेगळ्या वयात वेगवेगळे असतात, इतकंच!" बॅनर्जी हसत म्हणाले.

तिला क्षणभर वाटले, त्यांच्या मुखातून काशिनाथच बोलतो आहे. पुरुषाच्या मनाचा आणखी एक कंगोरा दिसू लागला आहे. "आणखी एक सांगतो. मनाला लावून घेऊ नका- अन् त्याबद्दल फार विचारही करू नका. आम्हा पुरुषांनाही म्हटलं तरी कर्तबगार स्त्रियांची थोडी असूया वाटतेच. इट इज गुड टु हॅव अ सक्सेसफुल वाइफ... पण कधीकधी वाटतं..."

"कळलं मला!" मेघा हसत म्हणाली. तिने तो विषय तिथेच थांबवला. "थँक यू. सर" असे म्हणून ती बाहेर पडली.

केबिनमध्ये गोपाल तिची वाट पाहत होता.

"मॅडम, तुम्हाला दिल्लीतून कॉल होता. चार वाजता पुन्हा येईल."

"दिल्लीहून?"

"हो. जिनीव्हाला एक कॉन्फरन्स आहे. तुम्हाला त्याबद्दल विचारायचं आहे."

फोन आला तेव्हा सर्व खुलासा झाला. तिला कॉन्फरन्ससाठी आमंत्रण होते. काय करावे? तिला समजेना. "आय वुइल लेट यू नो टुमॉरो" असे सांगून तिने फोन खाली ठेवला.

"काय करू?" तिने बॅनर्जींना फोनवरून विचारले.

"जा. मीच नाव सुचवलं आहे तुमचं. संधी सोडू नका."

त्यांचे म्हणणे खरे होते. तिलाही आपल्या कामाच्या दृष्टीने हे आमंत्रण महत्त्वाचे वाटत होते. पण काशिनाथला काय वाटेल? त्याची संधी पूर्वी हुकली आहे. आपण गेलो तर आपल्यातला दुरावा वाढणार तर नाही?

शेवटी तिने ठरवले, त्यालाच विचारायचे. त्याने 'नको' म्हटले तर बघू. तिने घरचा नंबर फिरवला. काशिनाथला आमंत्रणाबद्दल सांगितले.

"काँग्रॅट्स" त्याच्या स्वरात आनंद होता. नक्कीच.

“जाऊ ना?”

“हे काय विचारणं झालं? नक्कीच जा. मी आताच काही मित्रांना कळवतो. लेटस सेलिब्रेट... लवकर ये... येशील ना?”

तोच जुना आवाज. मेघा आनंदली. खरा काशिनाथ हा की मध्यंतरी विचित्र वागणारा? -कधी कळेल? की शेवटपर्यंत कळणारच नाही?

तिला ठाऊक नव्हते. आणखी एका वळणाशी थांबून ती दूरवर पाहत होती..

पुढारी, दिवाळी १९९४

अंत ना आरंभही...

काळ्यांची टॅक्सी बोरीबंदरच्या मुख्य स्थानकाबाहेर थांबली. यशवंतरावांनी पैसे चुकते केले. सामान हमालाच्या ताब्यात दिले. आणि ते इतरांना उद्देशून म्हणाले, ''तुम्ही या संथपणे. मी पुढे जातो. डब्याबाहेर उभा राहतो.''

पाठोपाठ आलेली टॅक्सीही त्यांचीच होती. तिच्यात आणखी काही मंडळी होती. सर्व जण खाली उतरून प्लॅटफॉर्मच्या दिशेने चालू लागले. कुणीतरी शांताबाईंना उद्देशून म्हणाले, ''ताई, सांभाळून. आधीच पाय दुखतो आहे तुझा–''

''मी स्वतःला सांभाळते. तुम्ही त्याच्याकडे बघा. इतकी गर्दी पाहून भांबावला असेल. हात सोडून पळायचा प्रयत्न करील.''

''तू काळजी करू नको. मी त्याला उचलूनच घेतो.''

त्या क्षणीच शरदने मनोजला उचलून खांद्यावर घेतले. मनोज हातपाय झाडू लागला. ''असं नाही करायचं. आता झुकझुक गाडीतून जाणार ना तू? मजा करायची. चांगलं बरं होऊन घरी यायचं.''

हे बोलणे शांताबाईंच्या कानावर पडले. त्या खिन्नपणे हसल्या. त्या हसण्यातला भाव होता, ''या पोराला काहीसुद्धा कळत नाही. आपण त्याच्याशी बोलत राहतो झालं. बोलतो, कधीतरी हा बरा होईल अशा आशा बाळगत. गेली अठरा-वीस वर्षे हा खेळ चालला आहे!''

त्या कष्टाने पावले उचलत होत्या. मनात येत होते, पुढे जाऊच नये. इथूनच माघारी वळावे. या प्रवासातून काही निष्पन्न होणार नाही हे त्यांना जणू आतून कळले होते. पण हा एक शेवटचा प्रयत्न करून पाहायचा असे दोघांनीही ठरवले होते. प्रश्न सुटणार नाहीच. पण धीर सोडून कसे भागेल? शक्य तेवढा संयम दाखवला पाहिजे, जगत राहिले पाहिजे...

ही प्रवेशद्वारांबाहेरच्या फरशीवर बसलेली, झोपलेली माणसे. बॅगा घेऊन

प्लॅटफॉर्ममध्ये शिरणारी माणसे. हमाल, फळविके, भिकारी, अधिकारी–सगळे जगताहेत! यांच्यापैकी किती जण– पूर्णतः सुखाने जगत असतील? ज्या जगण्यात कोणतेही क्लेश नाहीत, प्रश्न नाहीत असे जगणे– ते बहुधा कुणाच्याच वाट्याला येत नाही; पण आयुष्यभर एखाद्या नागाच्या विळख्यात सापडलेले आपल्यासारखे अभागी जीव फार नसतात! प्रश्न असतात. पण ते सुटतात. कधी त्या प्रश्नांचा विसर पडावा असे सुखाचे प्रसंगही येतात. आपल्या नशिबी हे नाही. पण कुणालाच दोष द्यायचा नाही. आपले प्राक्तन आपण स्वीकारायचे. भोग भोगून संपवायचे. कधीतरी सगळे संपेलच ना? आयुष्याचे शेवटचे टोक मृत्यू हे आहे, हे किती बरे आहे! मृत्यू कुणाचा?

शांताबाईना हा प्रश्न अभद्र वाटला. त्यांच्या डोळ्यांना टचकन पाणी आले.

''ताई, रडू नको गं. आम्हालाही मग काय करावं, हे सुचत नाही. वरेरकरांनी इतक्या विश्वासानं या अलाहबादच्या डॉक्टरबद्दल सांगितलं आहे. दोनतीन मतिमंद मुलांना गुणही आला म्हणे. मनोजच्या बाबतीतही असा चमत्कार का घडणार नाही? आपण आशावादी राहू या!'' सुधा- त्यांची धाकटी बहीण समजावू लागली.

''शांताताई'' भावजयीने त्यांचा हात हळुवारपणे पकडला.

त्या दोघींचे व्यथित चेहरे पाहून शांताबाईंनी आपल्या डोळ्यांतले पाणी चट्कन पुसून टाकले.

''एखाद्या क्षणी भरून येतं ग. पण तुम्ही काळजी करू नका. मी ठीक आहे!''

''तिथं सहा आठवडे ठीक राहायचं. इकडली काळजी करायची नाही. आम्ही पत्र पाठवूच. फोनही करू. तूही लिहिशील ना?''

''हो. चला, जरा भराभर जाऊ या. हे तिकडे अस्वस्थ झाले असतील.''

''यशवंतराव आठवडाभर राहणार आहेत ना?''

'हो. डॉक्टरांची भेट झाल्यानंतर, ट्रीटमेंट ठरल्यानंतर ते परत येतील. सुदैवानं त्यांचे मित्र जैन अलाहाबादलाच स्थायिक झाले आहेत. ताई त्यांच्याकडेच राहील. म्हणजे काळजी नाही!''

मंडळी एकमेकांना समजावीत होती. शांताबाईंचे लक्ष अर्धवट त्या बोलण्याकडे होते आणि अर्धवट हातपाय झाडणाऱ्या, खुळे हसणाऱ्या, तोंडाने विचित्र आवाज काढणाऱ्या मनोजकडे. आपण कसे सांभाळणार आहोत या मुलाला? परमुलखात, जवळ आपले कुणीही नसताना. पण विचार करायचा नाही. जे घडेल त्याला सामोरे जायचे.

कलकत्ता मेल वेळेवर सुटली. मनोजचे स्वतंत्र तिकीट होते. पण तरीही एका बर्थवर पाणी सोडून यशवंतरावांनी कूपेच मागून घेतला होता.

''त्याला खाली घालू. उगाच डब्यातल्या चौथ्या माणसाला त्रास नको,'' यशवंतराव म्हणाले. शांताबाईंनाही ते पटले. खूप सामान होते. यशवंतरावांनी ते व्यवस्थित लावून घेतले होते. त्यामुळे कूपेमध्ये अगदी प्रशस्त, निवांत वाटत होते. शांताबाईंना क्षणभर वाटले, आपण मजेसाठी प्रवासाला चाललो आहोत- अलाहाबादचा त्रिवेणीसंगम, नेहरू कुटुंबाचे आनंद भुवन- सगळे पाहू. पुढे जमले तर बनारसलाही जाऊ. अवघ्या तीन तासांचा प्रवास आहे म्हणे!

''याला एकदा बाथरूममध्ये नेऊन आणू का?'' या यशवंतरावांच्या प्रश्नाने शांताबाई भानावर आल्या.

''मी नेते.''

''नको. तू बस निवांत. दमली असशील. अन् पुढचे सहा आठवडेही तुझीच दमणूक आहे. सुरेखा येणार म्हणाली आहे. पण पहिले आठ-दहा दिवस तरी.''

''घेईन सांभाळून. इतकी वर्षे नाही का सांभाळलं?''

''ते खरंच.''

यशवंतराव मनोजला घेऊन गेल्यानंतर शांताबाईंनी अंथरुणे पसरली. बरोबर घेतलेले जेवणही बाहेर काढून ठेवले. एकीकडे त्या काम करीत होत्या आणि दुसरीकडे त्यांना 'इतकी वर्षे नाही का सांभाळलं?' हा प्रश्न स्वतःलाच पुनःपुन्हा विचारावासा वाटत होता. सांभाळले खरेच. जीव लावून, बिनतक्रार सांभाळले. पण काय उपयोग झाला? आत अलाहाबादला जाऊन तरी काय उपयोग होणार आहे? प्रश्न तसाच राहील. काळ पुढे सरकत राहील.

काळ पुढे सरकत होताच. वीसेक वर्षांपूर्वीचे दिवस. प्रसन्न, बिनगुंतागुंतीचे आयुष्य. यशवंतराव त्या वेळी सबजज्ज होते. सुबत्ता व प्रतिष्ठा या दोन्ही गोष्टी होत्या. कशाला काही कमी नव्हते. मनोजच्या जन्मानंतरचा काही काळ फार सुखात गेला. तो चांगला वाढत होता. चालायलाही लागला होता. पण दैवाच्या मनात भलतेच आले. त्याने उलटे फासे टाकले. मनोजला ताप आला. सुरुवातीला वाटले, साधाच ताप असेल. पण ताप मेंदूपर्यंत चढला. लगेच उपाय केले. कसलाही हलगर्जीपणा झाला नाही. त्यामुळे मनोज वाचला. पण त्याच्या मेंदूवर परिणाम झाला तो कायमचाच. चालणे वगैरे व्यवस्थित. पण बुद्धीची वाढ अजिबात नाही. वाचाही अधू झाली. शब्दच उमटेनात. खूप प्रयत्न केले. आता तो काही शब्द उच्चारू शकतो. पण ते फक्त आपल्यालाच कळतात. त्याचे ते अस्पष्ट उच्चार, चेहऱ्यावरचा वेडसर भाव, नजरेतील तिरळेपण. एरवी रूपाने चांगला आहे, पण या मतिमंदत्वाने त्याची सगळी कळाच गेली आहे: त्याची आणि आपल्या आयुष्याची! हे गेली कित्येक वर्षे चालले आहे. आणखी किती वर्षे चालू राहणार आहे कुणास ठाऊक!

मनोजला मतिमंद मुलांच्या शाळेत घालणे शक्य नव्हते. त्यासाठी लागणारी किमान क्षमताही त्याच्यापाशी नव्हती. खासगी शिक्षण देता आले असते. थोडे बोलायला वाचायला शिकविणे, त्याला करता येईल असा एखादा उद्योग देणे- पण यशवंतरावांच्या ठिकठिकाणी बदल्या होत. मनोजसाठी एखादा शिक्षक मिळेपर्यंत, त्यांच्यातला संवाद थोडा मार्गाला लागेपर्यंत दुसरे गाव. पुन्हा शोधाशोध. पुन्हा बदली. त्याला घेऊन एका जागी राहणेही शक्य नव्हते. पुण्याला माहेरी राहता आले असते. आईने तसे सुचवले होते. पुढे तीच गेली. शिवाय यशवंतरावांना सोडून एकटे राहणे शक्य कसे होते? चैन पडले नसते. त्यांच्या आधाराची गरजही होती. इतर मायेची माणसे खूप होती. पण अखेर दुर्दैवाचे खरे भागीदार यशवंतरावच. पोटचा गोळा असा निघावा, याचे आपल्याइतके तीव्र दुःख त्यांनाच. त्यांनीही आपली जबाबदारी कधी अंगाबाहेर टाकली नाही. कोर्टातून आल्यानंतर ते मनोजच्या आसपास राहत. संध्याकाळी अर्धापाऊण तास फिरणे. कधी बाहेरच्या एखाद्या सभेला, जेवणाला जाणे. तेही अगदी टाळता येत नसेल तरच. आणि आपल्याच आग्रहावरून. ते म्हणत, 'तूही चल ना. अशी घरात कोंडलेली राहू नकोस. दुर्दैव आहे. खरं- पण ते सहन करायला बळ मिळवलं पाहिजे. थोडं स्वतःचं आयुष्य जगलं पाहिजे. मी कोर्टात जातो ते काम हाच माझा विसावा असतो. तुला असा कोणता विसावा आहे? बाहेर येत जात राहा. एखादी लायब्ररी शोध.'

यशवंतरावांचे म्हणणे खरे होते. काही वेळ बाहेर जाणे अशक्यही नव्हते. कारण बदलीच्या प्रत्येक गावी जसा स्वतंत्र बंगला मिळायचा, तसे नोकरचाकरही मिळायचे. त्यांच्यातला एखादा नोकर मनोजला अगदी प्रेमाने सांभाळायचा. त्याला बागेत फिरवायचा. पण एक-दोनदा मनोज नोकरांची नजर चुकवून नाहीसाच झाला. काळजीची पाचदहा मिनिटेच, पण जीवघेणी! आपण नसताना असे काही झाले तर? त्या धास्तीनेच त्यांनी बाहेर जाणे सोडले. घरी वर्दळ असायचीच. त्या वेळी माणसे भेटायची. बरे वाटायचे. मनोजला कितपत कळायचे कोण जाणे, पण तोही अवतीभोवती माणसे दिसली की आनंदात असायचा. टाळ्या वाजवून आनंद व्यक्त करायचा. इतर माणसे असली की मनोजला गाडीतून फिरायला नेणे शक्य व्हायचे. तो मोठा झाल्यानंतर त्याला धरण्यासाठी दोन माणसे तर लागायचीच. त्याचे आडवेतिडवे वाढणे. आणि हिसके देऊन मधूनच जाण्याचा प्रयत्न करणे- हा प्रयत्न का? कशापासून सुटका? जिथे दैवानेच डांबून ठेवले होते- त्याच्या बरोबरीने आपल्यालाही. भोवतीची माणसेही होती. त्यांचे मनोजवर प्रेम होते. एकसारखे या विषयावर न बोलण्याचा किंबहुना तो विषय टाळण्याचा शहाणपणा त्यांच्यापाशी होता. त्यामुळे खचल्यासारखे, दडपल्यासारखे, वाटत नसे. देवाची तेवढी तरी कृपा होती!

मनोजला वेगळे ठेवायचे नाही, आपल्या परिवारात सामावून घ्यायचे हा यशवंतरावांचा निर्णय होता.

ते म्हणाले होते, "हे बघ शांता, मनोजचा जन्म हेही आपल्या हातून घडलेलं पाप नाही. आपल्याला मतिमंद मुलगा आहे हे सर्वांना ठाऊक असलं पाहिजे. तो सगळ्यांमध्ये बसेल, सगळ्यांबरोबर उठेल. आपण दोघंही असतो, तेव्हा काही प्रश्नच नाही!"

"ते खरं हो, पण तो काही वेळा चमत्कारिक वागतो. परवा त्या सान्यांच्या मुलीचा मुकाच घेतला! खातानाही इकडेतिकडे सांडतो. आपल्याला सवय आहे. पण इतरांना..."

"त्यांना आपल्याकडे येत राहायचं असेल तर त्यांनी हे सगळं सहन केलं पाहिजे!"

"करतातच. कोणी काही म्हणत नाही."

"मग झालं तर!"

"पण मलाच चमत्कारिक वाटतं."

"तू सवय केली पाहिजेस. शक्य तेवढी नॉर्मल राहा. आपण उपाय करतोच आहोत. पुढेमागे तो सुधारेल अशी आशा बाळगून आहोत. आणखी काय करणार?"

यशवंतरावाचे म्हणणे खरे होते. सुरुवातीला आशा वाटत होती. हळूहळू तीही नाहीशी झाली. शांताबाईंनी आपले प्राक्तन निमूटपणे स्वीकारायचे ठरवले. त्या जरा मोकळेपणाने वावरू लागल्या. तरीही मनोजल्या आयुष्याशी बांधलेल्या राहिल्या. चारचौघांत ठीक असत, पण एकटेपणी त्यांना निराशेचे झटके येत. अनावर रडू येई. मन गुंतवायचा निश्चय केला तरी ते कुठेच गुंतत नसे. नुसती तळमळ, बेचैनी, निद्रानाशाचा, गुडघेदुखीचा विकार, त्यावर तऱ्हेतऱ्हेची औषधे. या चक्रात भरडले जात असताना स्वतःला बजावत, मला नीट राहिलं पाहिजेच. मी नसेन तर मनोजचं कसं होईल?

त्यांचा यशवंतरावांवर विश्वास होता. पण तेही थकत चालल्याचे शांताबाईंना दिसत होते. आपण दोघेही मनोजच्या आधी गेलो तर? पैशाच्या दृष्टीने काही कमी नाही; पण जबाबदारी कोण घेणार? मतिमंद मुलांसाठी एकही हॉस्पिटल किंवा अन्य एखादा निवारा नाही.

दुसरे मूल होऊ न देण्याचा आपला निर्णय चुकला का, हेही शांताबाईंना कळत नव्हते. मनोजला एखादे भावंड असते तर काळजी कमी झाली असती का? की अधिक गुंतागुंत झाली असती? तसेच वाटले, म्हणून तर मूल होऊ दिले नाही. इतक्या उशिरा चूक काय, बरोबर काय, हे ठरविणेही कठीण होते. त्या त्या वेळी करावेसे वाटले ते केले!

वेगवेगळ्या वैद्यकीय उपाययोजना तर चालू होत्याच, पण शांताबाईंनी आपल्या परीने देवधर्मही चालू ठेवला होता. यशवंतराव त्यांच्या आड आले नाहीत. ते म्हणाले, ''तुला समाधान वाटतं ना, मग तू ते कर. त्यावर टीका करण्याचा, विरोध करण्याचा, इतरांना काही अधिकारच नाही.''

शांताबाई सुरुवातीपासूनच श्रद्धाळू होत्या. घरात देव होते. त्या रोज भाविकपणे पूजा करीत व पोथी वाचत. ही त्यांच्या सासूबाईंनी सोपविलेली जबाबदारी. कुलाचार म्हणून शांताबाईंनी ती आनंदाने स्वीकारली. मनोजच्या जन्मानंतर व्रतवैकल्ये वाढतच गेली. उपासतापास, नवस, गंडेदोरे, अंगारे- धुपारे- जे जे सुचवले जाईल ते! ते केले नाही म्हणून मनोज बरा झाला नाही, असे व्हायला नको. त्या नियमाने देवळात जात. देवळातून आणलेला प्रसाद भक्तिभावाने सर्वांना देत. यशवंतरावही काही न बोलता प्रसाद घेत.

ते विरोध करत नव्हते, पण शांताबाई कर्मकांडाच्या अधिकाअधिक आहारी जात आहेत, असेही त्यांना वाटत होते. एक दिवस त्यांनी आपली ही भावना मोकळेपणाने बोलून दाखवली.

''रागावू नको, पण हे जरा जास्ती होतं आहे असं नाही का तुला वाटत?''

''असेलही, मलाही कळतंय. हे निरर्थक आहे म्हणून; पण खरं सांगू का, आत कुठेतरी शांतही वाटतं. कुठूनतरी बळ येतं. त्याची गरज आहे.''

''खरं आहे! मला हा मार्ग मोकळा नाही. लहानपणीच बंद केला.''

''तुम्ही उपासतापास नका करू. पण ज्ञानेश्वरी वाचून पाहा. मनापासून सांगते मी. नवी दृष्टी येते. या अफाट पसाऱ्याचा, त्यातील विसंगतींचा, आघातांचा एकाएकी अर्थ लागल्यासारखा वाटतो. त्याचा सूत्रधार हाच आपला रक्षणकर्ता आहे हे कळल्यानंतर कसलंच भय वाटेनासं होतं.''

''पाहू.''

तो विषय तिथेच संपला. शांताबाईंनी डोळे मिटून ध्यान केले. गुरुचरित्राची पोथी उघडली. त्या क्षणी तरी बरे वाटले.

असे अधूनमधून बरे वाटणे, अधूनमधून तीव्र निराशा, काहीच न सुचणे, काहीच न करावेसे वाटणे. वरकरणी सगळा व्यवहार नीट चालला होता. पण शांताबाई आतून एकट्या होत्या आणि त्यांना ठाऊक होते, यशवंतरावही एकटेच आहेत. मनोज? त्याला एकटेपणाची जाणीव असेल का? की तो संपूर्णपणे बधिरच आहे? कसे कळावे?

गेली काही वर्षे यशवंतराव व शांताबाई मनोजविषयी एकमेकांशी काही बोलले नव्हते. सगळे गृहीत धरल्यासारखे. निश्चित शेवट असल्यासारखे. जीवनाचा शेवट हाच त्या दुःखाचा शेवट!

पण दोनअडीच महिन्यांपूर्वी पुन्हा तो विषय निघाला. यशवंतरावांचे एक जुने पक्षकार- वरेरकर- खूप वर्षांनी भेटायला आले होते. त्यांचे आगतस्वागत झाले. मनोज तिथे होताच.

वरेरकरांचा चेहरा गोंधळलेला होता. यशवंतरावांनी त्याचे कारण ओळखले. खूप वर्षांत गाठभेट नाही. त्यांना कदाचित ठाऊक नसावे.

"हा माझा मुलगा- आता तीस वर्षांचा होईल. लहानपणीच..."

"मला ठाऊक आहे, साहेब. ऐकलं होतं. मधूनमधून चौकशीही करीत होतो. तुम्हाला पत्र लिहावंसं वाटलं. पण काय लिहिणार? दूर जबलपूरला होतो. इकडे येणंही झालं नाही. आता रिटायर होऊन मुंबईलाच स्थायिक झालो आहे. इथं आल्यावर ठरवलं, शक्य तेवढ्या लवकर तुम्हाला भेटायचं."

"चांगलं केलंत, मीही आता दोन-तीन वर्षांत रिटायर होईन. त्यानंतर बघायचं." यशवंतरावांची नजर नकळत मनोजकडे गेली.

"साहेब, एक सुचवू का? राग तर मानणार नाही ना? म्हणजे तुम्ही परोपरीचे उपाय केले असतीलच. पण-"

वरेरकरांच्या चेहऱ्यावरील गोंधळाचे कारण आता लक्षात येऊ लागले. त्यांना संकोच वाटत असावा.

"बोला ना. मोकळेपणानं बोला."

"तिकडे अलाहाबादला एक डॉक्टर आहेत. डॉक्टर शर्मा. मेन्टली रिटार्डेड मुलांनाच ट्रीटमेन्ट देतात. त्यांच्याकडे रीघ असते. खूप जणांना गुणही आला. मला त्या केसेस ठाऊक आहेत. तिथं सुरुवातीला सहा आठवडे राहावं लागतं. त्यानंतर जसं ठरेल तसं. मला वाटतं, तुम्ही एकदा जावं.'

हे बोलणे चालू असतानाच शांताबाई तेथे आल्या होत्या. त्यांनी ऐकले होते.

"काय करायचं?" यशवंतरावांनी विचारले.

"बाई, तुम्ही एवढा प्रयत्न करून पाहाच."

"त्यांचा पत्ता-"

"ती सगळी व्यवस्था मी करतो. माझ्या खूप ओळखी आहेत."

"आपला जैनही आहे तिथं. त्याला फोन करून विचारता येईल. त्याच्यामार्फत राहण्याची सोय होईल."

दोघांचाही कल अलाहाबादला जाण्याकडे झुकू लागला. घरच्या मंडळींचेही तेच मत पडले. सगळ्या व्यवस्थेला दीडदोन महिने लागले. मनात शंकांचे काहूर, पण खूप वर्षांनंतर पालवलेली आशाही.

त्या आशेसकट घराबाहेर पाऊल टाकले खरे. पण मनावर असह्य ताण होता. मोठा निर्णय घेतल्यानंतर येणारा मानसिक थकवाही जाणवत होता.

शांताबाईंनी निश्चय केला. आता निघालो आहोत खरे, फार विचार करायचा नाही. घट्ट बंद झालेले दार थोडे किलकिले झाले आहे, एवढेच. ते पुन्हा बंदच होणार, असे धरून चालायचे. म्हणजे धक्का नको!

डोके दुखत होते. डोळे मिटून स्वस्थ पडण्याची आवश्यकता भासत होती. थोडे खाऊन घ्यायचे. झोपेची गोळी घ्यायची. आणि मनोज झोपल्यानंतर आपणही झोपी जायचे असे शांताबाईंनी ठरवले होते.

त्या यशवंतरावांची वाट पाहत होत्या.

"बाथरूम बंद होती. त्यामुळे थोडा वेळ लागला."

"आटोपलं सगळं?"

"हं. खाऊन घेऊ या ना?"

"हो. काढलंच आहे बाहेर सगळं. याला भरवते. मग आपण खाऊ."

"शांत झोपायचं. विचार करायचा नाही. तुला विश्रांतीची गरज आहे. कळलं ना? मलाही तुझ्याबरोबर थांबता आलं असतं तर बरं झालं असतं. पण इलाजच नाही. गिल्टी वाटतं-"

"तुम्हीही फार विचार करू नका. जे नशिबात असेल ते होईल!"

बाहेर काळोख होता. गाडी वेगाने पुढे धावत होती. पलीकडच्या डब्यांतील माणसांचे आवाज येत होते. त्यांचे बोलणे, हसणेखिदळणे चालले होते. ते ऐकून अधिकच खिन्न वाटत होते. जेवण घशाखाली उतरत नव्हते.

दोघांनी स्तब्धपणेच सगळे उरकले. मनोजला झोपवले. तो झोपला अशी खात्री झाल्यानंतर यशवंतराव म्हणाले, "दिवा मालवू?"

"हो. आतून कडी लावा. मला उठावं लागलं तर तुम्हाला हाक मारीन. मनोजकडेही अधूनमधून लक्ष ठेवा. शांत झोपला आहे. पण केव्हा जागा होईल याचा नेम नाही."

"माझं लक्ष आहेच. कडी जरा सैल आहे, पण हरकत नाही. फर्स्टक्लासचा डबा आहे. पलीकडे कंडक्टरही आहे."

यशवंतरावांनी वरच्या बर्थवर चढल्यानंतर घड्याळात पाहिले. साडेदहा वाजले होते.

बाहेर किर्र रात्र पसरली होती. निर्जन प्रदेशातून गाडी जात असल्यामुळे एकही दिवा दिसत नव्हता.

ओसाड प्रदेश. किर्र रात्र.

मनोजला बर्थवर झोपवून शांताबाईंनी खालीच आपले अंथरूण पसरले होते. तो खाली पडायचा नाही ना, अशी धाकधूक वाटत होती. पण तो एकदा झोपला की

सहसा चाळवत नाही, हेही त्यांना ठाऊक होते. त्याला झोपवताना त्या म्हणाल्या, "बाळा, आता झुकझुक गाडीत गंमत येणार हं. नीट झोपायचं. उद्या सकाळी नवं स्टेशन येईल. आपण निघताना दिसलं ना तसं स्टेशन. तिथं आपण छान काहीतरी खायला घेऊ."

मनोज हसला. त्याला काय कळले कुणास ठाऊक. पण त्याला कळो न कळो, बोलत राहायचे हा शांताबाईंचा परिपाठ होता. एखाद्या मूक शक्तीशी संवाद चालू ठेवावा तसा त्या हा परिपाठ पाळत होत्या.

मनोज खुशीत झोपला असावा. त्याच्या चेहऱ्यावर निरागस हसू होते. ते पाहून शांताबाईंना भरून आले. धीरही आला. 'अलाहाबादला काहीतरी चांगले घडेलच!' त्यांच्या कानात कुणीतरी गुणगुणले. ती गुणगुण ऐकतच, हलक्या मनाने, श्रांत शरीराने, त्या गाढ झोपल्या.

कधी कोण जाणे, जाग आली. क्षणभर आपण कुठे आहोत हेच कळेना. नंतर लक्षात आले. बाथरूमला जाण्यासाठी त्या उठल्या. कडी उघडली. मनोजकडे एक नजर टाकून त्या कॉरिडॉरमध्ये गेल्या. कोणत्यातरी स्टेशनवर गाडी उभी होती. दिवे लागले होते. दरवाजा उघडा होता. एक दोघे खाली उतरताना दिसत होते. चहा विकणारी पोरे या टोकापासून त्या टोकापर्यंत फिरत होती. ते दृश्य पाहून त्यांना बरे वाटले. एका अनोळखी प्रदेशात आता जायचे आहे, तिथे नवा आरंभ करायचा आहे, जुने क्षीण होत होत विरणार आहे...

हे विचार घोळवतच शांताबाई केबिनकडे परतल्या. गाडी अजून स्टेशनातच उभी होती. त्यानंतर त्यांनी कॉरिडॉरमधील खिडकीतून कुतूहलाने बाहेर डोकावून पाहिले. समोर खाद्यपदार्थांचा मोठा स्टॉल होता. माणसे उभी होती. अवेळ असूनही सारे उजाडल्यासारखे दिसत होते. स्टेशनावर व्यवहारही तसेच चालले होते. पहाट झाली काय? असेलही. गाढ झोपेत काही कळलेच नाही. यशवंतरावांना किती वाजले म्हणून जागे करून विचारण्यासाठी त्या आत गेल्या. कडी लावण्यापुरती त्यांनी मनोजच्या बर्थकडे नजर टाकली.

आणि त्या हादरल्या! मनोजचे पांघरूण अस्ताव्यस्त, उशी खाली पडलेली. बर्थवर मनोज नव्हता!

"अहो, मनोज कुठे आहे?" त्या किंचाळल्या.

"म्हणजे?" यशवंतराव खडबडून जागे झाले. क्षणार्धात खाली उतरले.

"बाथरूमला जाण्यासाठी म्हणून मी बाहेर गेले. तो गाढ झोपला होता तेव्हा. दारही लावून घेतलं मी."

शांताबाई अडखळत जसे आठवेल तसे सांगत होत्या. शब्द फुटत नव्हते. सर्वांगाला कंप सुटला होता.

यशवंतराव हतबुद्ध झाले. पण पुढच्याच क्षणी त्यांनी पावले उचलायला सुरुवात केली. झोपलेल्या कंडक्टरला जागे केले. आजूबाजूच्या प्रवाशांची दारे ठोकली. त्यांची माफी मागत जे घडले होते सांगितले. मनोजला कुणीच पाहिले नव्हते. यशवंतरावांच्या हाकेसरशी माणसे उठली. यशवंतरावांनी केलेल्या वर्णनाशी मिळताजुळता मुलगा कुठे दिसतो का म्हणून स्टेशनवर धावत दोघेतिघे पलीकडच्या शेतातही पाहायला गेले.

कंडक्टरने गाडी थांबवून धरली होती. काय झाले हे पाहण्यासाठी इतर डब्यांतील काही प्रवास खाली उतरले होते. सर्वांमध्ये एकच चर्चा : मतिमंद मुलगा नाहीसा झाला! मग असंख्य प्रश्न, कुणाचा, कधी, कसा...

शांताबाई हतबुद्धपणे बसून होत्या. अवघी तीनचार मिनिटे आपण कडी काढून बाहेर गेलो आणि त्या अल्पावधीत एवढे रामायण घडले. मनोज जागा झाला, बाहेर आला- स्टेशनवर उतरला. पुढे कुठे गेला? असे अचानक उठून पळण्याची त्याला, सवय आहे; पण ते दिवसा. अवतीभोवती माणसे असतात. त्यामुळे कधी प्रश्न निर्माण होत नाही. ही सवय अगदी क्वचित उफाळून वर येते. आजवर तीनच वेळा हे घडले आहे. ते फारसे लक्षातही राहिले नाही. पण लक्षात न राहणे क्षम्य नाही. विशेषत: प्रवासात असताना- अशा कशा आपण बेसावध राहिलो? यशवंतरावांनाही कशी काहीच चाहूल ऐकू आली नाही?

-शोधाशोध चालू आहे. मनोज आसपास असेल. काही क्षणातच तो आपल्यासमोर उभा राहीलही. आजवर जिवापाड सांभाळला. तो अशा विक्षिप्त रीतीने अंतरू नये!

मनावर असह्य ताण. गळ्याशी दाटून आलेले हुंदके.

यशवंतरावांचा आवाज ऐकून त्या भानावर आल्या.

"कुठे दिसत नाही. सगळीकडे शोधलं. पोलिसांनाही कळवलं. आता ते पुढचं सगळं त्वरेनं करतील-"

"पण अवघ्या तीन-चार मिनिटांत- मी तरी कशी करंटी? लक्षात कसं नाही आलं?"

"स्वतःला दोष देऊ नको, शांता. जे घडायचं असतं ते टळत नाही. ते अकल्पित असतं. विश्वास बसत नाही. पण ते जाऊ दे. भराभर निर्णय घ्यायला हवे. सामान आवर. पुढच्या स्टेशनवर उतरू. तोपर्यंत उजाडलेलं असेल. त्यानंतर काय करायचं ते ठरवू."

"अलाहाबादला नाही जायचं?"

"आता तिथं जाऊन काय करणार? माझं ऐक. आपण मुंबईला जाऊ. तोपर्यंत मनोजचा पत्ता लागेल."

"नक्की ना?"

"तशी आशा करायची. यापलीकडे काही आपल्या हातात नाही. मनोज या दुर्धर व्याधीनं ग्रासला जाईल, आपल्या आयुष्यांनाही या व्याधीचं ग्रहण लागेल, हे ठाऊक होतं का आपल्याला? जन्मभर ते सोसलंच ना? तसं आता हे सोसायचं. मनोजच असणं किंवा नसणं-"

'मनोजच असणं किंवा नसणं!'

शांताबाईंच्या मनात या शब्दांचे प्रतिध्वनी उठत राहिले. अलाहाबादला चाललो होतो, एक कूटप्रश्न सुटेल या आशेने. तो अशा रीतीने सुटला का? त्यापेक्षा मनोज डोळ्यांदेखत एखाद्या आजाराने गेला असता तरी परवडले असते! निदान हा संभ्रम तरी राहिला नसता.

मनोज सापडेल- सापडणार नाही- कोणीतरी पैशाच्या आशेने फसवून नेले असेल- पैसे नाहीत हे पाहिल्यानंतर सोडून दिले असेल- यांपैकी काहीही घडले असेल. किंवा यापेक्षा वेगळेही. ज्याची आपण कल्पनाही करू शकणार नाही इतके वेगळे!

हा आयुष्याचा- अधिकच क्लेशकारक अशा आयुष्याचा- नवा आरंभ मानायचा का? की गेली वीस वर्षे वाहिलेल्या ओझ्याचा नकोसा, अकल्पित अंत?

शांताबाईंना काहीच ठाऊक नव्हते.

हे प्रश्न ज्या अज्ञात शक्तीला विचारायचे तीही जणू मनोजबरोबरच, काळोखात, रानावनात किंवा ओसाडीत गडप झाली होती!

मुंबई तरुण भारत, दिवाळी १९९३

उशीर झालेला नाही

दादरच्या हिंदू कॉलनीत असलेले ते नर्सिंग होम सापडायला तसे सोपे होते. पण विद्याधर ठाकुरांना त्यासाठी थोडा प्रयास करावा लागला. ते चुकीच्या बस-स्टॉपवर उतरले. भरधाव रहदारी ओलांडत कसेबसे हिंदू कॉलनीत आले. तिथे शांतता आहे, हिरवी, कोवळी पालवी फुटलेली झाडे आहेत हे पाहून त्यांना बरे वाटले. बंगलोरची आठवण झाली. आधी बेळगाव, मग बंगलोर. या दोन शहरातच आजवरचे आयुष्य गेल्यामुळे मुंबई या शहराशी फारशी ओळख नव्हती. काही कामानिमित्त यावे लागे. पण ते काम असेल तेव्हा यायचे, आणि संपले की लगेच निघायचे हा त्यांचा प्रघात होता. मुंबईत एकदोन दिवसांपेक्षा अधिक राहण्याच्या कल्पनेनेही त्यांना भीती वाटायची. ते आपल्या मुंबईत स्थायिक झालेल्या मित्राला म्हणायचे, "तुम्ही लोक कसे राहता कुणास ठाऊक!"

"सवय होते. शिवाय सगळ्यांनाच बंगलोरला तुझ्यासारखी सुखाची नोकरी कशी मिळणार?... आज काम नसतानाही राहिलास हे आश्चर्यच."

"आलोच आहे तर दत्ताला भेटून येतो. गेले दोनतीन महिने नर्सिंग होममध्ये आहे तो."

"टॅक्सीनंच जा. बस-लोकल वगैरे गोष्टी तुला झेपणाऱ्या नाहीत!"

"प्रयत्न करतो. तुमचा नेहमीचा अनुभव एकदा तरी घेऊन पाहतो!"

ठाकुरांना वाटले, आपण चूक केली. टॅक्सी ड्रायव्हरने अलगद नर्सिंग होमच्या दारात आणून सोडले असते. पुन्हा पुन्हा तो पत्ता पाहा, रस्त्यावरच्या माणसांना विचारा... अकारण नर्व्हस वाटते. पण सापडले एकदाचे ते नर्सिंग होम. मुंबईच्या मानाने खूपच शांत आहे. आतही फार वर्दळ दिसत नाही.

समोरच स्वागत-कक्ष होता; तिथे कोणी नसल्यामुळे ठाकुरांनी मोठ्या बोर्डवरील नावाच्या पाट्या पाहायला सुरुवात केली. दत्ता पेंडसे हे नाव लगेच

दिसले. तळमजल्यावरची तीन नंबरची खोली... आणि चार नंबरमध्ये कोणी शांता सबनीस!

शांता सबनीस?... नाव ओळखीचे वाटते. ही बेळगावची शांता कित्तूर तर नव्हे? तिचे लग्न सुरेश सबनीस यांच्याशी झाले होते. आपण लग्नाला गेलो होतो. नंतर ती पुण्याला गेली. काही संपर्क राहिला नाही. इतक्या प्रदीर्घ, जवळजवळ तीस वर्षांच्या काळात कधी योगायोगानेही भेट झाली नाही. पण तीस वर्षांपूर्वीचा तो काळ स्मरणात अजून जागा आहे. आपली चांगली ओळख होती. वक्तृत्व स्पर्धांच्या निमित्ताने एकदोनदा बरोबर प्रवास केला होता. बी.ए.च्या परीक्षेत ती पहिली आली आणि आपण दुसरे. पण तीच ही असेल कशावरून? ती मुंबईला कशाला येईल? आणि नर्सिंग होममध्ये कशाला राहील?... आपण उगाच काहीतरी गृहीत धरतो आहोत.

"सर, कुणाला भेटायचंय?" सिस्टरचा प्रश्न.

"दत्ता पेंडसे."

"तीन नंबर - डाव्या हाताला सरळ जा."

"थँक्स."

दत्ता अंथरुणात उठून बसला होता. हे दृश्य पाहूनच बरे वाटले.

"कसा आहेस बाबा?" ठाकुरांनी पाठीवर थाप मारीत विचारले.

"बरा आहे. रिकव्हरिंग. डॉक्टर म्हणाले की सर्जरीनंतर लगेच घरी जाण्यापेक्षा इथं काही काळ विश्रांती घ्या. घरी गेलं की नाही म्हटलं तरी रुटीन सुरू होतं. तुम्हाला पूर्ण विश्रांतीची गरज आहे."

"तू त्याचं ऐकलंस हे नशीब! नाहीतरी सदैव कामाचाच विचार करणारा तू..."

"काय करणार रे? दोन घंटा झाल्या. तिसरी घंटा झाली की, पडदा खाली येणार! त्यापूर्वी खूप कामं आवरायची आहेत. जमलं तर थोडी मौजमजा करायची आहे. स्वतःच्या लहरीनुसार जगायचं आहे. त्यासाठी वेळ हवा ना? आता पूर्ण बरा झालो तरच तो वेळ मिळणार!"

"बरा आहेसच तू. उगाच निराशेच्या सुरात बोलू नको. चिअर अप!"

"ओके! पण तुला सांगतो विद्या, एकदा त्या टोकाला जाऊन नुसतं शिवून जरी परत आलो ना, तरी आयुष्याकडे पाहण्याची अवघी दृष्टीच बदलून जाते!... ते जाऊ दे. वहिनी कशा आहेत? तू कामानिमित्त आला असशील ना? कधी परतणार?"

"उद्याच. सकाळी सातची फ्लाइट आहे. तुला भेटण्यासाठी मुद्दाम एक दिवस जास्त राहिलो."

"बरं केलंस. आयुष्याच्या या टप्प्यापाशी पोहोचल्यानंतर जुने लागेबांधेच अधिक चिवट होत जातात की काय, कुणास ठाऊक!... मला तर अलीकडे खूप

जुन्या आठवणी येतात. बरं वाटतं. जुन्या काळातलं कुणी भेटलं तर अधिकच बरं वाटतं. दरम्यानच्या गुंतागुंतीच्या आयुष्याचा क्षणभर विसर पडतो.''

''खरं आहे! पण अखेर जगण्यासाठी उरलेलं असतं ते तेच गुंतागुंतीचं आयुष्य ना!... जाऊ दे. फार गंभीर विषयांवर बोलू लागलो आपण. एक मात्र खरं आपण बंगलोरला एकत्र काढलेले दिवस छान होते. तू उगाच बंगलोर सोडलंस.''

''नवी संधी चालून आली... म्हटलं, घ्यावी ती. निर्णय चुकला असं आजही वाटतं नाही.''

''हे महत्त्वाचं. या टप्प्यापाशी निर्णय चुकल्याची खंत मनात दाटू लागली की संपलंच!.. मलाही बंगलोर न सोडण्यात आपण काही चूक केली असं वाटत नाही.''

''हे समाधान किती जणांच्या मनात असतं रे?''

''कसं सांगणार?''

सिस्टर दूध घेऊन आली. ''तुम्हाला दुधाबरोबर गोळी घ्यायची आहे. तुम्ही घेता, की मी देऊ?''

''मी घेतो!''

''मीही उठतोच आता. तुमच्या मुंबईतली रहदारी आता अधिकच वाढली असेल. जाताना टॅक्सीनंच जाईन.'' ठाकुरांनी घड्याळाकडे पाहत म्हटले.

''इथं कोपऱ्यावरच टॅक्सी मिळेल. भेटू पुन्हा. कीप इन टच!''

''नक्की!''

ठाकूर खोलीतून बाहेर पडले, आणि काउन्टरच्या दिशेने येऊ लागले. गेल्या अर्ध्या तासात विसरलेला तो तपशील पुन्हा एकदा मनाच्या पृष्ठभागावर आला.

चार नंबरची खोली. त्या खोलीत कुणीतरी शांता सबनीस आहे. कोण असेल? खात्री करून घ्यावी? अंदाज बरोबर नसेल तर 'सॉरी' म्हणून बाहेर पडू. पण न गेल्याची टोचणी लागून राहायला नको. आयुष्याच्या या टप्प्याशी टोचण्यांची, खंतींची संख्या जितकी कमी असेल तेवढे बरे! ठाकुरांच्या लक्षात आले, आपणही दत्ताच्याच पद्धतीने विचार करू लागलो आहोत! ते अटळच असते का? कुणास ठाऊक!

ठाकुरांनी त्या विचारांच्या नादातच दारावर टकटक केली.

''दार उघडंच आहे. आत या.'' किंचित क्षीण आवाज. हा शांताचाच? खात्री वाटेना.

अंथरुणावर उठून बसलेली एक कृश स्त्री. केस बरेच पिकलेले. डोळ्यांभोवती काळी वर्तुळे. डोळ्यांना चश्मा. शांताचे डोळे काळेभोर, टपोरे होते. कांतीही नितळ होती. सडसडीत अंगकाठी. बॅडमिंटन कोर्टवर कशी चपळाईने फिरायची... ही तर

बसलेली. चेहरा मात्र रेखीव आहे. मूळचे सौंदर्य कल्पनेने जाणता येऊ शकते. कोण ही?... पन्नाशी ओलांडलेली... म्हणजे अंदाज खरा असण्याची बरीच शक्यता आहे...

"कोण विद्या, तू?"

तिने ओळखले तर! म्हणजे ही शांताच. हे कळल्यानंतर काळजात कुठेतरी कळ उठली. तिची ही अवस्था?

"हो मीच. मला मात्र खात्री वाटत नव्हती. नाव पाहिलं अन् ठरवलं चान्स घ्यावा. मित्राला भेटायला आलो होतो!"

"कुठे असतोस? मुंबईतच?"

"नाही. बंगलोरला. तू?"

"पुण्याला. लग्नानंतर जी एकदा तिकडे गेले ती गेलेच. जुन्याशी असलेलं नातंच तुटलं बघ."

"बरी आहेस ना?"

"तशी बरीच म्हणायची. तू विचारायला कचरशील म्हणून मीच सांगते, एक किडनी काम देत नाही. दुसरीही त्याच मार्गावर, डायलेसिससाठी इथं आले आहे. पुण्यातही ट्रीटमेन्ट घेता आली असती. पुढच्या महिन्यात तिथंच जाईन. म्हणजे तोपर्यंत असले तर!"

"असं बोलू नकोस, शांता."

"खरं आहे तुझं. असं निराश राहता कामा नये. शेवटच्या क्षणापर्यंत आनंदी, गतिमान राहिलं पाहिजे. अधेमधे गती मंदावली असली तर पुन्हा एकदा धक्का मारून."

"दॅट्स इट!"

"तू मजेत?"

"हो. तुझ्याबद्दल सांग. मधे तीस वर्षे गेली. काय काय केलंस?"

"काहीच केलं नाही!"

"सुरेश.. तेच नाव ना?... मुलं..."

"ते सगळं उत्तम. त्या दृष्टीनं माझ्यासारखी भाग्यवान मीच. पण..."

"पण काय?" हा प्रश्न विचारण्याचा धीर ठाकुरांना झाला नाही.

"काही गोष्टी करायच्या असतात, पण त्या राहून जातात. हे बघ... 'किंग लिअर' पुन्हा वाचते आहे. आपल्याला बी.ए.ला होतं. पुणे विद्यापीठात एम.ए.ला लावलं आहे... वाचते आहे, नोट्स काढते आहे... इतक्या वर्षांनंतर थोडं कठीण वाटतं. अचानकच एखाद्या दुसऱ्या देशात जाऊन पडल्यासारखं."

"म्हणजे लग्नानंतर..."

"सांगितलं ना तुला, संसाराखेरीज काहीच केलं नाही. तो मात्र मनापासून, चांगला केला. आता वाटतं, वेगळं काही करावं. आता आपल्या मनाजोगतं काहीही करण्यात कोणताही धोका नाही!"

शांता जुन्या मैत्रीला स्मरून मोकळेपणाने बोलत होती. सुदैवाने भेटायला आणखी कोणी आले नाही. मी लवकरच घरी परतण्याचा विचार सोडून दिला. शांताची गोष्ट ऐकू लागलो. त्या गोष्टीत अधूनमधून माझ्या आठवणीही मिसळत होत्या.

शांता दिसायला देखणी. बुद्धीने अतिशय तल्लख. तिचे कुटुंब श्रीमंत होते. ऐसपैस बंगला. भोवती बाग. प्रत्येकाला स्वतंत्र खोली. हे स्वातंत्र्य फक्त खोलीपुरते मर्यादित नव्हते. शांताला व तिच्या भावंडांना स्वतःच्या इच्छेनुसार आपले विषय, छंद, निवडण्याची मुभा होती. अमुकच वेळी घरी आले पाहिजे हे बंधन नव्हते. मुलींना 'वळण' लावणे हा प्रकार नव्हता. इतके स्वातंत्र्य दिले की त्याचा सहसा दुरुपयोग होत नाही. ते सत्कारणी लावण्याची आपोआपच बुद्धी होते. निदान कित्तुर कुटुंबातील मुलांना- विशेषतः शांताला, ती बुद्धी होती. त्यामुळे ती मोकळेपणाने पण शिस्तीने वाढली. कुणालाही सहज आकर्षून घेईल, असे तिचे रूप. पण ती कधी वाहवली नाही. बी.ए.च्या परीक्षेत इंग्रजी विषय घेऊन ती विद्यापीठात पहिली आली. त्याच वर्षी तिला सबनीस कुटुंबातून मागणी आली. सर्व दृष्टींनी उत्तम स्थळ. मुलगा सुशिक्षित, चांगली नोकरी असलेला. इतर माणसेही सुसंस्कृत. अपेक्षा कसल्याच नाहीत. मुलगी आवडली म्हणून सरळ मागणी घातली.

"काय करायचं, शांता?"

"तुम्हाला योग्य वाटेल ते! माझा तुमच्यावर विश्वास आहे." शांताने आपल्या वडिलांना सांगितले.

"विश्वासाचा प्रश्न नाही, शांता. तू अजून तशी लहान आहेस. पुढे शिकायचं आहे का तुला?... अर्थात लग्नानंतरही शिकता येईलच म्हणा. सुरेश पुण्याला नोकरी घेणार आहे. पुण्याला तुझ्या शिक्षणाला अधिक स्कोप मिळेल!" वडील हळूहळू आपले मत तिच्या मनावर बिंबवत होते. शांतालाही ते चुकीचे वाटले नाही. सुरेशला तिने पाहिले होते. नकार देण्याजोगे काहीच नव्हते.

लग्नानंतर शांता पुण्याला गेली. संसाराचे पहिले वहिले दिवस. त्या काळात आपण काही करत नाही हे जाणवलेसुद्धा नाही. हळूहळू मात्र चुकल्यासारखे वाटू लागले. वाटले, स्वतःसाठी काहीतरी करायला सुरुवात केली पाहिजे. नाहीतर कंटाळा घेईल. एखादे मूल झाल्यानंतर पुन्हा खंड पडेल. त्यापूर्वीच काहीतरी ठरवले पाहिजे. तिने सुरेशशी एकदा यासंबंधी बोलायचे ठरवले.

आणि त्याच सुमारास शांताला खटकतील असे एकेक प्रसंग घडू लागले.

सुरेशचा एक मित्र आला होता. तो शांताला प्रथमच भेटत होता.

-"ही शांता," सुरेशने ओळख करून दिली.

"कुठेतरी आधी पाहिल्यासारखं वाटतंय... करेक्ट! तुम्ही दोनतीन वर्षांपूर्वी रानडे वक्तृत्व स्पर्धेसाठी आला होतात?"

"हो."

"मला वाटतं त्या वर्षीचं पहिलं बक्षीस तुम्हालाच मिळालं? छान बोललात- तेही एका अवघड विषयावर! मला वाटतं, शेक्सपिअरबद्दलचा काहीतरी विषय होता ना?"

"हो... मलाही आता नीटसं आठवत नाही!"

"काय जबरदस्त वाचन आहे रे यांचं सुरेश!.. आम्ही सगळे त्या बाबतीत जरा कच्चेच बरं का!"

सुरेशच्या कपाळावर नापसंतीच्या आठ्या पडलेल्या शांताने पाहिल्या आणि सफाईने विषय बदलला. त्या वेळी तिच्या लक्षात आले की सुरेश आपल्या कॉलेजातील दिवसांबद्दल फारसे बोलत नाही. तो बी.कॉम झाला. आता त्याला चांगली नोकरीही आहे. वडिलांच्या एका मित्रांच्या फर्ममध्ये आहे तो. त्यामुळे स्थैर्य आहे. पण त्याने फक्त स्थैर्याचाच विचार केला. त्याला पुढे शिकावेसे वाटलेच नाही?... त्याच्या हातात एखादे पुस्तकही क्वचित दिसते.

"इथं जवळ एखादी लायब्ररी असेल ना? मी मेंबर होते. काहीतरी चांगलं वाचायला मिळेल..."

"वहिनी, तू याला लायब्ररीबद्दल विचारतेस? त्याचा पुस्तकांशी परीक्षेनंतर संबंध आला का, त्यालाच विचार पाहू!' नणंदेचा हसत हसत टोमणा.

पुन्हा सुरेशच्या कपाळावर आठ्या. इतर माणसे अकारण तुलना करतात आणि सुरेशच्या मनात अकारण अढी निर्माण होते, हे शांताने ओळखले. एरवी तो फार चांगला होता. त्याच्या क्षेत्रात पुढे सरकत होता. चांगले पैसे मिळवत होता. या गोष्टींत शांतालाही सुख होते. पण तिला यापलीकडचे काहीतरी हवे होते - स्वतःचे म्हणून.

तिने तो विषय सुरेशजवळ काढला नव्हता. पण तिला त्याच्याशी सहज होणाऱ्या संभाषणातूनही त्याच्या मनाचा अंदाज यायचा. एकदा तो मुंबईला काही कामानिमित्त गेला होता. परत आल्यावर म्हणाला, "काय ती मुंबईची गर्दी!" तिथं बायकाही धावपळ करीत असतात! कशासाठी नोकरी करायची? एकाच माणसाच्या पगारात मॅनेज करावं!"

"काही वेळा ते नाही शक्य होत."

"का नाही? प्रयत्नच होत नाही तसा. नोकरीनिमित्त घराबाहेर पडण्याची संधी

मिळते ना!... माझ्या मित्राची बायको तर मंत्रालयात त्याच्याही वरच्या पदावर आहे! दोघे एकत्र जातात येतात... घरी आल्यावर हिचं पुन्हा स्वयंपाकघर! मग ते, काही तासांचं अवघड काम कशासाठी?''

सुरेश जरा गोलमालच बोलत होता. त्याच्या मनात नेमके काय होते? नवरा-बायकोतील स्पर्धेचा विषय त्याच्या मनात डोकावला होता का? असेलही. कारण त्याला तुलना आवडत नाही. मागे एकदोनदा तुलना केली तेव्हा तो नाराज झाला होता...

काय करावे? विषय काढावा की काढू नये? वेळीच ठरवले पाहिजे. वैवाहिक आयुष्य जरा स्थिरावल्यावर काही अपरिहार्य ताण निर्माण होणारच. प्रारंभीच हा एक नवा ताण आपण निर्माण करायला नको! जेवढे सुरळीत ठेवता येईल तेवढे ठेवावे. पुढे शिकून तरी असे काय दिवे लावणार आहोत आपण? इच्छा आहे, एवढेच. पण इच्छेवर पाणी सोडणेही फार अवघड नसते. आपल्यासारख्या पुष्कळ बायकांनी आजवर ते केले असेल! - नव्या आयुष्यात वेगळे काही सुख असेल. आहेच. प्रारंभीच तडजोड केली की ते सुख सापडू लागेल!

शांताला हा निर्णय घेणे सोपे गेले नाही. ती आतून अनेक दिवस अस्वस्थ होती. पण तिच्यात आपली अस्वस्थता वरून दिसू न देण्याचा निर्धारही होता. तो निर्धारच उपयोगी पडला. तिने विसरून जायचे ठरवले. किती बायका केवळ संसार करण्यात रमतात! आपल्यालाही संसाराची आवड आहेच. मग दुसरा एक फाटा कशासाठी? आयुष्याच्या पटावर रेखलेली वळणे स्वतःच्याच हाताने पुसायची. एक सरळ रस्ता ठरवायचा. त्या रस्त्याने चालत राहायचे.

शांता तशीच चालत राहिली. सुरुवातीला थोडा त्रास झाला. मागे वळून पाहावेसे वाटले. पण मग आपोआपच त्या वळणांचे विस्मरण होऊ लागले. हा सरळ रस्ताही हळूहळू किती गजबजू लागला होता! मुलेबाळे, त्यांच्या शाळा, पुढचे शिक्षण... भोवती जमलेला नवा परिवार... वाढलेले व्यापताप, हे सगळे सांभाळताना फारसा कंटाळा आला नाही. त्यात मन रमलेही. मात्र एखादाच क्षण असा येई की...

एकदा कुमुद आली होती. खूप वर्षांनी भेटली. आता मुंबईलाच स्थायिक झाली होती. नोकरीही करत होती. पत्ता शोधत भेटायला आली. दुपारी बारा-साडेबाराची वेळ.

''म्हटलं तू घरी सापडतेस की नाही!''

''मी या वेळी कुठे जाणार?''

''म्हणजे? सकाळचं कॉलेज असतं का तुझं?''

''कॉलेज? - काय म्हणते आहेस तू?''

"अगं, प्राध्यापिका असशील ना तू? एवढी फर्स्ट क्लास करिअरची मुलगी. बोलण्यात हुशार. मी गृहीतच धरून चालले की- लग्नानंतर..."

"नाही गं."

अधिक काही बोलले जाऊ नये म्हणून शांता एकदम गप्प झाली; पण कुमुदचे बोलणे सुरूच होते.

"आश्चर्य आहे! आम्ही फडतूस मुलीही नंतर एम.ए. झालो, नोकरीला लागलो... अन् तू... बाकी नोकरी न करण्याचा चॉइस असेल तर करूच नये नोकरी. दोन आघाड्या सांभाळताना फार दमायला होतं गं. ही पस्तिशीतली परिस्थिती. पुढे पन्नाशी आल्यावर काय होणार आहे, कोण जाणे!"

"ते तर खरंच. वय वाढत चाललं की ताण येतो मनावर. वाटतं, उत्तरार्ध कसा असणार आहे? चांगलं सगळं मागे राहून नको तेच सगळं वाट्याला येईल का?"

"चल! काहीतरीच काय बोलतेस! तुला तर काही कमी नाही. तुझं शेवटपर्यंत सगळे छानच होणार!"

"जेवतेस? - जेवणाचीच वेळ आहे."

"काय केलं आहेस?"

"साधंच. पण खास बेळगावी मसुरीची आमटी आहे!"

"नकोच तो मोह. चहा घेते, अन् निघते."

चहा घेताघेता आणखी काही गप्पा. मग कुमुद निघाली. जाताजाता तिने पर्समधून एक पुस्तक बाहेर काढले. म्हणाली, "रिकाम्या हातानं तुझ्याकडे कसं यायचं? म्हणून हे पुस्तक आणलं आहे तुझ्यासाठी?"

"कशाला गं?... थँक्स."

"निघू?"

"थांब. कुंकू लावते- अन् ही माझी छोटीशी भेट."

"परफ्यूम? तुला कसं ठाऊक हा माझ्या आवडीचा? जेव्हा जेव्हा लावीन तेव्हा तेव्हा तुझी आठवण होईल..."

"येत जा... आता घर ठाऊक झालं आहे."

"येईन. तूही ये मुंबईला आलीस तर. त्या पुस्तकावर माझा पत्ता आहेच."

कुमुद निरोप घेऊन गेली. शांता काही काळ स्वस्थ बसली, आणि नंतर तिने ते पुस्तक उघडले. जेन ऑस्टिनचे 'प्राइड अ‍ॅन्ड प्रेज्युडिस!' क्षणभर हसू आले. किती जुने! फर्स्ट इअरला लावले होते. बेळगावच्या घरात अजूनही कुठेतरी पडलेले असेल कदाचित. आणखी काय काय असेल? त्या जुन्या नोट्स... हौसेने विकत घेतलेली आणखी काही पुस्तके. कधी कुणाला विचारलेही नाही आपण. बेळगावला गेलो. तेव्हाही ते पाहण्याचा विचार मनात आला नाही. कारण...

कारण सरळ रस्त्यावर त्यातले काही नव्हतेच!

पण तेव्हापासून अधूनमधून मागे पाहण्याची सवय लागली. मनातल्या मनात काही काही आठवत राहायचे; क्वचित खंतावतही राहायचे. निर्णय आपणच घेतलेला. त्यानंतर सगळे तसे सुरळीत झाले. मग खंतावायचे काय कारण? एकदा काहीतरी निग्रहाने नाकारले की मग ते पुन्हा मिळवण्याचा ध्यास कशासाठी? त्यामुळे उरलेले आयुष्य अकारण झाकोळून जाते. आपणच आपले आयुष्य कमी केल्यासारखे वाटते. त्यापेक्षा समोर पाहावे आणि आनंदाने जगावे. ते चालले आहेच. आश्चर्य एका गोष्टीचे वाटते. सुरेशने कधी आपल्या कॉलेजातील दिवसांचा, शिक्षणाचा, विषयही काढला नाही. त्याच्या लेखी ती शांता कित्तूर अस्तित्वातच नाही. तो ओळखतो वसुधा सबनीसला. नावही बदलले त्याने. स्वत: त्याच नावाने हाक मारतो. फक्त कागदोपत्री शांता सबनीस. आपला आग्रह म्हणून एरवी वसुधा सबनीस. कोण ही?

असे अधूनमधून काहूर. एकांतात हळूच डोळे पुसणे. दूर अदृष्टात पाहणे...

अदृष्टाकडे नजर रोखली तरी ते आपला पांघरलेला काळा बुरखा फेकून देऊन त्याचे विक्राळ रूप कधीच दाखवत नाही. आपणच आपले अंदाज करत राहायचे. ते रूप प्रसन्न असो अशी मनोमन प्रार्थना करायची. दुसरे तिसरे काही नको. शरीर निरोगी असताना, आणि मनाचे व्यवहार सुरळीत चालू असेपर्यंतच, कधीतरी तुला भेटायला यायचे आहे. शांत मनाने. त्या वेळी तू तुझा हात पुढे करशील ना? की प्रार्थना संपण्यापूर्वीच मला हिसकावून घेशील. त्यालाही काही हरकत नाही. पण तो क्षण आकस्मिकपणे आणशील, की जर्जर शरीराने तिष्ठत ठेवशील? प्रश्न संपतच नाहीत. ती अदृश्य शक्ती तुम्हाला कोणतेच उत्तर देत नाही. त्यामुळे काय घडेल हे ठाऊक नसते आणि तरीही आपण जगणे किती गृहीत धरलेले असते!

शांताची नजर पुढे रोखलेली. पुढे अंधार. काही वर्षांनी त्या अंधारातूनच एक बाण आला, आणि तो शरीरात खोल घुसला. ते आत्यंतिक ताणाचे दिवस. रोगाचे निदान होईपर्यंत सगळेच गोंधळलेले, अस्वस्थ. तऱ्हेतऱ्हेच्या तपासण्या. तज्ज्ञ डॉक्टरांचा सल्ला. सुरेशने, कोणीच, कुठलीही कसूर केली नाही. त्या अवस्थेतून शांताला बाहेर काढण्यासाठी सगळे हात एकत्र आलेले. पण ते एकत्रित बळही निरर्थक होते.

डॉक्टरांनी सांगितले होते, "आता तुम्ही मनाची तयारी ठेवली पाहिजे. या रोगाला परतवणं दुरापास्त असतं. एक उपाय आहे, दुसरी किडनी मिळाली तर... पण तेही सोपं नसतं. शिवाय रोग्याच्या शरीरानं ती ॲक्सेप्ट केली पाहिजे- नाहीतर पुन्हा प्रॉब्लेम!"

"डॉक्टर, नको!" शांताने एका अक्षरात आपला निर्णय सांगून टाकला.

शेवटी उरला एकच उपाय. डायलिसिस. जितकी वर्षे काढता येतील तेवढी काढायची. त्या वर्षांची संख्या निश्चित नाही. कदाचित एक वर्ष... कदाचित...

"या अवस्थेत गेली दोन वर्षं आहे बघ, विद्या. काही महिने पुण्यात, काही महिने इथं. तेवढी हालचाल अजून झेपते. दोन डायलिसिसच्या मधल्या दिवसांत तशी बरी असते मी. त्या वेळी संपत आलेल्या आयुष्याचा विचारच मनातून काढून टाकते. मनाशी म्हणते, नुकती कुठे आयुष्याला सुरुवात झाली आहे. पुष्कळ काही करायचं आहे... मूर्खपणा सगळा. तू बोअर झालास ना? शिवाय आता निघायचंही असेल तुला."

"घाई नाही. बोल तू."

"किती योगायोगानं, किती वर्षांनी भेटलास... तुला काही ठाऊकही नव्हतं. उगाच सांगत बसले मी. अलीकडे असंच होतं विद्याधर. जुनी माणसं भेटली ना की मी खूप मोकळी होते. तो काळ त्यांच्या संगतीत पुन्हा जगावासा वाटतो."

"आपणा सर्वांचंच होतं गं असं."

"सामंत सर काय सुंदर शिकवायचे नाही रे? त्यांची 'किंग लिअर' वरची व्याख्यानं अजून आठवतात... अन् भातंब्रेकर सरांचे संस्कृतचे तास... कालिदास अजून डोक्यातून जात नाही! तुला सांगितलं का मी, दोन डायलिसिसिच्या दरम्यान मिळणाऱ्या दिवसांत मी लायब्ररीत जाते. पुष्कळ पुस्तकं आणते. सुरेश म्हणतो, लायब्ररीतली पुस्तकं कशाला? विकत घे. एकदा मला दुकानात घेऊन गेला. पण माझ्या मनात येतं, नंतर विकत घेतलेल्या त्या पुस्तकांचं काय करायचं? त्यापेक्षा लायब्ररीचीच पुस्तकं बरी. आणावी, वाचावी, परत करावी. लायब्ररीत पाऊल टाकलं की वाटतं, इथून बाहेर पडूच नये."

"कॉलेजच्या दिवसांत तू ठाण मांडून तिथं बसलेली असायचीस. आम्ही चेष्टाही करायचो, अन् आम्हाला तुझा तो अभ्यास पाहून टेन्शनही यायचं!"

"हं" शांताचा निःश्वास किती बोलका होता!

"पुष्कळ पुस्तकं वाचलीस अलीकडे? कोणकोणती?"

"त्या वाचनाला काही शिस्तच नाही रे. बरं वाटतं म्हणून वाचते. जाताना बरोबर काहीतरी शिदोरी असावी!"

खोलीत अंधार दाटत चालला होता. उठून दिवा लावला. डोळ्यांसमोर शांताचा क्षीण चेहरा पुन्हा एकदा स्वच्छपणे दिसला. मनात आले, तिचा चेहरा पूर्वीसारखा टवटवीत होणे अशक्य. पण स्वतःच्या मनाला मात्र ती पुन्हा नवं करण्याचा प्रयत्न करते आहे. कशासाठी ही धडपड?

शांताला हा प्रश्न विचारण्याचे धाडस झाले नाही. खरेतर तिच्याकडून काही उत्तर अपेक्षितही नव्हते. ते उत्तर माझ्या मनातच जुळू लागले होते. संधिप्रकाश

असतो. दुरून येणारी हाक पुसटपणे ऐकू येत असते. तो सांगावा घेऊन येणारी एक आकृतीही अंधूक दिसत असते. आपल्यात व त्या व्यक्तीत नेमके अंतर किती, हे ठाऊक नसते. ओहोटीची लाटच भरतीच्या लाटेसारखी वर उसळलेली असते आणि पायाखालची वाळू सरकत असताना आपण मागेमागेच गेल्याचा भास होतो. शांता मागेमागेच जात होती. आता तसे मागे जाण्यात कोणताही धोका उरला नव्हता. कोणाच्या अहंकाराला धक्का बसण्याचा, त्यामुळे ताण निर्माण होण्याचा, संभव नव्हता. अखेरच्या दिवसांत कसले ताण? निरोप घ्यायचा. आनंदाने स्वतःचा, इतरांचा; त्या इतरांनाही हे उमगलेले असते. सुरेश तर समंजस होताच. त्या वेळी शांतानेच निर्णय घेतला म्हणून. तिने वेगळा निर्णय घेतला असता, तर त्याने कायमचा राग धरला असता. तिलाच अंदाज घेऊन पाहायचा नव्हता; संभ्रमात घुटमळत राहायचे नव्हते. लोंबकळणे नको, म्हणून तिने ते दोर कायमचेच कापून टाकले! कायमचे? नाही. एक दोर हातातून सुटला नव्हता. त्यानेच तिला मागे खेचले होते.

सिस्टर आत आली, ''बाई...''

''काय सिस्टर?''

''हे पाकीट मघाशी हॅन्ड डिलिव्हरीनं आलं...''

शांताने ते पाकीट हातात घेतले. तिचा चेहरा आनंदाने उजळला.

''शेवटी आलं एकदाचं हातात. मी किती दिवस वाट पाहत होते!''

''काय आहे ते? विचारलं तर चालेल ना?''

''अर्थात. तुला त्याबद्दल सांगणारच आहे मी. या नोट्स आहेत. अन् काही पुस्तकं. पुण्याच्या एका एम.ए. करणाऱ्या मुलीनं पाठवलेली. माझी अन् तिची-लायब्ररीत चांगली मैत्री झाली. सहज विषय निघाला. त्यानंतर तिच्याकडे जे जे होतं, ते ते तिनं मला दिलं. खूप उपयोग झाला. मुंबईला आल्यानंतरही तिनं एकदा नोट्स पाठवल्या होत्या. हा दुसरा हप्ता.''

''कशासाठी जमवते आहेस तू हे सगळं?''

''सांगू? हसशील तू! मी एम.ए.चा अभ्यास करते आहे!''

''काय?'' मला माझे आश्चर्य लपवता आले नाही.

''परीक्षेला अजून सहा महिने आहेत. खूप रमले आहे. पुढच्या वर्षीचा पोर्शन तर फारच इंटरेस्टिंग आहे. बी.ए.ला केला त्यातला काही भाग पुन्हा. बहुधा जड जाणार नाही.''

''तुला काय जड जाणार? तू नक्की फर्स्ट क्लास मिळवणार!''

''बघू... तेवढा वेळ मिळाला तर. पण खरं सांगू? आय ॲम एन्जॉइंग इट!'' शांताच्या तोंडून इंग्रजी वाक्य बाहेर पडले. पूर्वी ती इंग्रजीतच बोलायची-दिमाख

म्हणून नव्हे, सवयीचा भाग म्हणून...

"कौतुक वाटतं तुझं!"

"कौतुक कसलं रे? समथिंग टु लुक फॉरवर्ड टू! मृत्यूची वाट बघण्यापेक्षा परीक्षेची वाट बघणं अधिक बरं नाही का? छान वाटतं! आय फील हॅपी. गंमत म्हणजे सुरेशही आता मी डिक्टेट केलेलं काहीकाही उतरून घेतो. अगदी हौसेनं!"

"पूर्वी काय झाले असते?" माझ्या मनातला प्रश्न मी मनातच ठेवला.

"पण खरं सांगू विद्याधर, मुख्य पेपर कोरा ठेवून पुरवण्यांवर लिहिण्यासारखं आहे हे! एनी वे, आय ॲम एन्जॉइंग इट!"

खूपच उशीर झाला होता. शांताचा निरोप घेऊन चट्कन उठलो. वाटले, पुन्हा एकदा दत्ताच्या खोलीत डोकावून त्याला सांगावे, खूप उशीर झाला आहे.

पण दत्ताला आणि शांताला भेटल्यानंतर खूप उशीर झाला आहे, असे वाटतच नव्हते. माझे घड्याळ क्षणभर तिथेच थबकले होते - की मागे जात होते? म्हणजे उशीर झालाच नव्हता?

ठरवले आता बंगलोरला गेल्यावर पुन्हा एकदा पोहणे चालू करायचे. कामाची सबब स्वतःलाच सांगत, किती दिवसांत पोहण्यासाठी पाण्यात उतरलोच नाही!

माझे मन त्या ओल्या गार स्पर्शाची वाट पाहू लागले.

मुंबई तरुण भारत, दिवाळी १९९५

आयुष्याच्या संध्याकाळी

न्यू मरिन लाइन्सच्या परिसरातील अरुंद गल्ली. पार्क केलेल्या मोटारींमुळे ती अधिकच अरुंद वाटत होती. एका बाजूला मोटारी, आणि दुसऱ्या बाजूला हातगाड्या. त्यांच्यावर तऱ्हेतऱ्हेची फळे व इतर पदार्थ. फुटपाथही रिकामा नव्हता. तिथे जुन्या मासिकांचा व पुस्तकांचा बाजार भरला होता. अरुंद गल्लीत माणसांची अखंड वर्दळ होतीच. त्यामुळे सरळ, वेगाने चालणे अवघड होते. माणसेही तऱ्हेतऱ्हेची. तरुण व म्हातारी. कामाची व रिकामी. गरीब व श्रीमंत. दुःखी व सुखी. त्या विशिष्ट क्षणी एकमेकांजवळ आलेल्या त्या माणसांचे एकमेकांशी काही नाते असेल? वाटेत अचानक ओळखीची माणसे भेटतात हे खरे, पण असे प्रसंग तुरळकच. एरवी आयुष्यातला अर्धा अधिक वेळ अनोळखी माणसांच्या सहवासातच जात असतो आणि जी ओळखीची, नात्याची असतात तीही अर्धीमुर्धी परकीच असतात! आणि तरीही सर्वांनाच परस्परांत काहीतरी सूक्ष्म, संदिग्ध नाते जाणवत असते. ते नेमके कोणते हे निश्चित न होताच बहुतेकांची आयुष्ये पुढे सरकत असतात. निरर्थक, निरुपयोगी, गोष्टी करण्यातच काळ वाया जात असतो....

हॉस्पिटलच्या तळमजल्यावर लिफ्टची वाट पाहत असताना जावडेकरांच्या मनात असे काहीकाही येत होते. भेटण्याची वेळ सुरू होण्याच्या ठोक्याला ते तिथे येऊन पोहोचले होते. बसचा कष्टाचा प्रवास. शिवाय ही रस्त्यावरची गर्दी. ती पाहूनच ते थकले होते. मनात परतीच्या प्रवासाची काळजी. बस वेळेवर येईल का? निदान उभे राहायला तरी जागा मिळेल का? आवारात गाड्या येत होत्या. त्यांच्यातून उतरणाऱ्या माणसाकडे पाहताना वाटत होते, ही किती सुखी! अलगद पोहोचली, अलगद परत जातील. आपल्यासारखे प्रवासाचे कष्ट नाहीत. पण त्यांनाही आपल्यासारखे लिफ्टच्या रांगेत उभे राहावे लागतेच आहे.

माणसामाणसांतच असलेले हेच ते नाते? वाट पाहत राहणे. पण नेमकी कशाची? एखाद्या निरर्थक, निरुपयोगी गोष्टींचीच? आपण त्रास सोसत तेथे आलो. गेले तीन आठवडे हॉस्पिटलला असलेल्या काळ्यांना भेटण्यासाठी. येणे आवश्यक होते का? त्यांच्या मुलांकडे फोनवरून चौकशी केली असती तरीही कदाचित चालले असते.

सुमतीबाईंची तीच सूचना होती.

"इतक्या लांब जायचं? काही गरज आहे का? पाच मिनिटे भेटण्यासाठी पाच तास घालवायचे! त्यांना बोलण्याची तरी परवानगी आहे की नाही, कुणास ठाऊक!"

"आहे. आय.सी.यू.मधून बाहेर येऊन आठ दिवस झाले. आता चालायलासुद्धा सांगितलं आहे. परवा कुट्टी जाऊन आला तो सांगत होता."

"असेल. पण तुम्ही तुमच्या तब्बेतीचाही विचार करा ना. गेला नाहीत तर कुणी काही म्हणणार आहे का?"

"त्यासाठी नव्हे, आपल्याच समाधानासाठी जायचं. काही झालं तरी जुना सहकारी. जवळजवळ सहा वर्षं आम्ही बेळगावला एका कॉलेजात काम केलं. योगायोगानं एकाच उपनगरात राहायला आलो."

"पण फारसं जाणंयेणं कुठे असतं तुमचं?"

"अगं, एरवीची गोष्ट वेगळी. आजारी माणसाला बरं वाटतं. झेपतं आहे म्हणून जातो. उद्याचं कुणी सांगावं?"

"जा. मी आड नाही येत. पण सांभाळून जा मात्र."

"काळजी करू नकोस."

हे संभाषण मनात आठवत असतानाच लिफ्ट आली. जावडेकर आत शिरले. वीस-पंचवीस माणसांबरोबरचा मिनिटभराचा प्रवास. ही माणसे आपली कोण? रांगेतली, रस्त्यातली माणसे आपली कोण होती? आणि काळे तरी आपले कोण? या सगळ्याच प्रश्नांना उत्तर होते, आणि नव्हतेही. या क्षणापुरते तरी एक उत्तर सुचले होते. ही सगळीच वेदनेचे, व्याधीचे भान असलेली माणसे आहेत. जवळच्या-दूरच्या माणसांच्या वेदना, व्याधी क्षणभर तरी हलक्या करायला ती निघाली आहेत. त्यात थोडा उपचार असेलही. पण आत कुठेतरी हे सगळे त्यांना उमगले आहे, त्यांच्यापर्यंत जाऊन पोहोचले आहे. त्यांना ते स्पष्टपणे जाणवलेले असो वा नसो!

जावडेकरांना मात्र ते नेहमी जाणवे. त्या जाणिवेची जणू उजळणी करण्यासाठी ते हॉस्पिटलमध्ये जात. काही माणसाप्रमाणे, 'पाहवत नाही, उदास वाटते' असे म्हणून टाळत नसत. त्यांना ती टाळाटाळ, तो युक्तिवाद अनैतिक वाटे;

स्वतःच्या निरोगीपणाबद्दलचा अहंकार वाटे. पण कशावरून एक दिवस आपणही यासारख्या एखाद्या हॉस्पिटलच्या खोलीत असणार नाही? कोणत्याही क्षणी... साठी उलटलेल्या माणसांची तरी त्यासाठी तयारी पाहिजे. मृत्यू नावाच्या अटळ वास्तवाला धीराने सामोरे जाण्याचा तोच एक मार्ग!

"आठ!" लिफ्टमनने पुकारा केला.

जावडेकरांसकट आणखी पाच-सहा माणसे लिफ्टमधून बाहेर पडली. आपापल्या पेशंटला पाहण्यासाठी पांगली.

जावडेकर क्षणभर अडखळले. प्रशस्त लाउंज, भेटीला आलेल्या माणसांना बसण्यासाठी खुर्च्या. काही खुर्च्या भरलेल्या, काही रिकाम्या. एकदोन खुर्च्यांवर नटलेल्या स्त्रिया. मोकळ्या जागेत बागडणारी मुले. हसतखेळत चाललेल्या गप्पा. जावडेकरांच्या मनात आले, ही काय समारंभाची जागा आहे की सहलीची? एकूण वातावरण तसेच मोकळे. हा श्रीमंतांचा वॉर्ड म्हणून? महापालिकेच्या इस्पितळातही ते अनेकदा गेले होते. तिथे गरीब, भ्यालेली माणसे दिसायची. त्यांच्या पावलांत आपल्या आजारी माणसाला भेटण्याची ओढ असायची. हातात एखादी पुरचुंडी किंवा डबा. त्यांच्या अंगावर मळके कपडे असायचे. म्हणजे हा गरीब-श्रीमंतांमधला फरक? तसे नव्हे, व्याधी जडतात त्या काही तुमच्या आर्थिक परिस्थितीचा अंदाज घेऊन नव्हे! हा फरक कदाचित त्या व्याधींकडे पाहण्याच्या दृष्टीतला आहे. हे अटळ आहे. मग दडपून कशासाठी जायचे? उलट ते दडपण झुगारावे, विसरावे. आजारी माणसालाही त्याचे स्मरण होणार नाही असे वागावे... असे वागणे काही चुकीचे नाही. जावडेकरांना हा विचार अधिक पटला. त्यांनीही काळ्यांना देण्यासाठी गुलाबाची फुले घेतली होतीच की! ती हातात देऊन 'गेट वेल् सून' अशी शुभेच्छा ते देणार होतेच. आत कुठेतरी मृत्यूचा स्वीकार करूनही, त्याच्यापासून शक्य तेवढे दूर राहण्याचा प्रयत्न प्रत्येक जण करीत असतो!.. मग या स्त्रियांचे काय चुकले? या बागडणाऱ्या मुलांना तर अजून काही समजलेलेच नाही!

ते वातावरण पाहून जावडेकरही मोकळे झाले. काळ्यांशी दहा-पंधरा मिनिटे अगदी प्रसन्नपणे गप्पा मारायच्या असे ठरवून ते काळ्यांची खोली शोधू लागले. आठशेसहा नंबर. म्हणजे डाव्या हाताला असेल की उजव्या हाताला? सुदैवाने एक नर्स भेटली. तिने चट्कन वाट दाखवली.

ती डाव्या हाताची शेवटची खोली होती. स्वच्छ, हवेशीर. कॉरिडॉरच्या टोकाला असलेल्या मोठ्या खिडकीतून मुंबईचे दर्शन. गगनचुंबी इमारती. अधूनमधून जुनीपुराणी घरे, झाडे आणि दूर सौम्य उन्हात चकाकणारे निळे समुद्रपाणी. जावडेकरांनी ते दृश्य चट्कन टिपले आणि आठशेसहा नंबरच्या दारावर टकटक केली.

"या... आत या..." उत्तर आले.

दार उघडेच होते.

"अरे, तुम्ही?" काळ्यांच्या चेहऱ्यावर आनंद होता.

"हो. आता भेटायला हरकत नाही असं कळलं, तेव्हा म्हटलं जावं."

"बरं केलंत. दहा दिवस आय.सी.यू.मध्ये होतो. नंतर इथं सुदैवानं छान खोली मिळाली आहे. टू- सीटर आहे एवढीच काय ती अडचण. नाही म्हटलं तरी प्रायव्हसी कमी होते."

जावडेकरांनी पलीकडे पाहिले. जाड पडदा होता. पेशंट असणारच. पण बाकी काही हालचाल दिसत नव्हती.

"वहिनी कुठे आहेत?"

"घरी. ती सगळं आटोपून रात्री येते. संध्याकाळी अनिल येईल. मीच म्हटलं, व्हिजिटिंग अवर्समध्ये कुणी ना कुणी येतंच. तेव्हा ते दोनअडीच तास तुम्ही कोणी नसलात तरी चालेल. नातू असतो. तो बसला असेल लाउंजमध्ये. काही लागलंच तर बोलावून घेतो. पण तशी गरज भासत नाही. एकूण सगळं ठीक आहे. इट वॉज अ क्लोज शेव्ह... पण देवाची कृपा!"

जावडेकरांच्या आठवणीप्रमाणे काळे नास्तिक होते. पण त्या जुन्या गोष्टी झाल्या. माणसे बदलतात... इतक्या मोठ्या आजारानंतर तर नक्कीच बदलतात!

जावडेकरांनी विषय बदलला. आजारासंबंधी काहीच बोलायचे नाही असे त्यांनी ठरवले होते. फार वेळ बसायचे नाही असेही.

"आज बसनं आलो. मुंबईतली गर्दी दिवसेंदिवस वाढतेच आहे हो!"

"तर काय! आपण खारला राहतो म्हणून सुखी आहोत. बेळगाव तर फारच शांत होतं. काय छान गेले ते दिवस, नाही?"

विषय सापडला. बेळगाव! अशा वेळी जुन्या, सुंदर आठवणीत रमण्याइतके सुख नाही!

बेळगावचे निवांत आयुष्य. कॉलेजातले खेळीमेळीचे वातावरण. अभ्यासू विद्यार्थी. आडगाव असूनही सिद्ध असलेले ग्रंथालय. झपाटून वाचलेली विविध पुस्तके. संध्याकाळी क्लबवर जमणारा ब्रिजचा अड्डा. बेळगावी तूप. तिथे मिळणारा खास वासाचा तांदूळ...

"काळी गजवेल किंवा असंच काहीतरी नाव होतं नाही?"

"हो. सप्रेच्या घरी तो भात अन् पिठलं ओरपायचो आपण. ती चव नंतर लागली नाही."

"सप्रेवहिनी मांडेही काय छान करायच्या!"

"त्यांचा काही पत्ता?"

"तिथंच असतात. कधीतरी एखादं पत्र असायचं पूर्वी. आता तेही नाही. नो

न्यूज इज गुड न्यूज.''

''मला पत्ता द्या. मी एखादं पत्र लिहीन,'' जावडेकर म्हणाले.

''जरूर. त्यांना आनंद होईल. त्यांच्या मनात काहीतरी सल आहे.''

''मला ठाऊक आहे. उगाच गैरसमज करून घेतला आहे त्यांनी. तो दूर करतो. त्यांची क्षमा मागून टाकतो. आता शेवटी शेवटी कशाला अकारण टोचण्या? माझं तसं काही चुकलं नव्हतं. पण जाऊ दे. मनं मोकळी होऊ देत.''

''यू आर राइट!''

आणखीही काही जुन्या आठवणी. काळ्यांनी निवृत्तीनंतर बेळगाव सोडले. जावडेकर मात्र मुंबईला आले. तिथे उरलेली वर्षे नोकरी केली. ते आयुष्य तेवढे सुखाचे नव्हते. पण अधिक अवसर मिळेल म्हणून त्यांनी मुंबईच्या कॉलेजात येण्याचा निर्णय घेतला होता. तसे काहीच घडले नाही. कारण...

जावडेकरांनी त्या कटु आठवणी निग्रहाने बाजूला सारल्या.

''आता वाटतं, मीही तिथंच राहायला हवं होतं. भलत्या माणसांशी संपर्क आला नसता.''

''कदाचित. पण तशी माणसं सगळीकडेच असतात. मलाही त्यांची अगदीच झळ लागली नाही असं नव्हे!''

''तेही खरंच. अलीकडे मनात येतं, अशा माणसांनाही भेटलं पाहिजे. सगळं बोलून टाकून हलकं झालं पाहिजे...''

संभाषण गंभीर वळण घेऊ लागले होते. तेवढ्यात काळ्यांची काही नातेवाईक मंडळी आली. त्यांना पाहून जावडेकर चट्कन उठले. काळ्यांचा निरोप घेत म्हणाले, ''घरी आल्यावर फोन करा. सवडीनुसार चक्कर टाकीन.''

''अवश्य! फार बरं वाटलं आज.''

काळे अगदी मनापासून म्हणाले हे जाणवत होते. म्हणजे आजची खेप ही एक निरर्थक, निरुपयोगी गोष्ट नव्हती तर! नव्हतीच. सप्रेना पत्र लिहिण्याचा महत्त्वाचा निर्णय त्यांनी घेतला होता. लगेचच. कदाचित आज रात्रीच लिहून ठेवू व पत्ता मिळाला की पोस्टात टाकू. अशा गोष्टींना विलंब नको. लवकरात लवकर मोकळे, हलके व्हावे हे बरे.

ऊन उतरत होते, हवेला येऊ घातलेल्या सांजवेळेचा ताजा वास होता.

तो वास साठवून घेतच जावडेकर घरी पोहोचले.

पुढच्या एकदोन दिवसांतच जावडेकरांनी सप्रेना एक सविस्तर पत्र लिहिले. लिहिताना छान मूड लागला होता. पुष्कळ आठवणी कागदावर उतरत होत्या. लिहिता लिहिता क्षणभर थांबून जावडेकरांनी स्वतःलाच प्रश्न केला, 'इतके निकटचे स्नेही होतो आपण, मग दुरावलो कसे? तसे गंभीर काहीच घडले नाही. त्या दिवशी

क्लबमध्ये आपण किंचित तुसडेपणाने वागलो. त्यानंतर सप्रे आपल्याला टाळू लागले. ताण निर्माण झाला. खरे तर किती साधी गोष्ट होती. तिथल्या तिथे धसाला लावून संपवायला हवी होती. पण आपण दोघांनीही ते केले नाही. दुरावा वाढला - आणि सप्रेंचा निरोप न घेताच आपण बेळगाव सोडले. तेही आले नाहीत. चुकलेच आपले. त्यांचेही. त्यांनाही असेच वाटत असेल का? कोण जाणे. पण आपल्याला वाटते आहे ते प्रामाणिकपणे कबूल करून मोकळे व्हावे. आयुष्याच्या संध्याकाळी सल नकोत मनात.

मनातले हे विचार कागदावर उतरत होते. जावडेकरांनी शेवटी लिहिले, 'मुंबईला कधी येता की नाही? या. आपण भेटू; मनसोक्त गप्पा मारू. जुने दिवस आठवू.'

पत्र लिहून झाल्यानंतर त्यांना मोकळे वाटले. आता पत्ता मिळाला की लगेचच पोस्टात टाकायचे. काळ्यांच्या मुलाकडे पत्ता असण्याची शक्यता नाही. ते स्वतः घरी येईपर्यंत थांबले पाहिजे. ते आले की लगेचच त्यांच्या घरी जाऊ- निदान फोनतरी करू.

त्यांनी ते पत्र नीट घडी करून, पाकिटात घालून कपाटात ठेवून दिले.

"काय ठेवलंत?" सुमतीबाईंनी विचारले.

"एक फार महत्त्वाचं पत्र!" त्यांनी मजकूर सांगितला.

"हात्तीच्या! लहान लहान गोष्टींना किती महत्त्व देता! ते सप्रे आता भेटले काय अन् न भेटले काय... काय फरक पडतो?"

"फरक पडतो! तुला समजायचं नाही!"

विषय तेथेच संपला.

दोन आठवडे उलटले. खूप पाऊस कोसळत होता. त्यामुळे कुठे जाणे-येणे नाही. फोनही अधूनमधून बंद. जुनी पुस्तके वाचणे व टीव्हीवरचा एखादा कार्यक्रम पाहणे एवढाच काय तो विरंगुळा. त्यातच जावडेकरांना थोडा ताप येऊन गेला. तसे काळजी करण्याजोगे काही नव्हते. पण तरीही हुरहुरल्यासारखे वाटत होते. भीती नव्हे, पण अस्वस्थता, अनिश्चितता. अलीकडे अनेकदा ती भावना मनाला स्पर्श करून जायची. एखादाच क्षण. तो उलटला की पुढच्याच क्षणी वर्तमान आयुष्याशी सूर जुळायचा, पण ती भावना मनाच्या एखाद्या अंधाऱ्या कोपऱ्यात लपलेली असायचीच, उंच वाढलेल्या, गच्च पानांनी भरलेल्या एखाद्या झाडाच्या छतात पाकोळी बसलेली असावी तशी. झाडाच्या सळसळीत त्या पाकोळीचे क्षीण फडफडणे नेहमीच ऐकू येत नसे. पण कधीतरी फक्त ते फडफडणेच...

एका सकाळी पाऊस अचानक थांबला. स्वच्छ ऊन पडले. प्रसन्न वाटले. जावडेकरांनी लायब्ररीत जाऊन एकदोन नवी पुस्तके आणण्याचा बेत केला. त्यातले एक जुनेच. आता मिळेल की नाही कुणास ठाऊक. हेमिंग्वेचे 'अ मूव्हबल फीस्ट.'

पाठकांकडे एक प्रत होती. अजूनही असेल. पण त्यांच्याकडे कोण जाणार? लायब्ररीतच शोधावी हे बरे! ऊन असेपर्यंतच जाऊन यावे. पुन्हा पाऊस कधी सुरू होईल याचा काही नेम नाही!

जावडेकर जरा घाईतच सकाळची कामे आटोपत होते. त्यांनी वर्तमानपत्रेही नीटशी पाहिली नव्हती.

"बातमी वाचलीत ना?" सुमतीबाईंनी विचारले.

"कोणती?"

"प्राचार्य पाठक काल गेले!"

"काय सांगतेस! माझ्या नजरेतून कशी निसटली ही बातमी?"

"मलाही आश्चर्य वाटलं. म्हटलं, तुम्ही काहीच कसे बोलला नाहीत? मग वाटलं, नसेल तुम्हाला तो विषय काढायचा."

"तसं नव्हे गं... वाचलंच नाही!"

"बॉम्बे हॉस्पिटलमध्येच होते म्हणे."

जावडेकर चमकले. एकात एक किती योगायोग. आजच ते पुस्तक वाचावेसे वाटणे. आजच ती बातमी समजणे... आणि जिथे पंधरवड्यापूर्वी गेलो होतो, तिथेच. ते स्वस्थ बसून राहिले. बाहेर पडण्याचा विचार त्यांनी रद्द केला होता.

मन पुन्हा भूतकाळात. पाठकांचे व आपले नेमके केव्हा बिनसले? चार वर्षे एकाच विभागात सहकारी म्हणून एकोप्याने काम केले. ते राज्यशास्त्र विभागाचे प्रमुख. बऱ्यापैकी वाचन असलेले, पण अध्यापन व्यवसायात फारसा रस नसलेले. त्यांना हवी होती सत्ता. फारसे काम न करता सत्त्वर मिळणारा लौकिक. प्रमुख असल्यामुळे हे सगळे त्यांना अधूनमधून मिळालेही. आपली त्याबद्दल कधीच तक्रार नव्हती; पण बाहेरची माणसे पाठकांइतकीच आपल्यालाही ओळखायची. आपल्या एखाद्या व्याख्यानाची, लेखाची किंवा सेमिनारमध्ये वाचलेल्या निबंधाची तारीफ व्हायची पाठकांच्या देखतच. त्यांच्या चेहऱ्यावर नाराजीच्या छटा दिसत. पण ते उघडपणे काही बोलत नसत. आपल्याला उत्तेजन दिल्यासारखे भासवत. आपणही समजून न उमजल्यासारखे दाखवत असू. तात्पुरता ताण असायचा. पण नंतर सगळे पूर्ववत व्हायचे. दिल्लीच्या सेमिनारनंतर मात्र...

तो खूप महत्त्वाचा सेमिनार होता. परदेशी विचारवंतही सहभागी होणार होते. सेमिनारचे आमंत्रण जावडेकरांना आले, पण पाठकांना मात्र आले नाही! ते वाट पाहत होते. पण शेवटी त्यांनी ओळखले. मग वेगळाच पवित्रा. स्टाफरूममध्ये काही सहकाऱ्यांदेखत ते म्हणाले, "दिल्लीला सगळी वशिलेबाजी चालते. अशा ठिकाणी कुणी बोलावलं तरी मी जाणार नाही!"

त्या वेळी मात्र गप्प बसणे अशक्य झाले. जावडेकरांनी ताड्कन उत्तर दिले,

''मी वशिला लावलेला नाही. ते तंत्र मला ठाऊक नाही. त्या विषयात माझं काम आहे म्हणून मला बोलावलं असावं असा माझा तर्क आहे. मी काम करतो हा माझा दोष मानता येणार नाही!''

हा टोला पाठकांच्या वर्मी झोंबला. ते न बोलता तिथून बाहेर पडले. त्यानंतर ते पूर्वीच्या खेळीमेळीने जावडेकरांशी कधीच बोलले नाहीत. जावडेकरांनीही फारसे काही वाटून घेतले नाही. औपचारिक संबंध चालू ठेवले, पण दुरावा वाढतच गेला.

कालांतराने पाठक प्राचार्य झाले आणि ती सत्ता एक शस्त्र म्हणून वापरायला त्यांनी सुरुवात केली. या खेळाचाही जावडेकरांवर फारसा परिणाम झाला नाही. ते म्हणायचे, ''मी माझं काम मन लावून करतो. माझं कोण काय वाकडं करणार? शिवाय मी कोणत्या स्पर्धेतही नाही!''

हे खरेच होते. पण जावडेकरांची सरळ वाट अडवू शकेल असे बरेच काही पाठकांच्या हाती होते. बारीकसारीक गोष्टींची चिंता नव्हती, पण त्यांनी पीएच. डी. पूर्ण करण्यासाठी वेळ मिळावा व आर्थिक नुकसान होऊ नये म्हणून यू.जी.सी.कडे अर्ज केला होता. यू.जी.सी.च्या एका योजनेनुसार त्यांना तीन वर्षांची रजा मिळू शकली असती. तेवढ्या अवधीत काम सहज पूर्ण झाले असते. पण पाठकांनी ही संधी त्यांना मिळू दिली नाही. त्यांच्या डावपेचाबद्दल इतरांकडून कळले. जावडेकर दुखावले, खंतावले. त्यांना वाटले, इतक्या थरापर्यंत माणसे का जातात? वैयक्तिक अहंकारापोटी सरळ, साध्या गोष्टीही अवघड का करतात? हे प्रश्न व्यर्थ आहेत. सर्वत्र हाच प्रकार कमी-अधिक प्रमाणात आहे हेही त्यांना ठाऊक होते, पण तरीही खंत संपली नाही.

ती एक संधी हुकली. कौटुंबिक अडचणीही आल्या. त्यामुळे पीएच.डी.चे काम अर्धवट राहिले. जावडेकरांची उमेदच संपली. पीएच.डी नसल्यामुळे विद्यापीठाकडे जाणारा मार्गही बंद झाला. तिथे जाता आले असते तर अधिक जोमाने काम करता आले असते. पण निवृत्त होईपर्यंत महाविद्यालयाच्या त्या दिवसेंदिवस शुष्क, यांत्रिक, बनत चाललेल्या अध्यापनातच खितपत पडावे लागले.

हा सल रुतून बसला.

निवृत्त झाल्यानंतर पाठक मुंबई सोडून गेले असे कानावर आले. पण जावडेकरांनी कसलीच चौकशी केली नाही. तो विषयच मनातून काढून टाकला.

या गोष्टीला सात-आठ वर्षे होऊन गेली!

आणि आज पुन्हा पाठकांचे नाव ऐकले. त्यांचा मृत्यू त्याच हॉस्पिटलात... त्यांनीच पूर्वी वाचायला दिलेल्या एका पुस्तकाची आठवण मनात जागी झाली असताना. विलक्षण योगायोग!

काही वेळाने काळ्यांचा फोन आला. ''घरी आलो आहे. येणार म्हणाला

होतात. येता का? सप्रेचा पत्ताही शोधून ठेवला आहे.''

''येतो.'' जावडेकरांनी चट्कन उत्तर दिले. त्यांनाही कंटाळा आला होता. काळ्यांचे घर फार दूर नव्हते. रिक्षा करून जाऊन यायचे असे जावडेकरांनी ठरवले. त्यांनाही कंटाळा आला असेल... गप्पा माराव्याशा वाटत असतील. आपण नेहमी भेटतो असं नव्हे. पण सध्या त्यांना गरज असेल तर काय हरकत आहे? त्यांच्याकडे एखादे पुस्तकही मिळेल. ते वाचण्यात दुपार घालवता येईल.

खरे तर वेळ कसा घालवावा हा प्रश्न जावडेकरांना कधीच पडला नाही. ते काहीना काही काम करीत असत. त्यात व्यग्र राहत. पण आज मात्र चित्त विचलित होते खरे. सुमतीबाईंना 'काळ्यांकडे जाऊन येतो' असं सांगून जावडेकर घराबाहेर पडले.

पाऊस पडतच होता.

काळे आनंदात दिसत होते. तो मृत्यूच्या प्रदेशात जाऊन सुखरूप परतलेल्या माणसाचा आनंद होता.

''डॉक्टर म्हणाले, फार गंभीर ॲटॅक नव्हता. तरीही काळजी घ्या. औषधं चुकवू नका. ती नियमानं घेतो. पथ्य करतो. आयुष्य कुणाला नको आहे? काही म्हणा जावडेकर, आयुष्य किती हवहवंस असतं. आपली जगण्याची इच्छा किती तीव्र असते हे कळण्यासाठी तरी आपल्याला एखादा गंभीर आजार व्हायला हवा. तो आपला दृष्टिकोनच बदलून टाकतो. रागलोभ-सगळं व्यर्थ वाटू लागतं. निदान तात्पुरतं!''

''खरं आहे. सप्रेचा पत्ता...''

''देतो. इथंच आहे'' असे म्हणून तो-कागद जावडेकरांच्या हातात देताना काळे म्हणाले, ''आजची बातमी वाचलीत ना?''

''कोणती?''

''पाठकांच्या निधनाची.''

''हो.''

''मी त्यांना ओळखत नव्हतो. हॉस्पिटलात ओळख झाली.''

जावडेकर गप्प राहिले. काळ्यांना त्यांच्या बेळगाव सोडल्यानंतरच्या आयुष्याची फारशी कल्पना नव्हती. तेवढा संबंधही नंतर आला नाही. जेव्हा आला तेव्हा जुन्याच गोष्टी निघायच्या. नंतरच्या आयुष्याबद्दल जावडेकरही काही बोलले नव्हते. इतके दिवस टाळले ते आता बोलण्यात काही मतलब नव्हता.

काळेच पुढे म्हणाले, ''दयनीय अवस्था होती त्या माणसाची. कुठल्याशा कॉलेजात प्राचार्य होता म्हणे. चांगला हुशार, प्रतिष्ठित. पण आजारानं पार धूळधाण केली.''

“काय झालं होतं?”

“हार्ट ॲटॅकच. पण काही वर्षांपूर्वी अर्धांगवायूचा झटकाही येऊन गेला होता म्हणे. त्यामुळे डावा हात लुळा पडला होता. बोलणंही अस्पष्ट झालं होतं. खूप बोलावंसं मात्र वाटायचं त्यांना. गंमत म्हणजे त्यांची कुणी माणसं फारशी येत नसत. मग आमच्या माणसांकडेच काहीना काही बोलत राहत. एरवी स्वस्थ पडून राहायचे. कसा वेळ घालवत होते कोण जाणे. माझ्याकडे सारखं कोणी ना कोणीतरी असायचं. यांच्याकडे मात्र... माझ्यावर जर असा प्रसंग आला असता ना, तर...”

जावडेकरांचे काळ्यांच्या बोलण्याकडचे लक्ष उडाले होते. पाठक इतके एकाकी, दुबळे झाले होते? त्यांच्या कुटुंबाबद्दल फारशी कल्पना नव्हती, पण मोठे कुटुंब असावे. मित्रपरिवारही मोठा असावा. त्यांच्या बोलण्यात पुष्कळांचे उल्लेख यायचे. ती सगळी माणसे कुठे गेली? तुटली तर नाहीत? पण अशा विकल अवस्थेतही त्यांना माणसांचा आधार मिळू नये म्हणजे... आपल्याला वेळेवर कळले असते तर आपण नक्की गेलो असतो. विचारपूस केली असती. कदाचित.

जावडेकरांच्या विचारांची साखळी एकदम तुटली. इतके सगळे काळ्यांना तरी कसे कळले? ते दोघे एकाच मजल्यावर, शेजारी शेजारी होते, की... त्या शंकेने जावडेकरांचे हृदय धडधडू लागले. विचारल्याखेरीज राहवेना.

“अहो, एका मजल्यावर नव्हे, एकाच खोलीत तर होतो आम्ही. मधे फक्त एक पडदा! तुम्हाला आठवते ना माझी खोली? मी बाहेर होतो?, ते आत. तुम्ही आलात तेव्हा मी एकटाच होतो. ते तर नेहमीच एकटे असत!”

शंका खरी होती हे कळताच जावडेकर हादरले. हा तर अतर्क्यच योगायोग! काळ्यांना बिचाऱ्यांना काय माहीत? आपण गप्पा मारत बसलो. त्यांना ठाऊक असतं तर त्यांनी तो पडदा बाजूला सारला असता कदाचित. त्यांनी कशाला, आपणच!

जावडेकर खोलीत गेले. काळे म्हणाले, “प्राचार्य पाठक पलीकडे आहेत.”

“असं? त्यांनाही भेटतो.”

“अवश्य. त्यांना कुणी आलं की फार बरं वाटतं.”

हे अगदी हलक्या आवाजात. काळ्यांशी बोलून झाल्यानंतर जावडेकर पलीकडे गेले.

“ओळखलंत का मला?”

“अरे? तुम्हाला कसं कळलं?” पाठकांच्या चेहऱ्यावर त्या अनपेक्षित भेटीचा आनंद होता.

“आत्ताच. काळ्यांकडे आलो होतो. ते म्हणाले. कसे आहात?”

"ठीक! या वयात काही ना काही कुरबुर असतेच. त्यात हा एक मोठा फटका."

"बरे व्हाल."

"हं! जाऊ दे तो विषय. तुमच्याबद्दल सांगा : काय चाललं आहे आजकाल? खूप वर्षांत भेट नाही. अधूनमधून लेख वाचतो. मध्यंतरी एका पुस्तकाचं परीक्षणही पाहिलं."

"लिहितो काहीकाही! स्वत:ला व्यग्र ठेवलं पाहिजे."

"कॉलेजातल्या मंडळींपैकी कुणी भेटतं?"

"फारसं नाही. एक दोघांशी संपर्क आहे. तोही फोनवरून. बाकीचे कुठेकुठे पांगले कोण जाणे!"

"छान दिवस होते ते. आठवणी आल्या तरी बरं वाटतं. रुखरुखही वाटते..."

जावडेकरांना वाटले, आता ते यू.जी.सी. प्रकरणाबद्दल बोलणार. त्यांना ते टाळायचे होते. जुन्या गोष्टी उकरण्यात काय अर्थ? घडायचे ते घडून गेले. त्याचा त्या वेळी त्रासही झाला. पण एकदा ते व्यावसायिक आयुष्य संपल्यानंतर हुकलेल्या संधीबाबत तेवढी हळहळ वाटतही नाही. कुठल्याही वाटेने चालले तरी शेवटी एका टप्प्यापाशी येऊन आयुष्य थबकते... एक न चुकवता येणारी संध्याकाळ आयुष्यात येऊन उतरते. त्या वेळी प्रकाशापेक्षा अंधारच अधिक खरा वाटतो. स्निग्ध आठवणींचे दिवे लावावेसे वाटतात. तो दिवा-त्यातला एखादा दिवाही विझवणारा वाऱ्याचा झोत नकोसा वाटतो.

"जाऊ द्या! पुन्हा येईन. येताना तुमचं आवडतं पुस्तक घेऊन येईन. 'अ मूव्हेबल फीस्ट!' तुमच्याकडूनच घेतलं होतं, आठवतं ना?"

"ऑफ कोर्स! व्हॉट अ वंडरफुल बुक!"

"या वयात त्या प्रकारच्या मेजवान्यांची स्थलांतरं करायची. त्या स्मृती कुठंही आपल्या बरोबर यायला तयार असतात, हे किती चांगलं."

हे ऐकताना पाठकांचा चेहरा उजळला होती. त्यांनी जावडेकरांचा हात हातात घेतला. त्या स्पर्शाची ऊब जाणवली. निखळलेली कडवी जुळून आल्यासारखे वाटले.

"निघतो. पुन्हा भेटू."

जावडेकरांनी निरोप घेतला. बाहेर पडताना मनात आले, पुन्हा कदाचित भेटणारही नाही..."

तसले निरोपही अटळ असतात!

जावडेकर एकदम भानावर आले. हे काही घडलेच नाही, पाठक निरोप न घेताच गेले.

...आपण काळ्यांशी बोलत होतो. आपला आवाज त्यांनी ऐकला असणार. ओळखलाही असणार. त्यांना काय वाटले असेल? हाक मारावीशी वाटली असेल? मारलेली हाक आपल्यापर्यंत पोहोचली नसेल? की आवाज ओळखल्यानंतर हा आपल्याला न भेटेल तर बरे, असे त्यांना वाटले असेल?

प्रत्यक्षात भेट झाली असती तर आपण काही बोललो असतो? मन मोकळे केले असते की गप्पच राहिलो असतो?

आता नुसते प्रश्न विचारीत राहायचे. उत्तरे ठाऊक नाहीत!

पण का कोण जाणे, मघाच्या भासात जे घडले तेच प्रत्यक्षातही घडले असते, असे वाटते आहे. अगदी आतून वाटते आहे. कारण पाठकांच्या आयुष्यातही तीच संध्याकाळ आली होती. स्निग्ध, आठवणींचे दिवे त्यांनीही लावलेले असणार... नक्कीच!

आणि सप्रे? त्यांचे काय? आपण लिहिलेले पत्र आज पोस्टात पडेल. ते वाचल्यानंतर त्यांना काय वाटेल? उत्तर लिहितील की...

जावडेकरांना एक दिवा विझल्याचा भास झाला. अलीकडे असेच होते. दिवे लागतात, दिवे विझतात. हाका ऐकू येतात, हाका ऐकू येत नाहीत, पडदा सरकतो, पडदा बंद राहतो.

-आणि मनात अचानक अंधार उतरतो!

ऋणानुबंध, दिवाळी १९९४

दिवे विझले

संध्याकाळी साडेसहा-सातच्या सुमारास एकाएकी सगळे दिवे गेले? पंखे बंद, टीव्ही. बंद, फ्रिज बंद. खरे तर त्यामुळेच दिवे गेल्याचे कळले. पाठोपाठ बातम्या येऊ लागल्या, 'पॉवर फेल्युअर. काही तरी मोठा घोटाळा आहे म्हणे. वीज कधी येईल, काही सांगता येत नाही.' 'गाड्या बंद आहेत. वृंदा अजून आलेली नाही. वाटेत कुठे अडकली नाही म्हणजे मिळवली!' बातमीला जोडून भेटणारा प्रत्येक जण आपली चिंता व्यक्त करू लागला. आमची मुलेही हवालदिल झाली होती. उकडत तर होतेच. बागेतही कुठे वारा नव्हता. मग खाली उतरून करायचे काय? घरात बसावे तर टीव्ही नाही! त्यांची ही तळमळ पाहून मला हसू येत होते, आणि लहानपणच्या आठवणीही येत होत्या...

वसुमतीने कपाटातल्या मेणबत्या काढून ठिकठिकाणी लावून टाकल्या होत्या. त्यांचा मंद उजेड सर्वत्र पसरला होता. फार शांत वाटत होते. मी तिला म्हटले, "आपला तो कंदील लाव गं. इथं आणून ठेव. मी वाचत बसतो काही वेळ. तोवर दिवे आले तर बघू. पण समजा नाही आले, तरी काय बिघडलं?' मेणबत्त्यांप्रमाणे कंदीलही हाताशीच असायचा. तेलवातीसकट सिद्ध. कारण मला अधूनमधून त्या मिणमिणत्या प्रकाशात बसावेसे वाटायचे. मुले चेष्टा करायची. त्यांचेही बरोबरच होते. कंदील ही गोष्ट कालबाह्यच झाली होती ना? पण मी अजून त्या काळातून मनाने पुरता बाहेर आलेलो नव्हतो; येणे शक्यही नव्हते.

...वसुमतीने कंदील टेबलावर आणून ठेवला होता. स्वच्छ, रांगोळीने घासलेली पारदर्शक काच. निमुळता आकार. अलीकडेच देऊन घेतलेला राखाडी रंग. आत तेवणारी स्थिर ज्योत. ती जराही फडफडत नव्हती; जणू एखाद्या स्थितप्रज्ञासारखी दिसत होती. मी वसुमतीला म्हटले, "त्या शेल्फवरची गीताही देतेस का प्लीज? जेवायला वेळ आहे ना अजून? तोपर्यंत वाचत बसतो."

"अनिलला ब्रेड आणायला सांगितलं आहे. लोणी, चटणी, काकडी आणि नंतर कॉफी. चालेल ना? या अंधारात चारीठाव स्वयंपाक कुठे करू?"

"नकोच करूस. मला ब्रेडऐवजी सकाळी केलेली भाकरी असेल तर तीसुद्धा चालेल."

"तुमच्या कंदील-संस्कृतीत भाकरीच अधिक फिट्ट बसेल, हे माझ्या लक्षातच नव्हतं आलं!" मुलांप्रमाणे वसुमतीही माझी चेष्टा करायची. कारण ती मुंबईची होती. तिला आमच्या गावातील जीवनसरणीचा अनुभव नव्हता. अधूनमधून माझ्याबरोबर बदलापूरला येत असे तेवढीच!

मी गीता उघडली. दुसरा अध्याय : 'स्थितप्रज्ञस्य का भाषा, समाधिस्थस्य केशव.' का कोण जाणे, मनातल्या मनात न वाचता मोठ्याने वाचावे असे वाटू लागले. त्या शांततेत स्वतःचा आवाज स्वच्छपणे ऐकू येऊ लागला... आणि हळूहळू त्यात अण्णांचा आवाज मिसळू लागला. काही क्षणानंतर उरला तो फक्त अण्णांचा आवाज : धीरगंभीर, भरदार 'स्थितप्रज्ञस्य का भाषा...'

...असाच कंदील लावलेला असायचा. अण्णा झोपाळ्यावर बसलेले असायचे. शेजारी अडकित्ता-सुपारी. कुणी ना कुणी भेटायला आलेले असायचे. गावातले, दूरचे. त्यांचे प्रश्न अण्णा शांतपणे समजून घ्यायचे. त्यांना काहीना काही सांगायचे. एखाद्या कागदावर सही करायचे. एखादे पत्र लिहून कुणाच्या तरी हाती द्यायचे... कधी गेलेल्या माणसाला परत बोलावून काहीतरी निरोप द्यायचे. आम्ही त्या बैठकीतला शेवटचा माणूस कधी जातो याची वाटच पाहत असायचो. तो एकदा गेला की अण्णा अडकित्त्याने सुपारी बारीक कातरायचे, आणि तिची एखादी दुसरी चकती तोंडात टाकत म्हणायचे, 'हं.. चला रे मुलांनो!'

मुले म्हणजे माधव, मधू आणि मी. माधव-मधू हे त्यांचेच मुलगे. मी शेजारचा. पण मी सदैव रानड्यांच्याच वाडीत असायचो. आई म्हणायची, "तेच बरं. इथं दहा माणसांच्या व्यापात तुझ्याकडे लक्ष द्यायला जमत नाही. अण्णांकडे जात जा. देवमाणूस आहे. तुझ्यावर चांगले संस्कार होतील!" माझे वडील मी चार-पाच वर्षांचा असतानाच वारले. त्यामुळे आईला सतत काळजी असायची. अण्णांनी तिला आश्वासन दिले होते, 'वहिनी, तुम्ही अजिबात काळजी करू नका. विनायक माझ्या माधव-मधूसारखा वाढेल. हुशार आहे मुलगा. मोकळेपणाने त्याला इथं पाठवत जा.'

"तुमच्या असंख्य व्यापात आणखी एक व्याप!"

"असं मनातही आणू नका. अहो, तरुण पिढी चांगली तयार व्हावी, पुढे निर्माण होणारे प्रश्न सोडवण्यासाठी बळकट व्हावी, म्हणूनच तर सगळी धडपड आहे ना माझी!"

मी चार-पाच वर्षांचा असल्यापासून अण्णांकडे जाऊ लागलो, तो अठरा वर्षांचा होईपर्यंत. माधव-मधू माझ्याच वयाचे. आमची मैत्री झाली. त्यांची बहीण कुसुम हीही मला बहिणीसारखी. शिवाय काकू, आत्या, आजी घरातला सदाशिव आचारीसुद्धा – सगळे मला त्यांच्यातलाच एक मानायचे. मला त्या घरात काही परकेपण उरलेच नव्हते. अठरा वर्षांनंतर मुंबईला काकांकडे गेलो. पुढच्या शिक्षणासाठी, व्यवसायासाठी तेच अधिक सोयीचे होते. पण दर रविवारी मी बदलापूरला न चुकता जात असे. आता वयोमानानुसार ताकद थोडी कमी झाली, मुंबईची गर्दीही वाढली. तेवढी धावपळ होत नाही. खरे तर तेवढा वेळही मिळत नाही. पण महिन्याभरात बदलापूरला एखादी फेरी झाली नाही तर मला चुकल्यासारखे होते. आता तर स्वतःची गाडी आहे. कधी लहर आली तर एखाद्या आडवारीसुद्धा जाऊन येतो... अण्णाही वाट पाहत असतात. माधव-मधू तिथेच आहेत. माधव शेतीची देखभाल करतो. मधूचे ऑफिस शेजारी कल्याणलाच आहे. त्यामुळे ते सर्व कुटुंब अजून जसेच्या तसे आहे. अण्णाच नव्हे, तर सगळे जणच माझी वाट पाहत असतात.

जुन्या आठवणी वेगाने येत आहेत, आणि अण्णांचा धीरगंभीर आवाजही कानात घुमत राहिला आहे. आता थकले आहेत. वय फार नाही. साठीच्या आसपास. पण आयुष्यभर केलेल्या धडपडीचा हिशेब आता कदाचित चुकता करावा लागतो आहे. त्यांच्याकडे पाहून मात्र तसे वाटत नाही! सदैव एखाद्या व्यापात, चळवळीत गुंतलेले. आम्ही त्यांना म्हणतो, 'सोडून द्या आता. विश्रांती घ्या.'

ऐकत नाहीत. ऐकणे शक्य नाही. माधव-मधू म्हणतात, "ऐकलं तर तुझंच ऐकतील. त्यांना विश्रांती तर हवीच आहे. पण आता काळही पूर्वीसारखा राहिलेला नाही. माणसं बदलत चालली आहेत. कुणाचा काही भरवसा नाही. त्याचा त्यांना मनस्ताप होतो. पण ऐकत नाहीत!"

"नका वाद घालू त्यांच्याशी. त्यांना असं गुंतलेलं, कार्यरतच राहू दे. शरीराचा, बुद्धीचा उपयोग करत राहिल्याखेरीज त्यांना चैन पडणं शक्य नाही."

हे संभाषण आमच्यात असंख्य वेळा झाले होते.

अण्णांचा आवाज कानात घुमतच होता. त्यांनी किती शिकवले, किती पाठ करून घेतले! अगदी संध्या, गायत्रीमंत्र यांच्यापासून गीतेपर्यंत. कैक स्तोत्रे, आरत्या, रामायण-महाभारतातील कथा, ज्ञानेश्वरीचे अध्याय. त्यांचे संथा देणे चालूच असायचे. जरा मोठे झाल्यानंतर त्यांनी इंग्रजी-मराठी पुस्तके वाचायला लावली.

"टॉलस्टॉयची एक कादंबरी वाचलीत तरी चालेल, पण ती लक्षपूर्वक वाचा. तुकाराम वाचा. दासबोध वाचा. या सगळ्यावर तुमचा तुम्ही विचार करा. वाचनाची सवय सोडू नका. अन् गीता ही तर नित्यपठणात असली पाहिजे. कर्मयोग आत्मसात करता आला पाहिजे. तरच आयुष्य मिळाल्याचं, जगल्याचं सार्थक होईल!"

मी जेव्हा जेव्हा जायचो; तेव्हा तेव्हा विचारायचे, "गीतापठण चालू आहे ना? मधू कंटाळला. माधवही कंटाळला. व्यापही खूप आहेत त्यांच्यामागे. पण तू खंड पडू देऊ नकोस."

"नाही अण्णा. आता माझं मलाच वाचल्याखेरीज चैन पडत नाही."

"तसंच झालं पाहिजे!"

सुदैवाने मुलांना त्यांच्या बोलण्यामुळे राग यायचा नाही. त्यामुळे माझ्यात व त्यांच्यात दुरावा निर्माण झाला नाही. ते अण्णांच्या इतर कार्यात त्यांना प्रेमाने मदत करायचे. पण मी गेलो की म्हणायचे, "काही प्रश्न निर्माण झाला की तुझीच आठवण होते. तूच योग्य तो निर्णय घेऊ शकतोस. अण्णा तुझं ऐकतातही."

वास्तविक अण्णांचे व माझे मार्ग आता किती वेगळे झाले होते! मी व्यवस्थापनाच्या क्षेत्रात. अण्णांनी काही काळ वकिली केली आणि नंतर स्वत:ला पूर्ण वेळ सामाजिक कार्यात गुंतवून घेतले. कायद्याच्या ज्ञानामुळे शेतकऱ्यांचे, दलितांचे, गांजलेल्या स्त्रियांचे विविध प्रश्न ते कौशल्याने सोडवू शकले. त्यांचे किती तरी खटले त्यांनी विनामूल्य चालवले. म्हणायचे, 'आता सनद ठेवली आहे, ती फक्त या कामासाठी!' या निष्ठेमुळेच अण्णा एकटे राहिले नाहीत. आजूबाजूचे ध्येयवादी तरुण त्यांच्याभोवती जमले. 'प्रवर्तन' ही संस्था त्यांच्यामुळेच उभी राहिली. पाहता पाहता महाराष्ट्रात तिचे जाळे पसरले. कधी एखादे आंदोलन, कधी एखादी निषेधसभा, कधी गंभीर परिसंवादात सहभाग. उद्देश एकच, 'आम्ही अन्यायाच्या विरोधात आहोत आणि विधायक कार्याला हातभार लावण्यास उत्सुक आहोत, एवढंच यातून प्रस्थापित झालं पाहिजे. आम्हांला प्रसिद्धी नको. आम्ही शांतपणे आमचं काम करू.' आणि ते काम चाललेच होते. त्यांनी आसपासची दोन-तीन गावे दत्तक घेतली होती. तिथे शाळा चालवल्या होत्या. शिवाय वेगवेगळ्या विषयांवर शिबिरे असायची. पूरग्रस्तांना, भूकंपग्रस्तांना साहाय्य करण्यासाठी कार्यकर्ते प्रत्यक्ष त्या त्या ठिकाणी पोहोचायचे. आपले वृत्तपत्रात नाव यावे यासाठी कोणतीच धडपड नव्हती. सगळे काम निष्ठेने, बांधिलकीच्या भावनेने.

हे अण्णांचे संस्कार होते!

'कर्मण्येवाधिकारस्ते मा फलेषु कदाचन...' मला मी तिसऱ्या अध्यायापर्यंत कधी येऊन पोहोचलो हे कळलेही नाही. अंतर्मनात अनंत आठवणी. त्या आठवणींच्या सोबतीने चाललेले पठण. ज्योत स्थिर होती. पण तिचा आकार लहान झाला होता. मी ती किंचित वर सरकवली. पुन्हा ती पूर्वीसारखीच तेवू लागली.

अजून दिवे आले नव्हते. वसुमतीची हाक कानावर आली. मला वाटले, जेवणासाठीच बोलावले आहे. – पण तिचे पुढचे शब्द कानावर आले, "बदलापूरचा फोन आहे. माधवराव बोलताहेत. लवकर घ्या."

"हॅलो, बोल..."
"उद्या इकडे येऊन जातोस का? येच."
"का रे? सगळं ठीक आहे ना? अण्णांची तब्येत..."
"काळजी करू नकोस. पण ये. वाट पाहतो."
"येतो. सकाळी आठ-साडेआठपर्यंत पोहोचतो."
"वाट पाहतो."
माधवने इतक्या तातडीने कशाला बोलावले असेल? तो दोनदा 'वाट पाहतो' असे म्हणाला... दिवे गेलेले. उद्यापर्यंत गाड्या चालू होतील ना?... नाहीतर कारने जायचे. गेलेच पाहिजे. वसुमतीलाही बरोबर नेऊ. कदाचित तिची मदत होईल.
"कशासाठी फोन हो?" वसुमती कानोसा घेत होती.
"काही कळत नाही. उद्या गेलं पाहिजे. तूही ये."
"ठीक. आता जेवून घेऊ. येता ना?"
थोडे खाऊन घेतले आणि स्वस्थ पडलो. झोप येईना. उकाड्यामुळे की अस्वस्थ वाटत असल्यामुळे, कोण जाणे! कधीतरी डोळा लागला. मध्यरात्री जाग आली, तेव्हा काही तासांपूर्वी थांबलेला पंखा फिरत होता. वसुमती अर्धवट झोपेत म्हणाली, "वीज आली वाटतं. बरं झालं!"
त्यानंतर मात्र गाढ झोप लागली. सकाळी उत्साह वाटत होता. तो कोवळा प्रकाश पाहून मनात येत होते, सगळे ठीक असेल. वारा अचानक थांबतो. प्रकाश अचानक हरवतो... आणि तितक्याच अचानक एखादी झुळूक येते, एखादा किरण येतो. पुन्हा सगळे पूर्ववत होते.
या विचारामुळे बदलापूरच्या प्रवासात मन प्रसन्न होते.
बदलापूरला वेळेवर पोहोचलो. घरात नेहमीसारख्याच, वर्षानुवर्षे परिचित असलेल्या हालचाली जाणवल्या. विहिरीजवळ जनी मोलकरीण, बागेत ग्यानबा, पुढच्या खोलीत माधव पेपर वाचत बसलेला. वहिनी त्याच्या हातात चहाचा कप देत होत्या. मधू बहुधा स्नान आटोपून देवपूजा करीत असावा. आत मुलांचे आवाज. सगळे नेहमीचेच. फरक फक्त दोनच : काकू माधवजवळच्या खुर्चीत बसल्या होत्या. या वेळी त्या कधीच बाहेर दिसत नसत. आणि अण्णा तिथे दिसत नव्हते. दोन-चार मंडळी थांबली होती. याचा अर्थ ते तात्पुरते आत गेले असावेत, किंवा...
मला राहवले नाही. मी थेट प्रश्न केला, "अण्णा कुठे आहेत?"
"आत!" माधवचे उत्तर.
"आलास, बरं झालं बाबा," काकूंचे कातर आवाजातील शब्द.
नेमके काय झाले आहे? काहीच कळेना.
"चहा वगैरे घे. मग आपण वरच्या खोलीतच जाऊ. तोपर्यंत मधूची पूजाही

आटोपेल. तू येणार म्हणून आम्ही दोघांनीही सकाळ मोकळी ठेवली आहे.''

''अण्णांना भेटून येतो.''

''इतक्यात नको. आपलं बोलून झाल्यावर.''

मी अधिकाधिक गोंधळू लागलो होतो. मनावर ताणही येऊ लागला होता. काही तरी गंभीर प्रकरण आहे खास! पण घाई करण्यात अर्थ नव्हता. मनाला आवर घातला, आणि शांतपणे चहा पिऊ लागलो. ताण वाढू नये म्हणून काहीबाही प्रश्नोत्तरे. काकू तिथेच बसलेल्या. त्यांचाही वरकरणी 'आणखी पोहे हवेत का?' असा आग्रह. मुलांची चौकशी. वसुमतीला उद्देशून एखादा प्रश्न. पण प्रत्येकाच्या मनात खदखदत होते ते काही वेगळेच!

शेवटी एकदाचा मधू बाहेर आला. त्याला पाहताच माधव म्हणाला, ''चल, वर जाऊ.''

वरच्या खोलीत आम्ही तिघेच. हे अण्णांचे ग्रंथालय. टेबलावर पुस्तके इतस्ततः विखुरलेली. अनेक वर्तमानपत्रे, फायली. अण्णा-काकूंचा तरुण वयातील एक फोटो. किती तेजस्वी दिसायचे अण्णा!

''आधी सगळं ऐकून घे. मग अण्णांबद्दल. आधीचं समजल्याखेरीज तुला काही उलगडा होणार नाही म्हणून.''

मी ऐकण्याच्या तयारीने खुर्चीवरच जरा पुढे सरकलो.

''मागे आपलं ओझरतं बोलणं झालं होतं. माणसं पूर्वीची राहिली नाहीत. अण्णांना हे कळतं, पण वळत नाही. किंवा ते हट्टानं दुर्लक्ष करतात. तुला तो संग्राम मोहिते ठाऊक आहे ना?''

''हो. एकदा भेटला आहे.''

''अण्णांचा उजवा हात. त्यांच्या वतीने तोच बरीच कामं बघतो. पण अण्णांशी त्याचे मतभेद होऊ लागले.''

''कशावरून?''

''त्याचं म्हणणं, आपल्या संस्थेला भरघोस आर्थिक साहाय्य मिळणं शक्य आहे. का नाही घ्यायचं? त्यामुळे संस्था स्वायत्त होईल. काय म्हणून मागे राहायचं? प्रसिद्धी का नाकारायची? उलट अशा तऱ्हेचं काम करणारी संस्था एका आडगावात आहे हे लोकांना कळलं पाहिजे. अण्णांना ते पटत नाही.''

''त्यांची भूमिकाच वेगळी आहे!'' मी म्हटले.

''तेच ना, पण संग्रामला पटत नाही. परवा आला अन् कार्यवाहपदाचा राजीनामा देऊन गेला. तेही ठीक आहे. जाताजाता अण्णांना म्हणाला, 'आता जरा आम्हा तरुणांचं ऐकायला शिका. काळ बदलला आहे. त्याला अनुसरून आपल्या कामाची पद्धतही बदलली पाहिजे.' अण्णांना ते सहन झालं नाही!''

"चार दिवस झाले, ताप आहे त्यांच्या अंगात." मधूने सांगितले.

"आणखी एक गोष्ट सांगतो. हुसेनभाई आले होते गेल्या महिन्यात."

"आता कुठे असतात ते?"

"रत्नागिरीला."

"अण्णांशी वर्षानुवर्षांची मैत्री. कित्येक कामं दोघांनी मिळून केलेली तुला ठाऊकच आहे सगळं. आपल्याकडेच राहिले होते. तसं सगळं व्यवस्थित चाललं होतं. पण बोलता बोलता म्हणाले, 'परवाच्या हिंदू-मुस्लिम दंगलीत तुम्ही पुरेसा पुढाकार घेतला नाहीत. पूर, भूकंप यांपेक्षा ही कत्तल महत्त्वाची होती. तुमचे कार्यकर्ते पुढे आले नाहीत. डोळ्यांदेखत सगळं घडू दिलंत.'"

"अण्णा काही बोलले नाहीत?" माझा प्रश्न.

"नाही! मी विचारलं तर म्हणाले, की हुसेनभाई अधिकच अपसेट झाले असते. मला त्यांना दुखवायचं नव्हतं. शिवाय मनाला टोचणीही नव्हती. कारण आम्हाला जे करणं शक्य होतं ते आम्ही केलंच. असं ते वरकरणी म्हणाले खरे. पण त्यांच्या मनाला हे लागलं असावं. तेव्हापासून थोडे गप्पगप्पच होते."

"पण खरा धक्का वेगळाच आहे."

"तो आणखी काय?"

"सावरकुंडला हे दत्तक घेतलेलं गाव. तिथलं सगळं काम ज्ञानेश पाहतो. त्यानं तिथलेच तीन-चार तरुण मदतीला घेतले आहेत. शाळा छान चालवतात. त्या शाळेतल्या एका मुलीवर बलात्कार झाला!"

"माय गॉड!"

"कदाचित त्यांच्यापैकी कुणी तरी... ज्ञानेशनं फार गाजावाजा होऊ दिला नाही कारण..."

"आलं लक्षात!" मी पुढे फार काही विचारले नाही.

काळ बदलला होता हे खरेच. समाजात तऱ्हेतऱ्हेचे प्रश्न निर्माण झाले होते. त्यातून माणसामाणसांत ताण आले होते. जाती, धर्म यांच्यावरून, दारिद्र्यावरून, शासनाने घेतलेल्या काही निर्णयांवरून भांडणे होत होती, तेढ वाढत होती. एकूण जीवनातील सुरक्षितताच हरवली होती. सामाजिक-राजकीय प्रश्न सोडाच, सर्वसामान्य जीवनही सुखाचे राहिले नव्हते. हरतऱ्हेच्या वस्तूंची टंचाई, महागाई, संप, मोर्चे हा तर नेहमीचाच प्रकार झाला होता. आणि रोज सकाळी वर्तमानपत्र उघडल्यावर पहिल्याच पानावर वाचायला मिळणाऱ्या भीषण बातम्या. खून, बलात्कार, अपघात, भ्रष्टाचार, अफरातफर. रोजच्या असुरक्षित, नासलेल्या जीवनाचे ते वृत्तपत्र हे जणू प्रतिबिंब. शांतपणे त्या बातम्या वाचायची सवय झाली आहे. त्यामुळे फारसे काही लागत नाही; काळजापर्यंत काही पोहोचतच नाही.

आपण बरे अन् आपले आयुष्य बरे असा आत्मकेंद्रित दृष्टिकोन. दुसऱ्यांचा विचार करावा असे कुणाला वाटतच नाही... प्रत्येक जण स्वतःच्या आयुष्यात रमलेला किंवा ते आयुष्य जगताना थकलेला. बधिर, असंज्ञ माणूस आणि अशा माणसांचा बनलेला तितकाच बधिर, असंज्ञ समाज.

अण्णांनी पाहिलेला काळ वेगळा होता. समाज वेगळा होता. त्यांच्यावर झालेले संस्कारही वेगळे होते. काळ बदलणारच, हे न कळण्याइतके अण्णा भाबडे नव्हते. पण एकामागून एक घडलेल्या या घटनांमुळे त्यांना अचानक हा बदल एखाद्या आघातासारखा वाटला असला पाहिजे. ते खचले असले पाहिजेत... आपल्या पिढीची सहनशक्तीही संपत आली आहे. मग अण्णांच्या पिढीचे सोडा, अण्णांसारख्या एका सत्प्रवृत्त व्यक्तीचे काय? या परिस्थितीत त्यांनी काम कसे करायचे? आणि काम हे तर त्यांचे सर्वस्व. त्यांचे जगणे जणू त्यासाठीच.

"...तुला हे अगदी थोडक्यात सांगितलं. अण्णांच्या मनःस्थितीची तुला कल्पना यावी म्हणून. आता त्यांना भेट, आणि प्रश्न सोडव..."

"कोणता प्रश्न? अण्णा जो सोडवू शकत नाहीत, असा कोणता प्रश्न?"

माधव किंचित थांबला आणि हलक्या आवाजात म्हणाला, "अण्णांनी अन्नपाणी सोडलं आहे."

"काय?" मला धक्का बसला. पण स्वतःला सावरत मी म्हणालो, "तापामुळे जात नसेल, वासना उडाली असेल."

"आम्हालाही तसंच वाटलं. पण त्यांचा निर्धार पाहिल्यावर वाटतं की त्यांच्या मनात काही वेगळंच आहे."

"प्रायोपवेशन?"

"तसंच वाटतं. अप्रत्यक्षपणे त्यांनी सावरकरांचा, विनोबांचा उल्लेख केला. कुणाला भेटत नाहीत. औषध घेत नाहीत. या तापातही उठून बसतात, अन् गीता वाचतात. परवा आमच्याकडून सगळी कागदपत्रे मागून घेतली. त्यावर काही लिहीत बसले होते. आईला वाटलं, त्यांची ही निरवानिरव चालली आहे. त्यामुळे ती खचून गेली आहे. ती मागे लागली म्हणून तुला फोन केला. बघ... तुझं ऐकतील..."

"बघतो. पण तुम्हाला अण्णांचा स्वभाव ठाऊक आहे. तरीही प्रयत्न करतो. तुम्ही कुणी तिथं येऊ नका. मीही सहज भेटायला आल्यासारखा जातो."

"झालं का रे बोलून? डॉक्टर आले आहेत. ते असेपर्यंतच विनायकला त्यांच्याशी बोलू दे." काकूंना जिना चढल्यामुळे थाप लागली होती. त्यांच्या मागोमाग डॉ. गुणेही वर आले होते.

"डॉक्टर, तुम्हीही इथंच थांबता का प्लीज? की दुसरी एखादी व्हिजिट आटोपून अर्ध्या पाऊण तासानंतर येता?"

"थांबतो, तू येणार हे ठाऊक होतं, म्हणून मी दवाखाना शरदला सांभाळायला सांगितला आहे."

- सगळे माझ्यावर अवलंबून राहिलेले दिसत होते. त्या विश्वासाचाच माझ्या मनावर एकदम ताण आला. तो ताण घेऊनच मी अण्णांच्या खोलीत गेलो.

"अण्णा."

"विनायक? केव्हा आलास?"

"आत्ताच! खूप दिवसांत आलो नव्हतो. यापूर्वी आलो तेव्हा तुम्ही फार गडबडीत होतात. फारसं बोलणं झालंच नाही. म्हटलं, आज निवांतपणे भेटावं."

"बरं झालं, आलास." अण्णांचा आवाज किंचित क्षीण झाला होता.

"माधव म्हणाला, तुमच्या अंगात ताप आहे म्हणून. आत्ताच डॉक्टर गुणेही आलेले दिसले. औषध चालू आहे ना? गावात साथच आहे," माझे नाटक चालू होते.

"साथ आहे ती तापाची नव्हे विनायक. मानसिक रोगांची. त्यावर औषध नाही!"

"असं का म्हणता अण्णा? आजवर तुम्हीच तर त्यावर इलाज केलेत."

"ती औषधं आता कालबाह्य झाली, विनायक. आणि शिवाय नवे रोग निर्माण झाले आहेत. मला त्यांच्यावरची औषधं ठाऊक नाहीत. या रोगांनी समाजाला ग्रस्त होताना पाहवतही नाही. तेव्हा आता डोळे मिटावे हे बरं. तुला लहानपणापासून काय शिकवलं, आठवतं?"

"हं..."

"मन व शरीर हे सतत कार्यरत पाहिजे. आता दोन्ही निकामी होत चालली आहेत."

"मुळीच नाही!"

"मला आतून कळतं ना... शरीर अजून निकोप आहे म्हणा. पण कधीतरी मनातले ढग त्याच्यावर आक्रमण करतील. तेही काळवंडून जाईल. तसं काही व्हायच्या आतच- लक्षात आलं ना मी काय म्हणतो आहे ते? तू घरातल्या मंडळींना समजावून सांग. आता मला गुंतवू नका म्हणावं. कळलं?"

"कळलं. पण पटलं नाही. माझं ऐकाल का अण्णा? लहान तोंडी मोठा घास घेतो आहे. क्षमा करा. पण ऐका. एकदाच."

"बोल."

"मला तुमचं दुःख कळतं. पण तुम्ही अशी माघार घेणं हे नाही पटत. तुम्ही माघार घेतलीत तर आम्ही काय करायचं? तुमच्यासारखी माणसं आहेत म्हणून आम्ही तगून आहोत. आम्हालाच नव्हे, तर या हळूहळू किडत चाललेल्या संबंध समाजालाच तुमची गरज आहे."

"मी आता कालबाह्य झालो, विनायक. नवी माणसं येतील, ती पाहून घेतील!"

"तसं होत नाही. त्यांनाही तुम्ही हवे आहात. तुमची जीवनसरणी, तुमचं तत्त्वज्ञान हे सगळं आम्हाला प्रत्यक्षपणे दिसत राहायला हवं आहे. तुम्ही आम्हाला शिकवलंत. आमचं आचरण तुमच्यामुळे शुद्ध झालं. तुम्ही शुद्ध रक्ताचे आहात, अण्णा. आमच्या अशुद्ध रक्तानं भरलेल्या रक्तवाहिन्यांत वारंवार तुमच्या रक्ताचा, जे कधी नासणार नाही अशा रक्ताचा पुरवठा व्हायला हवा."

"नको रे गुंतवूस."

"मी नाही गुंतवत. तुमचे तुम्हीच गुंता, पुन्हा सन्मुख व्हा."

अण्णा न बोलत स्वस्थ बसले. जरा वेळाने उठून बसले, उशाशी असलेले पत्र माझ्या हातात देत म्हणाले, "हे वाच."

ते हुसेनभाईंचे पत्र होते. जे घडले त्याबद्दल क्षमायाचना करणारे.

"मग काय तर! सर्वांना तुम्ही हवे आहात अण्णा. तुमचं बळ हवं आहे..."

"तेच आता कमी पडतं आहे."

"मुळीच नाही. आणि बळ कमी पडलं तरी प्रेरणा देण्याची शक्ती तीच ना? त्या शक्तीचीच आम्हाला गरज आहे आज. आमच्या हातून चुका होतातच. पण कधी त्या आमच्या आम्हालाच कळत नाहीत. त्या दाखवून द्यायला कुणीतरी हवं ना? हुसेनभाईही 'चूक झाली' असं मोकळेपणानं लिहून गेले. याचं कारण तुम्ही आम्हाला जीवनाकडे पाहण्याची दिलेली स्वच्छ नजर!"

अण्णा प्रतिवाद करत नव्हते. ती संधी घेऊन मी म्हटले, "डॉक्टर गुणे आले आहेत. बोलावू का त्यांना? खाली काही मंडळी तुम्हाला भेटण्यासाठी थांबली आहेत..."

माधव कानोसा घेत होता. तो गुण्यांना घेऊन आत आला. ते म्हणाले, "काही नाही, साधा ताप आहे. एक-दोन दिवसांत उतरेल. त्यांना खूप साखर घालून लिंबाचं सरबत द्या. या गोळ्या- माधव, तू आणशील ना?"

काकूंच्या हातात सरबताचा ग्लास होता. त्या पुढे होत म्हणाल्या, "विनायक, तूच पाजव."

अण्णांनी सरबताचा एक घोट घेतल्यावर लगेच घरातला ताण एकदम नाहीसा झाला. काकूंचे डोळे पाण्याने भरले. "शांत राहा, काकू. अण्णांना स्वस्थ पडू दे. सरबत संपल्यावर मी येतोच तिकडे."

तिकडे आनंद चालला होता. वहिनी व वसुमती प्रत्येकाच्या हातात पेढा देत होत्या. काकू म्हणाल्या, "आधी त्याचं तोंड गोड करा. त्याच्याखेरीज कुणाचंही त्यांनी ऐकलं नसतं."

"खरंच, विनायक." - मधूनेही दुजोरा दिला.

अण्णांनी माझे ऐकले होते खरेच. पण मला इतरांप्रमाणे निखळ आनंद झाला नव्हता. उलट मनात द्वंद्व चालू होते. एक मोठा निर्णय आपण आपली ताकद लावून बदलला. हे योग्य झाले ना? सक्ती नाही ना झाली? आता अण्णा पूर्वीसारखे कामात गुंततील ना? त्यांना योग्य तो प्रतिसाद मिळेल ना? - विपरीत काही घडले तर...

परतीच्या प्रवासात मी वसुमतीला माझी घालमेल बोलून दाखवली. ती म्हणाली, ''सगळं ठीक होईल. तुम्ही जे केलंत ते योग्य केलंत. पुढचं कुणी पाहिलं आहे? उगाच काळजी करू नका.''

तिच्या बोलण्यामुळे धीर आला. पण मनातले द्वंद्व पूर्णपणे थांबले नाही. मनाच्या आडवाटांतून ते फिरत राहिले, आपल्या पावलांचा आवाज ऐकवत राहिले. तो आवाज कधी क्षीण होई, तर कधी घनगर्जनेइतका मोठा. त्यातच कधी अण्णांचा आवाज मिसळे : 'स्थितप्रज्ञस्य का भाषा...'

माझी प्रज्ञा मुळीच स्थिर नव्हती!

दिवस पुढे सरकत होते...

काल पुन्हा असेच दिवे गेले होते. तात्पुरतेच. आणि दिवस थंडीचे असल्यामुळे फारसे उकडतही नव्हते. वसुमतीने एक-दोन मेणबत्त्या लावून ठेवल्या आणि माझ्या टेबलावर कंदील आणून ठेवला. त्या ज्योतीकडे पाहता पाहता मला ते तीन-चार वर्षांपूर्वीचे दिवस आठवले. त्या रात्री माधवचा फोन आला; त्यानंतर बदलापूरला गेलो. आणि अण्णांचे मन वळवले. त्यानंतर काही काळ मनात द्वंद्व चालू होते. पण अण्णा पुन्हा कामाला लागलेले पाहून त्या द्वंद्वाचा विसर पडला. अधूनमधून जात राहिलो. सगळे पूर्ववत चालू आहे हे पाहून निवांत झालो. दोन वर्षांपूर्वी अण्णांची सत्तरीही साजरी केली. अण्णांना कोणताही समारंभ नको होता. म्हणून घरातच छोटेसे संमेलन करायचे ठरवले. नातेवाईक तर आलेच, पण आठवण ठेवून आमंत्रण नसतानाही दूरदूरचे तरुण कार्यकर्तेही आले. त्यामुळे तो घरगुती समारंभ तसा सार्वजनिकच झाला. अण्णांना ते फारसे आवडले नाही. पण त्यांनी विरोधही केला नाही. ते म्हणाले, ''तुमच्या आनंदासाठी करा, मी आड येणार नाही. पण हे पुन्हा पुन्हा नाही. तशी वेळही येणार नाही म्हणा.'' त्या बोलण्यातली सूचना जाणवून सगळेच अस्वस्थ, पण गप्प. अण्णांनी त्या दिवशी फार सुंदर भाषण केले. त्यांचा आवडीचा विषय : कर्मयोग. 'काम करा, सन्मानाने जगा. मृत्यूही सन्मानाने येईल अशी प्रार्थना करा.' -अण्णांचा आवाज किंचित कातर. हातालाही किंचित कंप. हे इतर कुणाला जाणवले होते की नाही कोण जाणे!

....दिवे लगेचच आले. वसुमतीने कंदील उचलून आत नेला. मी त्या प्रखर प्रकाशात पुढच्या घटना आठवत राहिलो... आतला प्रकाश मात्र मंदावला होता.

त्यावर काळजीची अभ्रे दाटली होती.

अण्णांचा कंपवात वाढतच होता. सुरुवातीला हात कापायचे. नंतर पायही. वेगाने चालणे अशक्य झाले. बाहेर कुठे जाणे हे तर आणखीच अशक्य. कुणाची तरी सोबत लागायची. आरंभी आरंभी तरुण मंडळी आनंदाने सोबत द्यायची; पण हळूहळू त्यांना ते काम नकोसे वाटू लागले. "माधवदादा, गैरसमज करून घेऊ नका. पण आता भीती वाटते. कुठे पडलेबिडले तर? त्यांना तर त्रास होईलच, पण आपणा सर्वांनाही त्रास होईल. अंथरुणाला खिळले तर? सेवा करून घेणे हेही त्यांना रुचणार नाही. त्यापेक्षा तुम्ही त्यांना सांगत की नाही? त्यांच्या वतीने आम्ही जाऊ. ते सांगतील ते करू..."

माधवने माझ्याकडे ते काम सोपवले. पुन्हा मध्यस्थी. ऐकले तर बरे. पुन्हा काही मनात आले आणि प्रायोपवेशनाचा विचार करू लागले तर? आता पुन्हा त्यांचे मन वळवणे अशक्य. त्यापेक्षा जे घडते आहे ते घडू द्यावे... अलीकडे फार कुठे जात नाहीत. फक्त एकदा तेहरीला जाण्याची त्यांची इच्छा आहे. 'मेधाला मी आश्वासन दिलं आहे. ते मला पूर्ण करू द्या. मग मी हट्ट करणार नाही.' असे ते म्हणत.

मी माधवला सांगितले, "आपण तोपर्यंत थांबू या. ते परत आल्यानंतर बघू."

"अण्णा पूर्वी असा हट्ट करत नसत रे..."

"हा थोडाफार वयाचा परिणाम आहे, माधव."

"एकसारख्या पूर्वीच्याच गोष्टी सांगतात. नवं काम करतात, पण मन भूतकाळात असतं."

"तोही वयाचाच परिणाम. हे मी तुला सांगावं असं नाही. आपण ते स्वीकारलं पाहिजे!"

सुदैवाने तेहरीचा प्रवास सुरळीतपणे पार पडला. अण्णा परत आले त्या दिवशी मी गेलो होतो. अण्णा खुशीत होते. प्रकृतीही किंचित सुधारल्यासारखी वाटत होती. कंपही कमी झाला होता का? की मला तसा भास होत होता?

एकदा डॉक्टरांनाही विचारले. ते म्हणाले, "कमी-जास्त होत राहतं. ते थोडं सायकॉलॉजिकलही असतं. आत्मविश्वास वाढतो तेव्हा कंप कमी होतो. तसंच झालं असलं पाहिजे..."

"पण हे असंच कंट्रोलमध्ये राहण्यासाठी..."

"त्याला मात्र उपाय नाही. जी औषधं चालू आहेत तीच. पण आता प्रवासाला मात्र पाठवू नका. नो रिस्क! त्यांना काही स्टिरॉइड्स दिली आहेत. त्यामुळे हाडं ठिसूळ होतात. जरा पाय घसरला तरी..."

डॉक्टर द्रष्टे होते की काय, कुणास ठाऊक. त्यांनी जी भीती व्यक्त केली, ती खरी ठरली.

अण्णा पहाटे उठले. नेहमीसारखेच बाथरूमकडे निघाले. सोबतीला झोपणारा राणू त्यांच्या पाठोपाठ उठला. पण त्या काही क्षणांच्या अंतरातच अण्णांचा पाय किंचित घसरला. ते खाली पडले. सगळे घर खडबडून जागे झाले. मला फोन आल्यानंतर मीही धावत गेलो. जे आम्ही सर्व जण टाळत होतो, ते नेमके घडले होते!

खरे तर अण्णांच्या परतीच्या प्रवासाला त्या दिवसापासूनच सुरुवात झाली. मधे चढउतार होते. आशा पालवण्याचे दिवस होते आणि पूर्णपणे हताश होण्याचेही. कोणतेही उपाय करायचे राहिले नाहीत. पुण्या-मुंबईचे डॉक्टर्स झाले, औषधोपचारांचे बदल झाले. अण्णा या सगळ्या प्रयत्नांमुळे अंथरुणात उठून बसू लागले. काही दिवस तर ते घरातल्या घरात फिरतही होते. पण क्षीण झाले होते. कंटाळलेही होते. पण आश्चर्य म्हणजे ते 'कंटाळलो' असे म्हणत नसत. स्वतःपाशीच सत्य नाकारण्याचा हा प्रयत्न होता का? घरातल्या घरात काही कामे करायचे, सूचना द्यायचे. तेवढे अवधान, तेवढी स्मरणशक्ती काही काळ शाबूत होती.

- येथवर ठीक होते, असेच पुढे जे घडले ते आठवून म्हणायचे! त्या सगळ्या घटनांचे स्मरणही असह्य होते. अण्णांचा वाढलेला कंपवात, अस्पष्ट होत चाललेले बोलणे; त्यामुळे माणसांशी तुटत चाललेला संवाद. मधूनच असंबद्ध बोलणे : त्यांची कुसुमच्या पाठची मुलगी वर्षाची असतानाच गेली. तिची आठवण काढायचे, तिला हाका मारायचे, 'विमल...' कधीकधी दहा-दहा मिनिटे त्याच हाका. ते भेटायला आलेली माणसे ओळखत नसत असे नाही. पण नजर शून्य असायची. असे अण्णा हरवत, दुरावत चालले असतानाच त्यांना झटका आला. ते बेशुद्ध झाले. सगळी धावपळ, मुंबईलाच आणले त्यांना. एका अत्याधुनिक, सुसज्ज हॉस्पिटलमध्ये ठेवले. बदलापूरची मंडळी पाळीपाळीने माझ्याचकडे मुक्कामाला होती. वसुमतीही सगळे व्यवस्थित करायची. पण त्याचा काही उपयोग नव्हता, हे मला आरंभापासूनच ठाऊक होते. तेव्हापासूनच मी त्या जुन्या द्वंद्वाला तोंड देत होतो. त्या वेळी अण्णांना परावृत्त केले हे चुकले का? त्या वेळीच जर... निदान हे हाल वाचले असते.

डॉक्टरांनी पहिल्याच दिवशी मला सांगितले होते, "त्यांचं हृदय चालू आहे. पण मेंदू काम करीत नाही. या अवस्थेत ते किती दिवस काढतील, सांगता येत नाही. लवकर सुटका-झाली तर ठीकच.... नाही तर... तुम्ही ठरवा!"

डॉक्टरांनी निर्णय माझ्यावर सोपवला. त्या ओझ्याने मी खचलो. सुन्न झालो. तरी बरे, काकू या जगात नव्हत्या. त्या असत्या तर परिस्थिती अधिक बिकट झाली असती. त्यांना डॉक्टर सुचवत होते तो निर्णय अजिबात मान्य झाला नसता. माधव-मधूला, कुसुमलाही तो मान्य होण्यासारखा नव्हताच. "आपण शेवटपर्यंत त्यांचं सगळं व्यवस्थित करू. कितीही वर्षं लागू देत. पण अण्णा आम्हाला या जगात, आमच्या जवळ हवेत." त्यांचे म्हणणे भावनिकदृष्ट्या चुकीचे नव्हते. मलाही ते

शुद्धी हरपलेले अण्णा सतत डोळ्यांसमोर हवे होतेच... पण.

कुणाशी चर्चा करण्यात अर्थ नव्हता.

त्यामुळे मी एकटा सतत पंधरा दिवस एका व्यामोहात. खुनाबद्दल शिक्षा झालेल्या गुन्हेगारासारखा चहूबाजूंनी कोंडलेला. मनात अपराधाची सतत टोचणी. मग कधी गीता वाच, कधी ज्ञानेश्वरी... कधी विवेकानंद. बळ कुठूनच मिळत नव्हते. मी तसाच व्यामोहात. 'तस्मात् उत्तिष्ठ कौंतेय' असे सांगणारा आवाजच नाहीसा झाला होता. अण्णाच फक्त ते सांगू शकले. स्वतःला, इतरांना. या क्षणी ते वेगळ्याच जगात. त्या जगात काय घडते आहे कुणास ठाऊक. आणि आमच्या जगात काय घडते आहे, हे अण्णांना कळत नाही.

मी कधी त्यांच्या अगदी जवळ बसून त्यांच्या हृदयाचे स्पंदन ऐकत असे. हळूच हाक मारत असे, "अण्णा..."

"अण्णा..."

"काय रे विनायक, कधी आलास?"

"आत्ताच. तुम्हाला विचारायचं आहे, अण्णा."

"विचार. पण आता माझ्यावर विसंबून राहणं चुकीचं आहे मुला. तुम्ही आता मोठे झालात. तुमचे निर्णय तुम्हाला घेता आले पाहिजेत..."

"हो. ते साधे निर्णय. पण हा पेचप्रसंग आहे. तुम्हीच यातून बाहेर काढा."

"काय झालं? सांग..."

"ज्याला मरणाची भीती नाही, ज्याला शांतपणे जगाचा निरोप घ्यायचा आहे, अशी एका व्यक्तीची गोष्ट सांगतो. ती व्यक्ती या क्षणी काही ठरवू शकत नाही. पण चारएक वर्षांपूर्वी तिनं ठरवलं होतं, हे जग सोडायचं. मीच तिला थांबवून घेतलं."

"तिनं पुन्हा तसं काही ठरवलं आहे का?"

"तेच कळत नाही. ती काही ठरविण्याच्या अवस्थेतच नाही, कारण तिचा मेंदू काम देईनासा झाला आहे. ब्रेन डेथ!"

"म्हणजे डेथच! मागे मी काय सांगितलं होतं तुला? शरीर अन् मन- म्हणजेच मेंदू- दोन्ही कार्यरत असलं पाहिजे. तरच जीवाला अर्थ. जीवन संपलं असेल तर कठोर व्हावं. पाश सोडवून घ्यावे, मोकळं व्हावं."

"पण कधीतरी चमत्कार घडण्याची शक्यता असते, अण्णा."

"चमत्कारांवर कधीपासून विश्वास ठेवू लागलास तू?"

"मन अधू झालं की ते चमत्कारांची वाट पाहू लागते?"

"अधू होऊ द्यायचं नाही. तो जीव नवी वस्त्रं धारण करण्याच्या तयारीत

असेल... त्याला नग्न ठेवू नको... जीर्ण वस्त्रांना कवटाळू नको. ती त्यांची नव्हेत, तुझी आहेत.'

"अण्णा..."

"अहो, डुलकी लागली का तुम्हाला? मी जेवण आणलं आहे... डॉक्टरही राउंडला आले आहेत." वसुमती मला जागे करत होती. तिच्याबरोबर कुसुमही होती.

"विनायक, असा त्रास करून घेऊ नको, बाबा. आपल्या हातात काय आहे? करायचं ते सगळं करतो आहोत..."

"डॉक्टर म्हणाले, हे हॉस्पिटल महागडं आहे. तशी काही ट्रीटमेंट चालू नाही. दुसऱ्या एखाद्या जवळच्या हॉस्पिटलमध्ये हलवायचं असेल तर..."

"बघू! मला वेळ हवा आहे. तुम्ही दोघी जा. मी आज इथंच थांबतो."

"माधवराव संध्याकाळी येणार आहेत..."

"तो आला की त्याला लगेच इकडे पाठवून दे."

"आम्ही जरा वेळ बसतो, अन् निघतोच."

"हं."

"तुम्ही जेवता ना?"

"जरा वेळानं."

मी पुन्हा एकटा. माझ्या विचारात. माझ्या व्यामोहात. अण्णांचे घट्ट मिटलेले ओठ मी पाहत होतो. त्यामुळे काही वेळापूर्वी मला झाला तो भासच, याबद्दल माझ्या मनात कोणतीही शंका नव्हती. पण त्या भासातील अण्णा अगदी माझ्या मनात इतकी वर्षे रुजलेल्या त्यांच्या विचारसरणीशी सुसंगत असेच बोलत होते. की तो माझाच दुसरा आवाज होता? चार वर्षांपूर्वी अण्णांनी निर्णय घेतलाच होता. आज त्यांना दुसरा एखादा दुर्धर- पण शुद्धीवर ठेवणारा रोग झाला असता तर त्यांनी काय केले असते?... त्यांचे व माझे 'डाय वुइथ डिग्निटी' या विषयावर एकदा बोलणे झाले होते. मिनू मसानी त्यांना भेटण्यासाठी एकदा बदलापूरलाही येऊन गेले होते. तेव्हाही मी तिथे होतो. अगदी योग्य आहे तुमची भूमिका. 'डाय वुइथ डिग्निटी.' हा विचार समाजात पसरलाच पाहिजे. कशाला कवटाळायचं परावलंबी, केविलवाणं जीवन? सन्मानानं जगावं, अन् सन्मानानं मरावं... आजही अण्णा हेच म्हणाले असते? मृत्यू सामोरा आल्यानंतरही माणसाचे विचार तेच राहत असतील का, कसे सांगावे?

मनात प्रश्नांचे काहूर... कुणीतरी म्हणाले, "साठेसाहेब आले आहेत..."

साठे हे बडे शासकीय अधिकारी. मूळचे बदलापूरचे. तो ऋणानुबंध त्यांनी अजून जागृत ठेवला होता. ते गेल्या काही दिवसांत फोनवरून चौकशी करायचेच. आज प्रत्यक्ष आले.

''या भेटीला काही अर्थ नाही हे खरं. पण राहवलं नाही. जन्म अन् मरण यांत एका श्वासाचं अंतर असतं... पण ते अंतर अण्णांनी अजून ओलांडलेलं नाही. श्वास चालू आहे! ते शुद्धीवर नाहीत हे एकप्रकारे बरंच आहे. त्यांना असं असहायपणे पडून राहणं अजिबात आवडलं नसतं... तुम्ही सर्व जण त्यांचं किती करता! काही मदत लागली तर सांगा. अण्णांच्या संस्थेसाठी मी परवाच एक मोठं अनुदान मंजूर करून घेतलं आहे... त्यांना सांगणार होतो. पण...''

''आता संग्रामला सांगा. तोच सगळं पाहील.''

''त्यांच्यातला दुरावा संपला का? त्याबद्दल ऐकलं होतं. तो काही वेगळं काम करत होता.''

''हो. पण त्याला चूक कळली. अण्णांच्या आजाराबद्दल कळताच धावत आला. त्यानं भराभर सूत्रं हातात घेतली. काम थांबू दिलं नाही.''

''दॅट्स गुड. अण्णापर्यंत ते कुठंतरी पोहोचलं असेल. त्यांना आनंद झाला असेल. मला खात्री आहे!''

''नुकताच भेटायला येऊन गेला. रडत होता. समजूत काढणं कठीण झालं.''

''खरं सांगा विनायकराव, आपली माणसं आपलीच राहिली, आणि दूर गेलेली माणसंही परत आपल्याकडेच आली, तर मिळवण्याजोगं आणखी काय राहतं आयुष्यात?''

साठ्यांचे म्हणणे काही प्रमाणात खरे होते. पण काळ बदलत असतो ना. अण्णांना तो बदलच त्रासदायक झाला होता. म्हणूनच निरोपाचा विचार त्यांच्या मनात घोळत होता.

आज काळाला अधिकच गुंतागुंतीचे रूप आले आहे. पुन्हा एखादा विपरीत अनुभव अण्णांना आला नसता कशावरून?

साठे निघून गेले. पुन्हा मी एकटाच. डॉक्टर राउंडला येऊन गेले. त्यांनी फक्त माझ्या पाठीवर थोपटल्यासारखे केले. मीही बोललो नाही. विचार करून थकलोही होतो.

अंधार पडला होता. माधव मला आग्रहाने सांगत होता, ''तू आता घरी जा. मी रात्रभर थांबायच्या तयारीनंच आलो आहे.''

शेवटी मी ठरवले, विचार करायचा नाही. अण्णांचा निर्णय आपण घ्यायचा नाही. कदाचित त्यांचे हे स्तब्ध अस्तित्वही आपल्याला आधार देत असेल; त्यांना इतरांच्या स्मरणात ठेवत असेल. अण्णांचे स्मरण असण्याची आज गरज आहेच!

रात्री गाढ झोप लागली. नेहमीप्रमाणे पहाटे उठलो. चहा घेत असतानाच फोन वाजला.

''हॅलो.''

“अण्णा गेले.” माधवचा आवाज.

“मी निघतो,” एवढेच बोलून मी फोन खाली ठेवला. वसुमतीला उठवले. तिला सांगून आणखी काही फोन केले. वृत्तपत्रांकडे बातमी दिली. इतर काही व्यवस्था. हे सगळे करताना मनात एक प्रश्न : ‘हा निर्णय कोणत्या अज्ञात शक्तीने घेतला?’ तिचे मनातल्या मनात आभार मानले.

निघताना वसुमती म्हणाली, “थोडं खाऊन निघा. तिकडे किती वेळ लागेल, काही सांगता येत नाही. मी इथली व्यवस्था बघते.”

मी तिला नकार दिला नाही. कारण मलाही काही वेळ स्वस्थ बसावेसे वाटत होतेच.

चहाचा कप हातात देताना वसुमती म्हणाली, “आठवतं, चार वर्षांपूर्वी असेच पहाटेचे निघालो होतो. आदल्या दिवशी दिवे गेले होते... परत येताना तुम्ही अस्वस्थ होतात...”

“गेलेले दिवे परत येतात वसुमती. पण हे विझलेले दिवे. एक दिवा विझला की ते बाकीचे सारेही आपोआप विझतात. ते पुन्हा पेटवता येत नाहीत. असा एकेक दिवा विझत चालला की माणसांनी काय करायचं वसुमती? मला भीती वाटते...”

मी डोळ्यांतील पाणी हलक्या हाताने पुसले, आणि आतल्या अंधारात, बाहेरच्या उजेडात चाचपडत जिना उतरू लागलो. कानात अण्णांचा आवाज घुमत होता, ‘स्थितप्रज्ञस्य का भाषा...’

साधना, दिवाळी १९९५

पै-पैशाची गोष्ट

तिन्हीसांज झाली. गवार मोडता मोडता उठले. देवापुढे निरांजन लावलं, 'शुभंकरोति' म्हटलं. पूर्वी नातवंडं बरोबर असायची. आता ती मोठी झाली. कुठे कुठे हुंदडत असतात. पण मी माझा नेम काही चुकवत नाही. लहानपणापासूनचे संस्कार आहेत ना! आता सगळं संपायचं ते आपल्याबरोबर. शिवाय घरात आई आहे ना. मुलाची पणजी. देवापुढे दिवा लावायला जरा उशीर झाला तरी हिची खोलीतून हाक येते 'जान्हवी'. आता मी लहान का आहे? तीन मुलांची आई. पाच नातवंडं आहेत. सगळं घर कसं भरलेलं आहे. आई राहायची कोथवड्याला. एकटीच. म्हटलं हिला एकटं कसं ठेवणार? काही झालं तर धावाधाव कोण करणार? निशीला विचारलं तर लगेच म्हणाला, "आण ना आपल्याकडे. नो प्रॉब्लेम. घर मोठं आहे... तिच्यासाठी आणखी एखादी बाथरूम करून घेता येईल. कधीकधी गाडीतून चक्कर मारायला नेता येईल. मला वेळ नसला तरी सुवर्णा आहे. तिचीही स्वतंत्र गाडी आहे ना आता. उत्तम स्पेशॅलिस्टला दाखवू..." निशीचं म्हणजे असंच. भराभर पुढचे बेत. ह्यांनीही दुजोरा दिला. त्यांचा संबंधच कुठे येतो म्हणा. सकाळी घरी असतात तेवढेच. दुपार झाली की जातात पेन्शनरांच्या अड्ड्यावर नाहीतर त्या नव्या क्लबमध्ये. जरा दूर आहे तो. पण ड्रायव्हर सोडून येतो. तो गाडीसकट आमच्या ताब्यात. ही माझ्या दुसऱ्या मुलानं- राहुलनं- केलेली व्यवस्था. तो असतो परदेशात. बायको, मुलंबाळं तिकडेच. आमची भारतीही तिकडेच. दोघांनी ह्यांच्या पंचाहत्तरीला गाडी घेऊन दिली. आता माझ्या पंचाहत्तरीला नवं काय घरात येतं कुणास ठाऊक. पुरे झालं आता.

...तर काय सांगत होते, देवापुढे निरांजन लावलं, 'शुभंकरोति' म्हटलं. आईचा डोळा लागला होता. घरी कुणीच नव्हतं. बाई स्वयंपाक करून, ताटं लावून, गेली होती. काही कामच नव्हतं! स्वस्थ बसायची सवय कुठे आहे? म्हणून जरा आवरायला घेतलं. खूप दिवस मनात होतं, ती जुनी ट्रंक जरा नीट बघावी. जुनंपानं

पुष्कळ भरलं आहे त्यात. काढून टाकावं. आपण गेल्यावर कुणाला 'याचं काय करायचं' असा प्रश्न पडायला नको. माणसाचा काही नेम असतो का? परवाच छातीत जरा गच्च वाटलं. थोडं दुखलंही. गप्प राहिले. सांगितलं असतं तर लगेच डॉक्टरांना पुन्हा फोन गेला असता. हल्ली व्हिजिट फी थोडीथोडकी का असते? अकारण खर्च! दुखणं थांबलं थोड्या वेळानं. पण इशारे मिळताहेत एवढं मात्र खरं. म्हणूनच का मन असं भूतकाळात उड्या घेत आहे?

आई अन् मी किती जुन्या गोष्टी बोलतो. तिला तर आणखी जुनं आठवतं. मुलांनाही ऐकताना मजा वाटते. सगळं काल्पनिक असल्यासारखं धरून ऐकतात! काल्पनिक कसं? तेच आमचं जगणं होतं ना? या जुन्या ट्रंकेतही ते जगणंच भरलेलं आहे. पण आता नाही मोहात पडायचं. ट्रंक सगळी आवरून टाकायची. करायचं काय ते ठेवून? घरात इतकं नवं आहे, तेच ठेवायला जागा नाही... तरी मी माझं पुष्कळ सामान कमी करत आणलं आहे. करायचं काय? आता गरजेपुरतंच ठेवायचं.

...तर काय सांगत होते, आईच्या कानाशी जाऊन 'मी माझ्या खोलीत आहे गं. काही लागलं तर सांग... हाक मार.' असं सांगितलं अन् ट्रंकेसमोर जाऊन बसले. ट्रंकेवर खूप धूळ होती. आधी ती झटकली अन् ट्रंक उघडली. एकदम जुना वास आला. तो हुंगावासा वाटला.

ऐसपैस बसले. एकेक गोष्टी काढू लागले. रामा रामा! केवढा पसारा. चाळीसेक वर्षांचं आयुष्य जणू एका जागेत कोंबलेलं. पैठणीचे काठ (आई म्हणाली होती, इतक्यात नको विकू. सोनं असतं त्यात. पुढे चांगली किंमत येईल)... जुनी कुंची. (निशीला घातली का बारशात? आठवत नाही.) भरतकामाचे एकदोन नमुने (अपुरंच राहिलं. आता डोळ्यांना दिसतंय कुठं? वेळ आहे भरपूर, पण दृष्टी पाहिजे ना? शिवाय आता ती फॅशनही गेलीय, काय काय नवंनवं निघालं आहे!) दादा, ताईंच्या लग्नपत्रिका. (सगळे गेले निघून वर. आता त्या पत्रिका ठेवून काय करायच्या? राहिल्या झालं. माझ्या लग्नाचीसुद्धा असेल...) वर्तमानपत्राची जुनी कात्रणं. पिवळी पडली आहेत. ह्यांचा लेख आला होता वाटतं. आणखी काय असेल कोण जाणे? जुन्या डायऱ्या. काहीबाही लिहिलं होतं त्यात. आता काय ते लक्षात नाही. मुलांचे फोटो आहेत, माउंट केलेले. आता ढिगानं फोटो निघतात. म्हणून हे दिले ठेवून. कधीतरी मुलांनाच पाहावेसे वाटले तर. निशीकडे देऊन टाकावेत. बटवा आहे. जड लागतो आहे. खरंच की. आईनं ती कोथवड्याहून आली तेव्हा स्वाधीन केला होता. 'यात शंभर-सव्वाशे रुपये आहेत, बरं का गं जान्हवी. एक काजळाची चांदीची डबी आहे. बोंडलंही आहे. तुमच्याच वेळचं गं. जपून ठेव. मोलाचं धन ते. कुणाच्या हाती नको पडायला.' तो तसाच ठेवायचा. बाकीचं देते उद्या परवा कुणाला तरी. डायऱ्या

फाडायच्या. न वाचताच फाडायच्या. नाहीतर पुन्हा ठेवाव्याशा वाटतील. मग पंचाईत!

असं आपलं माझं माझ्याशीच बोलत होते. एक डायरी उघडली तर तिच्यात काही अगदी फाटायला आलेले कागद निघाले. कागद म्हणजे चतकोर. किंचित लांबट. रंग पिवळा पडलेले. अगदी कुरचुक झालेले. त्यावर मोडी वळणाचं अक्षर. वाचायला लागले अन् हसूच आलं मला. आमच्या लग्नाच्या वेळी केलेल्या याद्या होत्या त्या. 'दहा तोळे सोने, चांदीचे ताट...' असलं बरंच. काही ठिकाणी अक्षरं पुसट झाली होती. वाचता येत नव्हतं. मीच मग कल्पनेनं काहीबाही भरत राहिले व तेच वाचत राहिले. पण मला सगळं आठवत होतंच की. शिवाय आईही सांगायची. 'कमी नव्हते तुझ्या सासरचे लोक. दहा तोळे सोनं पाहिजेच म्हणून हटून बसले. त्या काळचा सोन्याचा भाव कडक, कुठून आणायचे इतके पैसे? शेवटी जमवलं गं. चांगलं स्थळ होतंच, कसं दवडायचं? बिल्वर, पाटल्या, तोडे... सगळे जिन्नस घातले तुझ्या अंगावर. तू मोडलेस ते नंतर.' आईचा माझ्यावर राग होता. पण इलाजच नव्हता. प्रपंच हाकायचा होता. पैसे हवे होते. यांच्या पगारात नसतं भागलं. मी चार इयत्ता शिकलेली. मला कोण नोकरी देणार होतं? गोतावळा काही कमी नव्हता. शिवाय अंतराअंतरानं तीन बाळंतपणं... एक वाखा.

...तर काय सांगत होते, बाकीच्या वस्तू टाकल्या बाजूला अन् डायरीतले कागदच वाचू लागले. त्यावर असंच काहीबाही लिहिलेलं. मुख्य म्हणजे हिशेब. त्या डायरीतही तेच. ती हिशेबाचीच वही होती म्हणा ना. ट्रंकेत आणखी दोनतीन हिशेबांच्याच वह्या होत्या. मीही लग्नानंतर पुष्कळ वर्षं हिशेब लिहायची. माझ्याही वह्या असतील कुठेतरी. सगळ्या नव्हे पण पाच-सहातरी असतील. राहून जातं असं काहीकाही. त्याला काहीच किंमत नसते. पण अशा फुरसदीच्या वेळी ते पाहायला, आठवायला लागलं की गंमत वाटते. आठवणीत काही खरं. काही कल्पनेतलं. जुन्या आठवणी येतात.

आता माझ्या समोरचं हेच पान घ्या. तारीख आहे सहा एप्रिल एकोणीसशे तेहतीस. म्हणजे मी दहा-अकरा वर्षांची होते. दादा असेल पंधरा वर्षांचा. ताई लग्न होऊन सासरी गेली होती. तिचं फार लवकर लग्न झालं. तेहतीस साली कुसुमच्या वेळी गरोदर होती वाटतं. हो... बरोबर आहे. कुसुम अन् मी यांच्यात तेवढंच अंतर आहे. पुढे पाच-सहा वर्षांनीच माझं लग्न झालं. बघता बघता साठ वर्षं होत आली की. काय काय घडलं. तसं चांगलंच घडलं. पण तरी कधीकधी चुकल्यासारखं, हरवल्यासारखं वाटतं. का कोण जाणे. आयुष्य संपत आलं म्हणून का? सगळ्यांनाच तसं वाटत असेल कदाचित.

मी माझं पुराण काय सांगत बसले आहे! माझ्या वयाच्या बहुतेक जणींना अशा हिशेबाच्या वह्या आठवत असतील. अगदी श्रीमंत कुटुंबांचं सोडा. पण आमच्या सारख्या पगार अन् खर्च यांची जेमतेम हातमिळवणी करणाऱ्या कुटुंबात वेगळं काय

असणार? आम्ही जमलो की निघतात या पै-पैशाच्या गोष्टी. हसतो झालं. आता पै गेली अन् पैसाही गेला. ढब्बू पैसाही होता त्या काळात. एका ढब्बूला तीन पेरू आणल्याचं मला अजून आठवतं आहे. थोडं खरं, थोडं आठवणीतलं.

या पानावर हिशेब लिहिला आहे. एका दिवसाचा खर्च किती? फक्त आठ आणे. बाबांचंच अक्षर आहे. थोडं तिरकं. जांभळी शाई वापरायचे. या ट्रंकेत तो टाक व दौतही ठेवायला हवी होती. बाबा आईला विचारायचे अन् लिहायचे. खाली स्वत: केलेला खर्च मांडायचे.

जमा : २७ रु. १० आणे

	रु.	आणे	पैसे
दूध	१	०	०
भाजी	०	०	०
केळी	०	०	३
गहू (१ पायली)	०	४	०
टांगाभाडे	०	२	२
येशेल (१ शेर)	०	१	०

येशेल म्हणजे गोडं तेल. हा आमच्या गावाकडचा शब्द.

हा जरा वेगळाच दिवस होता वाटतं. केळी घेतली होती. म्हणजे उपासाचा दिवस असावा. एरवी आमच्या घरात फळं नसायचीच. एकादशीला काही आणलं तर. गहू, येशेल त्याच दिवशी आणलं. बाबा टांग्यानं बाजारात गेले होते की काय? एरवी वाणसामान महिन्याच्या महिन्याला यायचं. धान्य, तेल यांचा तर वर्षाचा साठा असायचा. मग या जास्तीच्या गोष्टी कशासाठी? ताईचं डोहाळजेवण वगैरे त्या सुमाराला ठरत होतं की काय? आचाऱ्यानं माप सांगितलं असेल. म्हणून आठ आणे खर्च. एरवी दोन-तीन आण्यांत काय भागायचं. तरीही आईबाबांचे खर्चावरून केवढे वाद!

"आज इतकी भाजी का लागली?"

"चार रुपयांतून दोन रुपये दहा आणे गेले म्हणजे किती उरले? करा पाहू गणित."

"आज शेंगदाणे कशाला मागवले? देशिंगेला सांगायचं. त्यानं खात्यात लिहिलं असतं."

"फार खर्च होतो बुवा. जरा काटकसर करा. मुलांचं सगळं व्हायचं आहे. महिन्याचा सगळा पगार संपवून कसं चालेल? थोडी गंगाजळी हवी ना?"

"लुगडी फाटली आहेत तर सोळांकूरकरला निरोप पाठवायचा. पण या महिन्याला नको. पुढच्या महिन्यात बघू."

"लोणच्याचे आंबे मला का नाही सांगितले? दोन पैशानं स्वस्त मिळाले असते."

"यंदा पायरीची एकच करंडी घ्यायची. सगळं महाग होत चाललं आहे. पाच रुपये शेकडा? नकोत मग आंबे."

आई बिचारी काही न बोलता ऐकून घ्यायची. कधीकधी बाबा इतके रागवायचे, त्यांचा आवाज इतका चढायचा की आम्ही मुलं भिऊन जायचो. आई रडायची. ते पाहून मला वाईट वाटायचं. पण बाबांपुढे कोणाची ब्र काढण्याची शामत होती? पण एरवी बाबा प्रेमळ होते. आम्हाला काही कमी पडू दिलं नाही त्यांनी. व्यवस्थित लग्नं करून दिली. डोहाळजेवण, बाळंतविडा, सगळं रीतीनं केलं. तुटपुंज्या पगारात दोघांनीही टुकीनं संसार केला. आता कौतुक वाटतं. ते दिवस अजून आठवावेसे वाटतात. आई हाक मारते आहे वाटतं. तात्पुरतं आवरावं.

...तर काय सांगत होते, ताईचं लग्न तर झालंच होतं. माझंही लग्न करून दिलं. हे शिकत होते. शिक्षण पूर्ण झाल्यावर लगेच नोकरी लागली. सुरुवातीची काही वर्षं आम्ही एकत्र कुटुंबातच होतो. मोठा वाडा. घरात दहा-बारा माणसं. सासू-सासरे. शिकणारे एक दीर, लग्नाच्या दोन नणंदा, एक आतेबहीण, डोक्याने जरा कमी असलेले आतेदीर, ह्यांची विधवा आत्या. घरात एक विद्यार्थी ठेवला होता. हाताशी कोणीतरी असावं म्हणून. म्हणजे कमी का रगाडा होता. कर्ते पुरुष म्हणजे आमचे सासरेच. पण यांना नोकरी लागल्यावर यांची थोडी का होईना मदत होऊ लागली. थोडाफार खर्च हे करू लागले. भाजी, दूध, वाणी हे सगळं सासरे बघायचे. पण फी, कपडालत्ता, औषधपाणी हे सगळं ह्यांच्यावर सोपवलेलं. त्यामुळे व्यवस्थित भागायचं आमचं. सासऱ्यांना नणंदांच्या लग्नाची काळजी होतीच. त्यांचं सांगणं असायचं, जपून खर्च करा रे. थोडं सोनं घेत राहिलं पाहिजे. ऐन वेळी कुठून उभं करणार? त्यांचं म्हणणं पटायचं. त्यामुळे सुरुवातीपासूनच जपून पैसा हाताळायची, चारदोन आणे शिलकीत टाकायची सवय लागली.

माहेरीही ती सवय होतीच म्हणा. मी कधी कसला म्हणून हट्ट केला नाही. दोन पातळं होती. आईचं तेच; ठेवणीतली म्हणून दोन लुगडी. मला एक जास्तीचं पातळ घेतलं होतं. हळदीकुंकू, मंगळागौर, बोडण कुठेही जायचं असलं तरी तेच जन्मसावित्री पातळ. आता ढिगानं कपडे असतात. कपाटात मावत नाहीत. आम्ही ट्रंकेत ठेवायचो. इस्त्रीबिस्त्री काही नाही; नेसायचं असलं तर गादीखाली ठेवून इस्त्री! आता धोब्याचीच बिलं भरमसाट होतात. आमच्याकडे एक परीट यायचा. सणासुदीला भट्टीचे कपडे, तो होता म्हणून मिळायचे. पण ते पुष्कळसे पुरुषांचे. नणंदांची परकर पोलकी फारतर. चिटाचं कापड मिळायचं ना त्या वेळी, त्या कपड्याची. परटाचे पैसे हेच द्यायचे. दिवाळीला भाऊबीजही घालायचे. सख्ख्या बहिणींबरोबरच आते-मामे-

चुलत बहिणींनाही कधी रुपया, कधी अधेली, कधी खाऊला म्हणून चवली-पावली. तेवढ्यावरही पोरी खूश असायच्या. आईच्या बटव्यात असतील काही नाणी. आता कुठं पाहायला मिळताहेत! त्या वेळी, पुढेमागे कधीतरी भोकाचे पैसेही निघाले होते. आमच्या मुली पैसा मधे घालून क्रोशाचं विणकाम करायच्या. सासूबाई रागवायच्या इतके पैसे फुकट घालवल्याबद्दल.

...तर काय सांगत होते, एकत्र राहत होतो तेव्हा थोडा खर्च हे करायचे. लिहून ठेवायचे. कपाटात असतील एकदोन वह्या. परवा रागावले. म्हणाले, कशाला ठेवलं आहेस ते? फाडून टाका. आता त्याला काही किंमत आहे का? पावली-चवलीची भाषा कुणाला कळायचीही नाही. यांच्याशी वाद घालण्यात अर्थ नसतो. मी फार लक्ष न देता म्हटलं, 'फाडेन जरा सवड झाल्यावर!' तसं त्यांचंही चूक नाही. एकदा निरवानिरव केली पाहिजेच ना! ट्रंकेतलं सामान बघितलं तसं हेही सामान बघायलाच पाहिजे. जुनं लाकडी कपाट आहे. आम्ही सांगलीला होतो तेव्हापासूनचं. मुंबईला आलो तेव्हा जुनं सामान विकलं. पण हे कपाट, शिवाय बरंचसं आणखी काही बरोबर आणलं. म्हटलं असू दे. जुन्याची सोबत असावी म्हणजे एकटं वाटत नाही. भांडीकुंडी तर आणलीच. सतेली, सट, वाडगे, गंज, पंचपाळं, वेळणी... ही आमची भांडी. शिवाय सासूबाईंनीही थोडी दिली होती. वाटण्या झाल्या तेव्हा ताम्हन, चार कटोऱ्या वाट्या, समई, अत्तरदाणी-गुलाबदाणी असं सगळं मिळालं. धाकट्या जावेलाही दिलं माझ्या बरोबरीनं. तीं चांदी-पितळेची भांडी अलीकडेच विकली. सूनबाईनं काहीतरी घेतलं वाटतं. मी त्यात लक्ष घातलं नाही. त्यात मनच नाही आता.

म्हणून तर आज कपाट आवरायला घेतलं. त्या वह्या मिळाल्या. सहज एक पान उघडलं, तर मी आठवत होते तोच हिशेब-सतरा ऑक्टोबर १९४३ ही तारीख. म्हणजे आता चाळीसेक वर्षं होऊन गेली की. दिवाळी होती वाटतं. आकडे पुसट झाले आहेत. डोळ्यांना दिसतंय तरी कुठं? पण हिशेब साधारण असा लिहिला आहे-

	रु.	आणे	पैसे
भाऊबीज	२	-	-
परीट	१	२	
लुगडे	१०	०	-
दिगंबरची फी	०	४	
पॅरॅफिन	१	८	-
अमृतांजन	-	४	-

त्या वेळी हा खर्चही डोईजड वाटायचा. युद्ध सुरू होतं. महागाई वाढत होती. त्या मानानं पगार नाही वाढले. एकत्र कुटुंब असतं तर जरा कठीणच गेलं असतं.

पण नणंदांची लग्नं झाली. धाकट्या दिराचं शिक्षणही आटोपलं. आतेदीर वारले. अन् यांनाही सांगलीला नवी नोकरी मिळाली. जास्त पगाराची. सासूबाई-मामंजींना विचारलं येता का म्हणून. पण ते काही आपलं ठिकाण सोडायला तयार नव्हते. म्हणाले, अधूनमधून येऊ. चाललं आहे हे ठीक आहे. आता नवा मांड नको. त्यांचंही बरोबर होतं. मामंजी संसाराचा गाडा ओढून थकलेले. थोडं नवं, घरबसल्या करण्याजोगं कामही मिळालं होतं त्यांना. शिवाय सगळे मित्र, ओळखीपाळखी तिथल्याच. इतक्या उशिरा नव्या गावी कसं रुजणार? आमचा नाइलाज होता म्हणून आम्ही गेलो इतकंच. नाहीतर आम्हीही त्या वाड्यात सुखी होतो.

...तर काय सांगत होते, सातारा सुटलं अन् बिऱ्हाड सांगलीला थाटलं. एक मूल दोनअडीच वर्षांचं. एक पोटात. तिसऱ्याचा हासभाससुद्धा नव्हता. पहिलं मूल-म्हणजे आमचा निशी जरा उशिराच झाला. त्यानंतर मात्र पाठोपाठ दोन. मुलं मोठी झाली. त्यांची शाळा सुरू झाली. हुशार निघाली तिघंही. अधूनमधून आजोळी जायची. कधी साताऱ्याला तर कधी कोथवड्याला. एरवी शाळा, तालीम, गीतापठणाचे वर्ग... सगळं मनापासून केलं. ह्यांचा धाकही होताच.

ही पन्नास सालची गोष्ट असेल. युद्ध संपलेलं, स्वातंत्र्य मिळालेलं. पण स्वातंत्र्यानं सुख नाही आणलं. आमच्यासारख्या मध्यम स्थितीतल्या माणसांना फटकाच जास्ती बसला. महागाई वाढत होती. आम्ही जुना काळ पाहिलेला : प्रत्येक गोष्टीला जास्ती पैसे मोजताना जिवावर यायचं. आणायचे तरी कुठून पैसे? मग ह्यांनी आपली नोकरी सांभाळून शिकवण्या चालू केल्या. हेतू हाच की, दोन मुलांनाही त्याचा फायदा होईल. यांचं इंग्रजी चांगलं. शिकवणीच्या मुलांना शिकवताना आमची मुलंही शिकली. खरं सांगू का? मीही शिकले थोडंथोडं. मला अगदी रमाबाईंची अन् लक्ष्मीबाईंची आठवण झाली. हे आपलं उगाच. त्या केवढ्या! मी केवढी! त्यामुळे पुढे मुंबईला आल्यावर जड नाही गेलं. मराठी शाळेतच शिकली मुलं; पण इंग्रजी पक्कं. एरवी धाकट्या दोघांचं परदेशात कसं झालं असतं? आम्ही इतर काही दिलं नाही मुलांना, पण चांगलं शिक्षण दिलं. इस्टेटी नाही ठेवल्या. पण जो तो आपल्या पायावर उभा आहे. आणखी काय हवं? आता तर घरात चहूबाजूंनी पैसा येतो आहे. आम्ही ठेवलेल्या पैशांना कोण विचारणार होतं? म्हणजे आमच्या मुलांना पर्वा नाही असं नाही. फार चांगली आहेत ती. पण प्रत्येक पिढीच्या वजनामापांत फरक पडतोच ना. मी शिकलेली नसले फारशी तरी एवढं समजण्याइतकं शहाणपण माझ्याकडे आहे. वजनंमापं वेगळी, हिशेबही वेगळे.

आमचं हिशेब लिहिणं चालूच होतं. ही जरा नंतरची वही. सहा-सात वर्षं पुढे. महागाई होतीच. पण मुलांचं सगळं व्यवस्थित करणं भागच होतं ना. दिवसाला चार-पाच रुपयांचा खर्च होता. शिवाय महिन्याकाठी, वर्षाकाठी होणारा खर्च

वेगळाच. सहज एकदोन पानं चाळली तर आठवणी झाल्या. आईबाबांचे वाद. सासऱ्यांची काटकसर. आम्ही ठरवलं होतं, फार काटकसर करायची नाही. मुलांना सगळं व्यवस्थित मिळालं पाहिजे. म्हणून तर यांनी शिकवण्या केल्या. मी शिकलेली असते तर मीही कुठेतरी लहानशी नोकरी बघितली असती. त्या काळात बायका सर्रास नोकरी करायला लागल्या होत्या. करणार काय? वाढत्या महागाईला तोंड तर दिलं पाहिजे. शेजारी मालूताई होत्या. मॅट्रिक झालेल्या. त्यांनीही धरली नोकरी. घर अन् कचेरी सांभाळताना दमून जायच्या बिचाऱ्या. त्यांची दोन्ही मुलं माझ्याकडेच ठेवून जायच्या. माझा तेवढाच हातभार.

...तर ती एकदोन पानं. त्याबद्दलच सांगत होते. हिशेब पाहा कसा लिहिला आहे. अगदी नीटनेटका.

	रु.	आणे	पैसे
भाजी	१	८	-
कांदे-बटाटे	२	०	०
वही	-	१	०
पेन्सिल	-	२	२
पोहे	-	६	०
पाव	-	२	०
बिस्किट-पुडा	-	४	०

बरीच मोठी आहे यादी. पण एक लक्षात येतं. मुलांच्या खाण्यापिण्यावर व्यवस्थित खर्च केला आम्ही. निशीला पाव आवडायचा. तसं मी सांजा, पोहे वगैरे करायचीच. पण मुलांना हे नवं खाणं हवंसं वाटायचं. काळ पुढे जातो तशा नव्या गोष्टी येतातच ना. आम्हाला शक्य होतं तेवढं नवं आम्ही दिलं. केकबीक नाही परवडला. पण मुलांनी कधी हट्ट केला नाही हेही खरं.

वर्षाकाठी होणारा खर्च तरी थोडाथोडका का होता! तो हळूहळू इतका वाढत गेला की यांनी आणे पै लिहायचं सोडूनच दिलं. पुढे आणे गेलेही म्हणा. त्या जागी नवे पैसे आले. जुनी मापं, कोष्टकं मोडीत निघाली. २५, ५०, ७५ पैसे... शिवाय २, ५, १०, २० पैशांची नाणी. रुपयांवरील शिक्केही नवे. व्हिक्टोरिया राणीचा छाप असलेले चांदीचे रुपये दडून बसले आईच्या बटव्यात. नोटाही तऱ्हेतऱ्हेच्या. मला तर सुरुवातीला ते कागदच वाटायचे. (आता तर क्रेडिट कार्ड का कायसं निघालं आहे म्हणे! पैसे नाहीच द्यायचे. फक्त ते कार्ड दाखवायचं) पैसा हाती खुळखुळतो आहे, असं काही वाटायचं नाही. केळ्यात खोचायला मात्र या नोटा सोयीच्या होत्या. देवापुढे ठेवायला नाणीही लागायचीच. हे म्हणायचे, आता

बाहेर पडलं की दहाची एक नोट कशी खर्च होते ते समजतच नाही. हौसेनं हे आण, ते आण... पण महिना सरत आला की हौसेला मुरड घालायला लागायची. उरलेले पैसे शक्यतोवर वर्षाकाठी होणाऱ्या खर्चासाठी वापरायला ठेवायचे. बँकेत खातं होतं. पण आम्ही सहसा त्या ठेवीला हात लावला नाही.

या पानावर वर्षाच्या खर्चाचं टिपण आहे-

मुलांचे कपडे	९३ रु.
पंचे	४ रु.
गुळाची ढेप	१० रु.
तांदूळ	४२ रु.
आंब्याची करंडी	१२ रु.
अभ्रासाठी मांजरपाट	६ रु.
सोलापुरी चादर	९ रु.
जान्हवीची पातळे	३४ रु.
शर्टाचे कापड	११ रु.
चपला जोड २	१२ रु.

महिन्याकाठी टाकलेली शिल्लक कधी संपायची हे कळायचंही नाही, पण यात वायफळ खर्च काहीच नव्हता.

असा संसार रेटत होतो. आनंद होता. कारण मुलं सगळ्या कष्टांचं चीज करत होती. मुलांचा मामा-म्हणजे आमचा दादा असायचा मुंबईत. त्याला मोठी नोकरी होती. कंपनीचं नाव माझ्या लक्षात नाही. पण मुंबईत नावाजलेली होती. दादानं तिथं शब्द टाकला. पगार चांगलाच होता. अकाउंटंटची नोकरी. आम्ही विचार केला. हे गाव सोडावं का? मुंबईत राहायचं कुठं? शिवाय मुंबई हे अधिक खर्चाचं शहर पण दादानंच सल्ला दिला. म्हणाला, 'मी सगळं पाहतो. माझ्या भागातच एक दोन खोल्यांचा ब्लॉक आहे. हा एक शब्द नवीनच ऐकला मी. तो रिकामा आहे. मध्यवर्ती. मुलांना शाळा-कॉलेज जवळ आहे. मुलांच्या दृष्टीनं तुम्ही गाव सोडावं हे बरं. आता जग बदलत चाललं आहे. स्पर्धा वाढत चालली आहे. लहान गावात मुलं खुंटल्यासारखी होतील...' अगदी बरोबर होतं दादाचं म्हणणं. पहिलं वर्षभर चुकल्यासारखं झालं. पण नंतर वाटलं, आपण योग्य तेच केलं. मुलांना शिक्षणासाठी चांगलं ठिकाण मिळालं. म्हणूनच इतकी पुढे आली ती. तिघांच्या तीन तऱ्हा, पण तिघंही हुशार.

या नव्या नोकरीनं घरात अधिक पैसा आणला, सुख आणलं. हळूहळू आम्ही रुळलो. मुलं तर खूशच होती. जुन्या आठवणी यायच्याच. पण तो काळ सारखं काहीतरी करत राहण्याचा होता. आठवणी काढायला वेळच नव्हता.

निशीला छान नोकरी मिळाली. राहुल परदेशी गेला- स्कॉलरशिप मिळाली म्हणून. मुख्य म्हणजे भारतीचं लग्न झालं. छान स्थळ मिळालं तिला. फार खटपट करावीच लागली नाही. पुन्हा मुंबईचंच घर.

त्यामुळे पोरगी काही वर्षं तरी वारंवार भेटत राहिली. पुढे जावयांबरोबर अमेरिकेला गेली ती तिकडेच. आता दोन वर्षांतून एकदा येते. माझ्या पंचाहत्तरीला येईन म्हणून सांगून गेली आहे. विमानाचं तिकीट पंधराशे का किती डॉलर म्हणे. म्हणजे पन्नासेक हजार रुपये तरी होतील. तिनं एकदा तो हिशेब समजावून सांगितला होता, माझ्या नीट लक्षात राहिला नाही. म्हटलं, कशाला एवढा खर्च करतेस? तर म्हणाली, "चालतं गं आई. तुझ्यासाठी तेवढे डॉलर्स आम्हाला जास्ती नाहीत. आम्ही दोघंही खूप मिळवतो. काय झालं तुमच्यासाठी थोडा खर्च केला तर?"

भारतीचा पहिल्यापासून हाच स्वभाव. उधळा नव्हे, पण हौशी. खरेदी म्हणजे तिचा मोठा आनंद. आमच्याकडे यायची तर काय काय घेऊन यायची. कधी मला साडी, कधी यांना एखादं पेन, प्रिंटेड चादरी, निशी-राहुलसाठी कुडते. तिला काही कमी नव्हतं हे खरं. तरी किती द्यायचं? 'माहेरच्यांची भर करते' असं सासरच्या माणसांनी म्हटलं असतं तर? सासरचे लोक भले. त्यांच्या मनातही असं काही आलं नाही. पण माझ्या मनावर दडपणं असायचं. एक दिवस तिच्या घरी गेले होते. घरी कुणी नव्हतं. बोलत बसलो. न राहवून तिला विचारलं, "अगं इतका धो धो खर्च करत असतेस... हिशेब तरी ठेवतेस का?" तर हसली. म्हणाली, "ठेवते अधूनमधून."

"म्हणजे?" मी विचारलं. "अगं आई, इतका वेळ कुठे असतो मला?" हे भलतंच. हिशेब लिहायला किती वेळ लागतो? मी तसं म्हणणार होते. पण -तेवढ्यात ती म्हणाली, "बँकेतून पैसे काढतो आम्ही दोघंही. कधी-दोन हजार, कधी तीन. संपतात फट्दिशी. कुठे गेले इतके पैसे असं वाटू नये म्हणून ठोकठोक खर्च लिहून ठेवते. म्हणजे मी केलेला खर्च ह्यांना आवडत नाही. त्यांना जमाखर्च लिहिणं ही मध्यमवर्गीय सवय वाटते! मी कसा हिशेब लिहिते पाहायचं आहे? हे बघ." तिनं माझ्यापुढे लहानशी डायरी टाकली. कुतूहल म्हणून चाळली. एक पान जरा भरगच्च वाटलं. म्हटलं बघू तरी. तर तो महिन्याचा दुसरा दिवस.

नोकरांचे पगार	२५०
भाजी	११२
आइस्क्रीम	५०
पिक्चर, जेवण	१५६
सविताला उसने	५००
अपना बझार	१६००
कॉस्मेटिक्स	५५०

काय हे आकडे! मला तर काही शब्दांचा अर्थही कळला नाही. पण मी काही विचारलं नाही. तिची ती मिळवते. मी कशाला नाक खुपसू? पण पन्नास रुपयांचं आइस्क्रीम म्हटल्यावर, आमचा फक्त तेवढ्या पैशात भागणारा महिन्याचा खर्च आठवला. सहज विचारलं, ''इतकं आइस्क्रीम कशासाठी गं?'' ''अगं पार्टी दिली मैत्रिणींना.'' मी गप्प बसले. मनाशी म्हटलं, आपली मुलं भाग्यवान. त्यात आनंदच आहे. पण कधीतरी मनात भयाची लहर उठून जाते. कसलं भय? उगाच मनाचे खेळ असतील झालं.

भारती परदेशी गेल्यावर तर काही विचारूच नका. दर खेपेला नव्या वस्तू. निशीची मुलं लहान होती. त्यांना तऱ्हेतऱ्हेचे कपडे, सुनेसाठी साड्या, चीज, चॉकलेट्स- काजू, बदाम, केशर... घर नुसतं ओसंडलं आहे. सूनबाई हौशी आहे. ती याद्या देत असते अन् ही पाठवत असते. निशीही खूप मिळवतो आहे. त्या दोघांचं मिळून-शॉपिंग (हा शब्द सारखा ऐकल्यामुळे माझ्याही तोंडात बसला आहे) चालूच असतं. आताचं आमचं घर म्हणजे हिंदी सिनेमात असतं तसं. फ्रिज, मिक्सर, ज्यूसर, मायक्रोवेव्ह-नॉनस्टिक पॅन्स-तऱ्हेतऱ्हेची क्रॉकरी... घर मोठं त्यामुळे कुठं ठेवायचं हा प्रश्नच नाही. निशीनं शेजारचाच दोन बेडरूम्सचा फ्लॅट विकत घेतला. आमचा मूळचा होता तीन बेडरूम्सचा. म्हणजे आता स्वयंपाकघर, हॉल सोडून पाच खोल्या. प्रत्येकाला स्वतंत्र. तीन टीव्ही, दोन फोन्स. त्यातला एक इकडून तिकडे नाचवता येणारा- कॉर्डलेस की काय... असंच काहीतरी नाव आहे त्याचं. सूनबाई घर छान ठेवते. इतकं फर्निचर आहे. पण सगळं नीट सांभाळते. आमच्या खोलीतच तेवढं थोडं जुनं सामान आहे. ती ट्रंक-कपाट. निशीचं सारखं चाललेलं असतं, इथंही बदल करून घेऊ या म्हणून. मीच थोपवलं आहे. मला सगळंच नवं केलं तर चैन पडायचं नाही. काही जुन्या वस्तू हव्यातच. त्यांची सोबत असते. आईची सोबत, तशी या वस्तूंची सोबत.

...तर काय सांगत होते, घर भरलेलं आहे. तरीही यांचा खरेदीचा सोस काही संपत नाही. कपडे कपडे किती आणायचे? कपाटं खचाखच भरली आहेत. साधे कपडे नव्हेत. किमती कपडे... हिशेब लिहिणं वगैरे नाहीच. त्यामुळे किती खर्च होतो हे कळायला मार्गच नाही. मी अजून हिशेब लिहिते. मोडकातोडका. आता माझा खर्च तो किती? आम्ही हट्टानं निशीला दरमहा पैसे देतो. तो म्हणतो, कशाला आई? तर तसं नको बाबा. आपलं अन्नपाणी आपल्या खर्चातून. आता एखादं मोठं आजारपणच आलं तर मग निशी आहेच. डॉक्टर, औषधं, हॉस्पिटल... तो सगळा काही झेपायचा नाही. निशी मनापासून करेल हा विश्वासही आहे. पण मी मुलांसाठी आणते काहीबाही. हेही आणतात. प्रपंच सर्वांचाच ना. सर्वांनी आपापल्या कुवतीप्रमाणे खर्च करावा अशा मताची मी आहे. सासरे हेच म्हणायचे. खूप वर्षांपूर्वी सासऱ्यांच्या घरी

जे केलं ते आता मुलाच्या घरी. हक्क वाटतो ना मग. या वयात आपण कुणाचे तरी आश्रित आहोत असं वाटायला लागलं तर ते भयंकर! देवदयेनं आतापर्यंत तरी सगळं नीट चाललं आहे.

पण निशीचा व्यापही मोठा आहे. चाळिशी उलटली त्याची. मुलं शिकताहेत. त्यात दोन मुली. पुरेशी पुंजी हवी. आता काळ बदलला आहे. हुंडा द्यावा लागणार नाही. पण हौसमौज म्हणून आहेच. आणि हुंड्याऐवजी वेगळं काहीतरी. अलीकडचे साखरपुडेही लग्नसमारंभासारखेच असतात. अफाट खर्च करण्याची माणसांना सवयच लागली आहे. एवढा पैसा येतो कुठून? मला तर काहीच समजत नाही. हे म्हणतात, मलाच जिथं समजत नाही तिथं तुला काय समजणार? परवा सूनबाईची मैत्रीण आली होती. स्वभावानं चांगली आहे. 'आजी, कशा आहात?' अशी हाक मारल्याशिवाय जात नाही. तिला म्हटलं, 'खूप दिवसांनी आलीस?' म्हणाली, 'शॉपिंग करायचं होतं.' 'काय काय घेतलंस,' म्हणून विचारलं, तर माझ्यासमोर चारपाच प्लॅस्टिकच्या पिशव्या टाकून जरा सुवर्णाला भेटून येते म्हणून गेली. पिशव्यांना बिलं टाचलेली होती. सहज पिशवी उघडून पाहिलं तर-

पर्स	५०० रु.
साडी	११२५ रु.
चपला	३५० रु.
केंब्रिज शर्ट्स	५०० रु.

प्रत्येक वस्तूवर अशा चिठ्ठ्या.

पुढे वाचायचंच सोडून दिलं. ते आकडे पाहून दडपलेच मी. दुसऱ्या पिशवीत फळं होती वाटतं. इंग्रजी बिल होतं. त्यामुळे नीट वाचता नाही आलं. पण आकडे कळले. शंभर-सव्वाशेची फळं होती. तिसऱ्या पिशवीत मॅक्रोनी, कसले कसले डबे, टोमॅटो सॉस, चीज- आमच्याही घरी असतंच हे सगळं. हजार- दीड हजाराचा माल असेल. ती आली तेवढ्यात. विचारलंन्, 'आजी बघितलंत का?' 'सगळं नाही बघितलं. साडी सहज घेतलीस?' 'हं डिस्काउंट मिळाला... चीज मिळत नव्हतं. आज मोठ्ठा डबा अचानक मिळाला. खूश होतील सगळे. आजी, तुम्हाला आवडतं चीज?' 'नाही गं. आम्ही ताकावरचं लोणी खाऊन वाढलो. जिभेला या चवी मिळाल्याचं नाहीत. आता जीभ नको म्हणते. अगं मला चीज म्हणजे हे ही माहीतच नव्हतं. मला वाटायचं चीज म्हणजे हिंदीतली चीज- म्हणजे वस्तू.' हसायला लागली. शब्द खूप नवे शिकले मात्र मी. आता टेलिफोनही सराईतासारखा घेते... पण हे आकडे पाहिले की जीव घाबराघुबरा होतो... का? कळत नाही.

पैसा खूप मिळत असला तरी मुलांचं शेवटपर्यंत नीट निभावून जाईल ना, याची काळजीही असेल कदाचित. एकदा निशीला मी तसं म्हटलंही. तो हसायला लागला. ''आई, आम्हाला काळजी नाही का? आम्ही पैसा उधळतो असं वाटतं का तुला? हे बघ माझी व शीलाची कंपनी डिपॉझिट्स आहेत, शिवाय शेअर्स, युनिट ट्रस्ट, आय.डी.बी.आय.ची सर्टिफिकेट्स... आयुर्विम्याच्या पॉलिसीज आहेत...'' एकेक नवे शब्द. मला फार काही कळलं नाही. पण इतका बोध झाला की यांच्याकडे भरपूर पुंजी आहे. तिकडच्या दोघांचं काय? तेही विचारून घेतलं. ''अग, आता एन.आर.आय. म्हणजे तिकडे स्थायिक झालेले भारतीय इकडे गुंतवणूक करतात. त्यांना सरकार भरपूर प्रोत्साहन देतं. दोघांनीही प्लॉट्स घेतले आहेत. मुंबईतच त्यांच्यासाठी फ्लॅट्सही घ्यायचे आहेत. माझं-त्यांचं नेहमी फोनवर बोलणं होतं. 'मी शोधतोच आहे...' 'एवढा पैसा शिल्लक राहतो का त्यांच्या जवळ? दोन वर्षांतून एकदा इथं येतात. विमानाचं भरमसाट भाडं. येताना ट्रंका भरून सामान आणतात. तिकडे त्यांचं घरं बदलणं चाललेलंच असतं. एकदा तुम्ही दोघं जाऊन आलात. आता आम्हाला बोलावताहेत. यांची कशालाही तयारी, पण म्हातारपणी? स्वतःवर इतका खर्च कशाला करायचा? तूच सांग.' त्याला पटलं नाही. त्यांचा एकसारखा आग्रह. सूनबाईचाही, 'तुम्ही आराम करा, मजा करा. तुम्ही शिकवलंत म्हणून आम्ही आज एवढे पुढे गेलो...' आम्ही उपकार का केले? आई-बापांचं कर्तव्य बजावलं. ते बजावताना गरजा कमी झाल्या. आता त्या मुद्दाम कशाला वाढवायच्या? आम्ही कुठेही निघालो तरी टॅक्सीनं जा म्हणायचे. आता तर काय गाडीच आहे दिमतीला. पेट्रोल, ड्रायव्हर. कधी तो आला नाही तर टॅक्सीचं भरमसाट भाडं. पूर्वी रुपया लागायचा तिथं आता अकरा रुपये. नाटकंही पाहावीशी वाटतात; पण तिकिटं किती महाग. एकदा निशी-सुवर्णांच्या आग्रहामुळे आम्ही 'आई रिटायर होतेय' पाहायला गेलो. छान काम केलं आहे भक्ती बर्वेनं. नाटक पाहून झाल्यावर हट्टानं महागड्या हॉटेलमध्ये जेवायला घेऊन गेले. जेवण छान होतं, पण असलं खाणं कधीतरी बरं; घरच्या जेवणाची सर नाही. बिल किती झालं असेल? साडेबाराशे रुपये. वर निशीनं एक शंभराची नोट दिली. तशी रीत आहे म्हणे. मनात म्हटलं, बरं बाबा. तू मिळवणार, तू घालवणार. निशी तसा विवेकी आहे. त्यानं जुने दिवस पाहिले आहेत. कधीतरी सांगलीचे भडंग घेऊन येतो अन् त्याच्या त्या व्हिस्कीबरोबर खातो. पार्ट्या होतात तेव्हाही आणतो. मित्रमैत्रिणींना जुन्या गोष्टी सांगतो. त्यांनाही जुन्या आठवणी येतात. कधीतरी मला हाक मारून विचारतो, आई त्या वेळी दुधाचा भाव काय होता गं? किंवा असंच काहीतरी. सगळ्यांनाच मजा वाटते.

पण माझ्या नातवंडांना यातलं काही ठाऊकच नाही ना. त्यांना ते सगळं काल्पनिकच वाटतं. आईबाप दोघेही मिळवते. जे हवं ते मिळत गेलं. त्यांना दहाची नोट म्हणजे काहीच वाटत नाही. चुटकीसरशी खर्च करून टाकतात. एक दिवस माझा नातू पैशाचं पाकीट घेऊन बसला होता. मोठ्या आवाजात कसलंतरी इंग्रजी गाणं लावलेलं. तो धिंगाणा तर नेहमीचाच. टीव्ही लावायचा पण एक गोष्ट धड पाहायची नाही. सारखं बदलत राहायचं. हातात तो रिमोट की काय असतो ना. जागचं उठावंही लागत नाही. आमच्या खोलीत निशीनं एक स्वतंत्र टीव्ही ठेवला आहे म्हणून बरं. नाहीतर माझं भांडणच झालं असतं. त्यांची परस्परांशी चालूच असतात म्हणा. पण गोड, हुशार आहेत माझी नातवंडं. घरात खूप पैसा आहे हा काय त्यांचा दोष? त्यांना खर्च करावासा वाटणारच. त्यांचे मित्र, मैत्रिणी सगळे तसेच. एखादाच वेगळा निघतो. तो अजित आहे ना. घरी येतो. पण मुलांच्या पार्ट्या, सिनेमे, सहली कशातही नसतो. पुन्हा त्याबद्दल दु:ख नाही. एकदा त्याला विचारलं. म्हणाला, 'मला त्यात इंटरेस्ट नाही. आजी, शिवाय परवडलंही पाहिजे ना.' मला वाटलं, त्याला पोटाशी धरावं.

...तर काय सांगत होते, नातू पैशाचं पाकीट घेऊन बसला होता. म्हटलं, 'किती नोटा आहेत रे?' म्हणाला, 'खूप. कुणी मोजल्या आहेत? हे बाकी खरं. हिशेबच नसतो. पैसे बाहेर पडलेले असतात. या नोटा- अन् हे डॉलर... हे पौंड.' तो दाखवत होता. 'हे कशाला रे? इथं चालत नाहीत ना?' 'गंमत म्हणून ठेवले आहेत. काकानं जाताना दिले? तुला हवेत?' 'चल रे... मला काय करायचे?' नाणी तरी घे- हे पेन्स, हे मार्क्स, हे फ्रँक्स...' आत्ताच्या भाषेत सांगायचं म्हणजे माझी फिरकी घेत होता. मीही फिरकी घ्यायचं ठरवलं. म्हटलं, 'चल मी तुला माझ्याकडची नाणी दाखवते. या नाण्यांहून किमती.' आला माझ्या मागोमाग. ट्रंक उघडून आईचा बटवा काढला. आईची सगळी नाणी ओतली. त्यात बंदे रुपये तर होतेच. पण पै, ढब्बू, पैसा, भोकाचा पैसा, आणा, पावली, चवली, अधेली सगळं निघालं. तो म्हणाला, 'आजी तू कसं हे ठेवतेस? हेही आता चालत नाही.' त्याला काय कारण सांगणार? त्याला ते समजलंच नसतं. तेवढ्यात आईला चाहूल लागली. तिची हाक... 'जान्हवी, बटवा कशाला उघडलास? ठेव बघू. मोजून बघितलेस का? बरोबर आहेत ना? धन असं उघड्यावर टाकू नये' धन! मलाच हसू आलं. नातवाला धन या शब्दाचा अर्थ समजला असता तर तोही हसला असता. जाता-जाता एक पै उचललीच त्यानं. एक पैसाही. मी तोंडावर बोट ठेवून हलक्या आवाजात सांगितलं, 'पणजीला दाखवू नकोस. ती रागावेल.' 'ओके.' म्हणाला. हा आणखी एक नवा शब्द! एकसारखा कानावर येतो. फोनवर बोलतात. दर क्षणाला ओके!

चला, संध्याकाळ होत आली. निरांजन लावलं पाहिजे. ट्रंक पुष्कळ हलकी केली. त्या जुन्या कपाटातलंही बरंच काढून टाकलं. निरवानिरव करायलाच हवी. पण या आठवणी कुठे काढून टाकायच्या? कुणाला द्यायच्या? आत्ताचं आयुष्य छानच आहे. पण आठवणी येतातच. मग हरवल्यासारखं वाटतं. इकडेतिकडे पैशांचे ढीग आहेत अन् आपण त्याखाली सापडलो आहोत, गुदमरलो आहोत, असं वाटतं. मधेच तो अजित आठवतो, किंवा आमच्या कामवालीचा तिच्या बरोबरीनं काम करून शाळेला जाणारा मुलगा. मी त्याला अधूनमधून खाऊला पैसे देते. निशीही देतो. त्याचा हात सढळ आहेच. पण अजितच काय करायचं? त्याला पैसे देणं वाईट दिसेल. यांच्याकडून ऐकलेला शब्द आठवला. मध्यमवर्गीय. आम्ही होतो तसे. असे आता किती लोक उरले असतील? किती जणांकडे पै पैसे असलेले बटवे असतील? जाऊ दे. मी आपलं माझं सांगितलं. आता जगाशी माझं तसं काय देणंघेणं उरलं आहे? देवदयेनं मुलं सुखी आहेत. भरून पावलं!

एक जुनी आठवण आली. आमच्या आईला एकदा समुद्रावर फिरायला नेलं होतं. हिनं केळ्यात पैसे ठेवले होते. वेडेपणा की नाही? मुलं बरोबर होती. आम्ही होतो तरी हिनं ठेवलेच. एक चणेदाणेवाला आला. म्हणाली, 'मी सर्वांना दाण्याचे पुडे घेऊन देते. माझा खाऊ.' मुलं हसली व गप्प बसली. हिनं पैसे काढून दिले. एका पुड्याचे सुद्धा नव्हते! निशीनं खूण केली. म्हणून तो दाणेवाला गप्प बसला. नंतर निशीनं नोट काढून दिली, आईचा डोळा चुकवून. मजेत बसलो. जरा अंधार पडू लागला तेव्हा उठलो. आईही उठली अन् केळं उलगडून पैसे मोजू लागली. पुन्हा पुन्हा. मी म्हटलं, 'आई काय झालं गं?' तर म्हणाली, 'एक पावली कमी आहे वाटतं. मघाशी पडली असेल.' म्हणून त्या अफाट वाळूत ही ती पावली शोधत राहिली. भोवती अंधार दाटलेला. समुद्राच्या लाटा अंगावर धावताहेत...

वाळू या टोकापासून त्या टोकापर्यंत पसरली आहे आणि ती आपली पावली शोधते आहे! मला हसू आलं अन् माझ्या डोळ्यांत पाणीही आलं.

अलीकडे मलाही तिच्यासारखंच होतं. पैशांच्या लाटा. नाण्यांचे ढीग... अंधारात सगळं चमकतं आहे असा भास होतो. अन् मी आपली माझा हरवलेला पै-पैसा मनातल्या मनात शोधत राहते.

म्हातारचळ. दुसरं काय?

अनुष्टुभ, दिवाळी १९९६